I0718286

Ta rảo quanh làng hóng chuyện phiếm
Đời người cũng chuyện phiếm mà thôi
(Tô Thùy Yên)

Phiếm 26

song thao

NHÂN ẢNH

2021

Phiếm 26

Song Thao

NHÂN ẢNH xuất bản

Bìa: Khánh Trường

Tranh bìa: Đinh Cường

Ký họa chân dung: Đinh Trường Chinh

Kỹ thuật: Tạ Quốc Quang

www.songthao.com

Copyright © 2021 by Song Thao

ISBN: 978-1-989993-82-8

MỤC LỤC

PHIẾM

NGOẠI TẬP

PHIẾM

AMAZON

1

Đúng vào ngày 8 tháng 3 năm nay, ngày Phụ Nữ Quốc Tế, báo chí thế giới rùm beng về một người phụ nữ. Đó là bà MacKenzie Scott. Chuyện của bà chẳng có chi đặc biệt: bà tái giá. Nhưng đặc biệt là vì cuộc ly dị của bà vào năm 2019 là cuộc ly dị đắt giá nhất từ trước tới nay. Vợ chồng bà là những người giầu nhất thế giới, chủ nhân của công ty bán lẻ trực tuyến Amazon. Khi họ xa nhau sau 25 năm chung sống, bà được hưởng 25% cổ phần của hai vợ chồng trong công ty Amazon. Bốn đứa con ở với bà. Họ đồng ý với nhau như vậy nhưng có lẽ bà nhận phần thiệt tuy nguyên nhân cuộc ly dị là do ông chồng Jeff Bezos. Ông tù ti với cựu MC Lauren Sanchez. Đó là chuyện riêng của hai người nhưng 25% cổ phần của bà tính ra tiền là khoảng 35 tỷ đô. Số 75% của ông tính ra là 107 tỷ đô. Với số tiền đã bị sứt mẻ này, ông vẫn là người giầu nhất thế giới. Bà là phụ nữ giầu thứ ba thế giới, sau hai bà Francoise Bettencourt Meyers, cháu ngoại duy nhất và là người thừa kế hãng L'Oreal với gia tài 73,4 tỷ đô, và bà Alice Walton, con gái ông chủ Walmart Sam Walton với 57,6 tỷ đô.

Tuy đứng hạng dưới về tiền bạc nhưng bà MacKenzie Scott nổi tiếng hơn hai bà đứng trên vì bà biết sử dụng đồng tiền hơn. Vốn là một nhà văn nên bà ít chú trọng vào tiền bạc. Tôi vốn cũng sống với chữ nghĩa nên nghĩ chủ quan như vậy. Thực ra không phải nhà văn nào cũng coi nhẹ đồng tiền vì đã là nhà văn thì thường hầu bao lép kẹp, làm chi có tư cách để coi nhẹ đồng tiền. Nói vậy cũng không đúng vì tôi chỉ nghĩ tới nhà văn Việt Nam, nhà văn ngoại quốc thiếu gì người tiền đầy ắp túi. Nhưng bà nhà văn này là một trường hợp đặc biệt. Bà cho đi rất nhiều. Bà không nổi tiếng vì viết văn nhưng nổi tiếng vì tấm lòng lân ái. Chỉ trong năm 2020, bà đã tặng cho các tổ chức từ thiện và các tổ chức phi lợi nhuận tới 5,8 tỷ đô. Sự hào phóng của bà lớn đến nỗi bà cam kết sẽ tặng đi tới phân nửa tài sản. Bà thường phàn nàn về sự cho đi chậm trễ của nhân viên văn phòng của bà: "Tôi có một lượng tài sản lớn để chia sẻ. Cách tiếp cận trong việc làm từ thiện của tôi sẽ tiếp tục cẩn trọng. Việc này đòi hỏi thời gian, công sức và sự quan tâm. Nhưng tôi sẽ không chờ đợi. Và tôi sẽ tiếp tục cho tới khi két sắt trống không". Với sự ăn nên làm ra của Amazon, tài sản của bà cho tới nay phồng lên tới khoảng 53 tỷ rưỡi!

Người ta ngưỡng mộ bà về sự hào phóng giúp đỡ tha nhân nhưng tư cách của bà cũng được ngưỡng mộ không kém. Cuộc ly hôn sau 25 năm chung sống với bốn mặt con là một mất mát lớn lao. Ông Bezos thường ca ngợi người vợ đã đồng cam cộng khổ từ những ngày chưa là tỷ phú và ông cũng thường tự hào là mẫu đàn ông của gia đình, sẵn sàng sắn tay áo giúp vợ rửa chén bát. Tưởng là nghĩa tào khang bền vững tới răng long đầu bạc nhưng ông đã bất ngờ chạy theo hình bóng khác. Bà vui vẻ để ông chạy theo đam mê của ông. Ba tháng sau khi sự việc xảy ra, bà mới đưa ra một thông báo chính thức trên *Twitter*. Bà không la lối om sòm, không khóc lóc kêu than, không trách cứ chồng bội phản. Bà bình tĩnh viết: "Tôi rất biết ơn quá khứ, hãy đón chờ những điều tốt đẹp ở tương lai". Chỉ hơn một năm sau khi ly hôn, vào tháng 7 năm 2020, bà bỏ tên MacKenzie Bezos và trở lại tên thời con gái MacKenzie Scott, dứt khoát không còn liên hệ chi tới ông chồng cũ. Chỉ trong một năm, bà dành tới 9,4% tài sản để tặng cho 384 tổ chức từ thiện trên khắp nước Mỹ và Porto Rico, trong đó có phần dùng để giúp những người bị ảnh hưởng của đại dịch Covid-19. Bà viết trên trang *Medium*: "Cơn đại dịch đã tàn phá đời sống của những người vốn đã chịu nhiều khó khăn. Những thiệt hại về tài chánh và y tế với giới phụ nữ, người da màu và người nghèo thêm tệ hại trong khi giới tỷ phú lại càng giàu thêm…Những tổ chức nhận được sự giúp đỡ của tôi là những tổ chức đã nguyện giúp đỡ những người khác, làm việc và tình nguyện làm việc, phục vụ trực tiếp bên giường bệnh và nhà ăn, trong các nhà tù, phòng xử án và các lớp học, trên đường phố , tại các cơ sở y tế, các đường dây nóng và luôn ở tuyến đầu trong mọi công tác ngày này sang ngày khác". Tỷ phú MacKenzie sống khác với những tỷ phú chỉ biết đếm tiền. Bạc tỷ trong tay, bà vẫn chỉ lái chiếc *minivan* hiệu Honda đưa các con đi học. Tung tiền ra làm từ thiện nhưng bà không xuất hiện trên truyền thanh truyền hình hay trả lời phỏng vấn của báo chí. Bà chọn một cuộc sống bình thường, giấu mặt trong những việc làm cao đẹp! Trong khi đó, ông chồng cũ giầu nhất thế giới chỉ bỏ ra 2% tài sản để làm việc thiện.

Ông Dan Jewett và nữ tỉ phú Scott. Hình: The Giving Pledge

Người chồng mới của bà tỷ phú 50 tuổi này, ông Dan Jewett, chỉ là một giáo sư dạy môn khoa học tại trường trung học tư thục Lakeside ở Seattle, tiểu bang Washington, nơi mà các con của bà Scott hiện đang theo học. Ông này coi bộ cũng không biết quý tiền. Trong lời loan báo về cuộc tái hôn làm xôn xao dư luận này, ông cho biết: "Trong thời khắc hạnh phúc này, tôi kết hôn với một trong những người hào phóng và tốt bụng nhất mà tôi biết và cùng người đó cam kết truyền lại một khối tài sản khổng lồ để phục vụ tha nhân".

Bà MacKenzie Scott và ông chồng cũ Jeff Bezos đều tốt nghiệp trường Đại Học Princeton. Ông tốt nghiệp kỹ sư tin học và điện tử và ra trường trước bà sáu năm. Bà theo học ban văn chương, là học trò của nhà văn nữ đoạt giải Nobel Toni Morrison. Bà được thầy khen là "một trong những sinh viên tài giỏi nhất" trong lớp. Cuốn tiểu thuyết *The Testing of Luther Albright* của bà đã đoạt giải *American Book Award* vào năm 2006. Tờ Los Angeles Times khen ngợi cuốn này là một trong những cuốn tiểu thuyết hay nhất trong năm.

Họ gặp nhau vào đầu thập niên 1990 khi cùng làm việc tại công ty tài chánh D.E. Shaw ở New York. Họ kết hôn vào năm 1993. Năm 1994, họ quyết định bỏ việc, lái xe về Seattle để thành lập một doanh nghiệp chuyên bán sách trực tuyến. Trên đoạn đường thiên lý, bà lái xe trong khi ông ngồi kế bên, ôm chiếc *laptop* lên kế hoạch thành lập hãng. Đầu tiên doanh nghiệp của họ được đặt tên là Cadabra. Nhưng vì muốn dùng ký tự A cho tên doanh nghiệp để luôn được đứng đầu trong bảng danh sách các công ty, họ đổi tên là Amazon, theo tên con sông dài nhất thế giới. Ước mong của họ là tương lai của doanh nghiệp cũng sẽ có chiều dài tương tự. Khi tra từ điển và thấy chữ Amazon, ông nói: "Amazon không chỉ là con sông lớn nhất thế giới, nó lớn hơn nhiều lần so với con sông đứng thứ hai. Nó thổi bay tất cả những con sông khác".

Ước vọng lớn nhưng trụ sở đầu tiên của công ty chỉ là cái

garage nhỏ xíu trong nhà với số vốn đầu tiên là một triệu đô. Muốn có số vốn khiêm nhượng này, Jeff Bezos đã phải vay bố mẹ 300 ngàn đô là tiền ông bà tiết kiệm được trong suốt cuộc sống. Đây là số tiền góp vốn lớn nhất. Khi ông ngỏ lời vay tiền bố mẹ, họ hỏi ông: "Ý con là gì, con định bán sách qua *internet* sao?". Khi đó bố ông chưa hiểu rành *internet* là gì nhưng hai ông bà tin tưởng vào đứa con vốn có trí thông minh hơn người. Mặc dù ông đã nói thật suy nghĩ của ông với bố mẹ là số tiền họ bỏ ra có khả năng 70% sẽ mất tiêu nhưng hai người vẫn đưa tiền cho con trai. Jeff nói: "Bố tôi đã không đặt niềm tin vào một dự án viển vông mà vào con trai ông!".

Amazon khởi đầu chỉ bán sách. Họ buôn sỉ những cuốn sách mà hai vợ chồng thích. Ông chủ trẻ tuổi phải gói sách, mang ra bưu điện gửi cho khách hàng bằng chiếc xe Chevy Blazer đời 1987. Trong một cuộc phỏng vấn vào năm 2016, ông nhớ lại ngày đó: "Khi đó tôi nghĩ có thể một ngày nào đó chúng tôi sẽ có đủ tiền mua một xe nâng cho đỡ vất vả". Chỉ hai tháng sau khi chính thức thành lập vào ngày 16/7/1995, Amazon đã có khách hàng trên tất cả 50 tiểu bang Hoa Kỳ và 45 nước khác. Vào cuối tháng 8, doanh số của công ty là 20 ngàn đô mỗi tuần. Tới cuối năm 1995, doanh số tăng vọt lên 511 ngàn đô. Lượng khách hàng truy cập là 2.200 lần mỗi ngày. Tới tháng 6 năm 1996, công ty nhận được khoản đầu tư lớn là 8 triệu đô. Tháng 3 năm 1997, mỗi ngày có tới 80 ngàn lượt khách hàng truy cập vào *website* của công ty. Cuối cùng, vào ngày 15/5/1997, Amazon niêm yết trên sàn chứng khoán Mỹ với mức giá 18 đô mỗi cổ phiếu.

Sách đặt mua và hóa đơn tính tiền đầu tiên của Amazon.

Có một điều thú vị là người khách hàng đầu tiên mua sách của Amazon là người đã bị lừa! Đó là ông John Wainwright. Ông này có một ông bạn đồng nghiệp tên Shel Kaplan, cùng làm tại Kaleida Labs, một liên doanh của Apple và IBM. Đang có công ăn việc làm ngon lành, ông bỏ việc qua đầu quân cho Amazon. Ông Shel này là nhân viên thứ ba của Amazon, chỉ sau vợ chồng Bezos! Ông đã nhìn xa trông rộng. Về sau ông đã trở thành Giám Đốc Công Nghệ CTO của Amazon. Không còn làm việc chung nhưng John và Shel vẫn liên lạc với nhau. Tại Amazon, trước khi chính thức hoạt động, họ đã mở một chương trình thử nghiệm chỉ bán sách cho bạn bè và gia đình. Một ngày đẹp trời vào mùa hè năm 1995, ông John Wainwright nhận được một *e-mail* của ông

Shel Kaplan nhờ ông này tạo tài khoản trên Amazon và thử đặt mua một cuốn sách. Bạn nhờ thì thi hành, ông đặt mua cuốn *"Fluid Concepts and Creative Analogies: Computer Models of the Fundamental Mechanisms of Thought"* của Douglas Hofstadter. Trong thâm tâm ông nghĩ là chỉ thử nên ông sẽ không phải trả tiền chi. Nhưng ông bé cái lầm. Thử nhưng phải trả tiền thật. Ông nhận được hóa đơn tính tiền là 27,95 đô. John đành phải trả mà trong bụng tức anh ách. Tới nay ông vẫn giữ hóa đơn như một kỷ niệm đau thương. Nhưng ông không ngờ cuộc đời có những xoay vần ngoạn mục. Vì là khách hàng đầu tiên nên sau này, khi Amazon ăn nên làm ra, trụ sở tại Seattle to đùng, tên của ông khách hàng đầu tiên John Wainwright đã được đặt cho một trong những tòa nhà của Amazon. Chỉ mất có 27,95 đô mà tên nằm chót vót, rẻ ơi là rẻ!

Amazon thường có những trò ngoạn mục. Một trong những trò đó là trở thành chiếc phao cho việc in sách của các tác giả Việt Nam tại hải ngoại. Chắc tôi phải mạn phép kể chút chuyện riêng tại đây. Mỗi năm tôi thường cho xuất bản một hoặc hai cuốn sách. Việc in sách khá trắc trở. Những năm đầu thập niên 1990, số độc giả còn khả dĩ, chuyện in một số lượng lớn không thành vấn đề, tôi thường đặt in tại một nhà in bên Đài Loan. In kiểu cổ truyền, càng in với số lượng nhiều nhiều càng rẻ. In xong, họ gửi qua Montreal bằng đường thủy, trong những *connex*. Tôi phải thuê một công ty nhận hàng làm thủ tục lấy sách ra. Sách được mang qua nhà kho của quan thuế. Họ gọi tôi lên đóng thuế để nhận sách. Đây là chuyện hên xui may rủi, khi nhanh khi chậm.

Họ hỏi chi tiết về cuốn sách, thẩm định là sách thương mại hay không, rồi quyết định có phải đóng thuế không. Tùy vui buồn của nhân viên quan thuế mà phải móc hầu bao hay không. Tiền thuế là 5% trên chi phí in sách. Đóng thuế xong, ra cảng Montreal chở sách về. Thường phải thuê hoặc mượn xe loại lớn để chở. Về sau, với lượng độc giả ngày càng teo lại, có thể chất sách kín mít trong chiếc xe nhỏ của tôi cũng đủ. Đấy là nếu mọi sự đều trót lọt. Có lần cả lô sách bị giữ lại vì sách không ghi rõ xuất xứ nơi in. Thường thì nhà in bên Đài Loan không bao giờ ghi rõ là in ở Đài Loan vì thủ tục mỗi nước mỗi khác, việc ghi xuất xứ nơi in có thể làm phiền phức khi các tác giả nhận sách. Nhưng số tôi xui khi sách bị giữ lại. Tôi trình bày với quan thuế là tôi lãnh sách nhiều lần nhưng không bị giữ lại vì lý do này bao giờ. Họ cho biết là họ kiểm soát bất ngờ *(at random)* và tôi bị dính. Muốn lãnh sách ra phải in xuất xứ nơi trang cuối sách. Cha mẹ ơi, giờ phải làm sao đây! Gửi về Đài Loan in thêm không được. Sách đã đóng thành cuốn, làm sao mà in thêm. Cuối cùng họ khoan hồng cho in hàng chữ *"Printed in Taiwan"* trên giấy có phết keo để dán vào. Chỉ nội việc in, lôi từng cuốn ra dán cũng trầy vi tróc vẩy. Vừa tốn thời gian, vừa tốn tiền in thêm nhãn, lại phải trả thêm tiền kho cho từng ngày. Muốn cho nhanh, ngày nào cũng phải ra kho sách, làm việc như công chức. Dán xong, phải chờ chính nhân viên kiểm tra đã ra lệnh tới kiểm tra lại, xác nhận mới được lấy sách ra. Ông nhân viên này làm theo ca, nơi làm chính là trụ sở quan thuế chứ không phải nhà kho, chờ tới khi ông ta có giờ rảnh mới vi hành xuống xác nhận. Cũng mất cả tuần lễ. è cổ ra trả tiền kho thêm một tuần.

Thời gian trôi nhanh, độc giả của sách tiếng Việt tại hải ngoại cũng trôi theo. Người thì theo ông bà về với tổ tiên, người thì mắt mờ không đọc được nữa, người thì tuổi già quên trước quên sau, lớp độc giả bị mòn dần. Giới trẻ không có nhu cầu đọc tiếng Việt hoặc không biết đọc tiếng Việt. Muốn in với số lượng ít hơn thì không đủ sở hụi. Sách bị hụt hẫng nặng. Chúng tôi lắc đầu coi như cuộc chơi đã mãn. Đúng lúc đó, ông Amazon xuất hiện như một cái phao cho chúng tôi bám.

Kể từ năm 2015, khi tôi in tới cuốn Phiếm số 16, Amazon nhận in sách tiếng Việt. Họ dùng kỹ thuật in mới có thể in từng cuốn, gọi là in theo nhu cầu *(Print on demand)*. Cần đến đâu in tới đó, giá in mỗi cuốn cũng chỉ xêm xêm như in theo lối cổ truyền. Máy có thể in trong nhấp nháy từ ruột tới bìa, đóng, cắt xong xuôi từng cuốn một. Đúng là thần tiên xuất hiện. Muốn in số lượng nào cũng được. Một cuốn cũng OK. Họ có nhiều máy, đặt tại nhiều nơi trên khắp năm châu bốn bể nên tiền cước gửi sách cũng rẻ theo. Độc giả *order* sách, chỉ việc báo cho họ là sách được in và gửi tới từng người trong một thời gian ngắn. Thiệt đã! Đã hơn nữa là nếu muốn ti toe ra mắt sách (chuyện hiếm ngày nay!) thì chỉ việc *order* sách tới địa điểm ra mắt sách, chẳng phải ôm đồm như trước đây, vừa mệt vừa tốn kém tiền gửi.

Con tầu đang ro ro chạy ngon lành thì năm 2019, Amazon ngưng in sách tiếng Việt. Chúng tôi ngơ ngác. May thay một loạt nhà in khác vội nhảy ra thay thế. Họ in xong, vẫn đặt bán trên Amazon, tuy có nhiêu khê và tốn kém hơn chút đỉnh, nhưng vẫn có thể gồng mình được. Cuộc chơi vẫn tiếp tục. Giới viết lách hải ngoại vẫn in ấn ầm ầm.

Năm 2008, sách điện tử Kindle ra đời đem lại một phương cách vươn tới độc giả mới cho chúng tôi. Dù cố níu ra sao, sách in vẫn đang đi dần vào quá khứ. Người đọc bây giờ ít người mở sách ra đọc. Họ ôm cả ngàn cuốn sách nằm gọn gàng trong trong máy Kindle, một thứ hàng mới của Amazon, vừa tiện lợi vừa gọn gàng. Các tác giả Việt Nam, trong đó có tôi, đã bán sách điện tử Kindle trên Amazon. Chỉ bỏ vài đô, sách sẽ được gửi cho độc giả *download* vào máy. Khỏe re!

Chia tay Amazon trong chuyện in sách, tôi vẫn mắc nợ Amazon trong chuyện mua đồ. Từ những ngày đầu chỉ kinh doanh sách, Amazon đã vùng lên bán tất tần tật đủ mọi thứ thượng vàng hạ cám, đánh bạt anh eBay trên thương trường trực tuyến. Amazon phất lên, cổ phiếu từ 18 đô ngày đầu nay đã lên tới 2012 đô, tăng 110.000%! Và cả hai vợ chồng chủ nhân Bezos, tuy đã tách đôi, vẫn đều là tỷ phú có hạng. Ông chồng hạng nhất thế giới và bà vợ hạng 22.

Tưởng đã *bye bye* Amazon nhưng tôi cũng như nhiều người khác, vẫn hùng hổ mò vào Amazon, say mê mua thứ này thứ khác.

2

Từ tay trắng, bỏ việc làm ngon lành tại trung tâm tài chánh Wall Street ở New York, để chuyển từ miền Đông sang miền Tây, với ý chí làm giầu, Jeff Bezos nhất định phải khác người. Sanh ngày 12/1/1964, Jeffrey Preston Jorgensen không phải là đứa trẻ được sanh ra trong một gia đình bình thường. Khi đó mẹ ông, bà Jacklyn Gise Jorgensen, mới chỉ là một nữ sinh 17 tuổi có ông chồng trẻ nghiện rượu và sống khá bê bối. Ông là một người cha và chồng vô tâm, không chú ý tới gia đình, đã bỏ mẹ con ông bơ vơ khi Jeffrey mới chỉ được 17 tháng. Ông lấy họ mẹ. Năm ông được 4 tuổi, mẹ ông tái hôn với một người Cuba nhập cư tên Mike Bezos và ông lấy họ của cha ghẻ từ đó.

Người ảnh hưởng nhất với ông chính là bà mẹ. Bà có cá tính rất mạnh. Sau khi sanh con, bà muốn tiếp tục theo học cho xong bậc trung học. Nhà trường không muốn có một cô học trò đã sớm làm mẹ nên gây khó dễ không ít. Nhưng bà Jacklyn nhất định không chịu thua. Cuối cùng họ phải nhượng bộ cho phép học lại với bốn điều kiện.Thứ nhất: chỉ được có mặt tại trường khi chuông vào học reo và phải về trong vòng 5 phút sau khi tan lớp. Thứ hai: không được trò chuyện với các học sinh khác. Thứ ba: không được ăn trưa trong *cantin* của trường. Thứ tư: không được phép lên khán đài nhận bằng tốt nghiệp. Cần tiền nuôi con, bà phải nhận làm thư ký với số lương 190 đô một tháng. Số tiền này chỉ đủ để thuê nhà và ăn uống tiêu dùng hàng ngày. Bà cần một điện thoại nhưng không có tiền mua. Ông bố muốn nói chuyện với con gái hàng ngày nên phải đưa cho bà một cái *walkie-talkie* để mỗi buổi sáng, đúng 7 giờ, bà mở lên nói chuyện với bố mẹ. Cực sát ván nhưng bà vẫn nhất định không bỏ học. Làm ban ngày, bà học ban đêm. Đi học phải na theo đứa bé nên bà chỉ chọn các lớp mà giáo sư cho phép bà mang con vào lớp. Bà kể lại: "Tôi sẽ xuất hiện trong lớp cùng với đứa bé và hai túi vải dù. Một chiếc đựng bài vở và tã lót, bình sữa, khăn lau. Chiếc thứ hai là đồ chơi của thằng bé". Chính tại lớp học ban đêm này, bà gặp ông Miguel "Mike" Bezos, một người tị nạn Cuba. Họ kết hôn vào tháng 4 năm 1968. Khi Jeff được 3 tuổi, ông Mike Bezos nhận làm con nuôi và cậu bé sau này sẽ là người giàu nhất thế giới đổi họ thành Bezos. Bà mẹ không tiếp tục học đại học được khi theo chồng đổi chỗ ở theo công việc. Với lòng kiên trì hiếm có, nhiều năm sau, khi con vào đại học, bà Jacklyn cũng quyết định đi học trở lại. Bà tốt nghiệp Đại học Saint Elizabeth khi đã 40 tuổi! Bà nhớ lại: "Tôi chưa bao giờ tự hào hơn về chính mình. Tôi cao 10 *feet* và bây giờ tôi cảm thấy như cao thêm 5 *feet* nữa. Cuối cùng tôi cũng có cơ hội bước lên sân khấu nhận bằng tốt nghiệp, gia đình tôi là những người reo hò lớn nhất".

Ngay từ nhỏ, Jeff Bezos đã là một đứa trẻ ham tìm hiểu, ưa khám phá. Cậu bé đã biến cái *garage* trong nhà thành một phòng thí nghiệm với những "công trình" ráp nối lung tung các linh kiện điện tử không ai hiểu là những món chi. Jeff học rất giỏi, tốt nghiệp thủ khoa trung học. Lên Đại học, ông theo học trường danh tiếng Princeton, ra trường năm 1986 với văn bằng kỹ sư về tin học và điện tử.

Jeff Bezos thành lập Amazon khi ông vừa được 30 tuổi. Khi đó ông đang có *job* ngon lành, phó chủ tịch của một công ty tài chánh. Người khác có thể yên thân với cuộc sống đầy đủ nhưng Jeff không phải người như vậy. Ý chí xóa bỏ tất cả để tự mình nâng lên cao hơn đã nằm trong người ông. Có lẽ đây là cái *gene* của bà mẹ đã truyền cho cậu con khác thường này. Năm lên 3 tuổi, Jeff đã tự cầm *tournevis* tháo

Căn garage lịch sử, nơi ra đời hãng Amazon.
Nguồn: Global film location

tung chiếc nôi vì cậu bé nhất định muốn ngủ trên giường. Trong một lần dự cuộc đua thuyền, khi các bạn đang vẫy tay tạm biệt bố mẹ thì Jeff nhìn chằm chằm vào cách vận hành của chiếc dây cáp kéo ròng rọc. Bà mẹ của Jeff nhận xét: "Tôi biết thằng bé khôn sớm hơn những đứa trẻ khác, kiên định và tập trung hết mức. Điều này không bao giờ thay đổi trong đời nó".

Từ bước khởi đầu là một nhà sách trên mạng, ông đã đẩy Amazon từng bước trở thành một doanh nghiệp bán mọi thứ trên mạng. Trong chúng ta chắc ít người thoát khỏi cái lưới do ông giăng ra. Muốn tìm mua một món hàng nào, dù lớn hay nhỏ, chúng ta nghĩ ngay tới Amazon. Vào tìm, nhiều phần sẽ có. Riết rồi vào Amazon như một cơn ghiền. Coi cái này cái nọ mới thấy nhiều cái hay và lạ. Định chỉ mua một món mà liên miên mua tới hơn một món. Amazon không chỉ làm trung gian ăn lời giữa nhà sản xuất và khách hàng. Để tạo sự tiện lợi và nhanh chóng hơn, Amazon đã lập những kho khổng lồ, chứa sẵn hàng. Nhận *order* của khách, hàng sẽ gửi liền một khi. Với hàng có sẵn trong kho, Amazon có một dịch vụ hấp dẫn là sẽ không tính cước phí gửi nếu mua từ 35 đô trở lên những món hàng có sẵn trong kho. Mua hàng gửi tới nhà mà không phải chi tiền gửi, đã cách chi! Vậy nên nếu cần một món hàng mà giá chưa tới 35 đô, phải gắng tìm mua thêm một hoặc vài món khác cho đủ số để hưởng cái thú hàng chạy tới nhà *free*. Những món mua thêm này có khi chẳng bao giờ dùng tới. Vô hình trung khách hàng giúp Amazon bán thêm được hàng.

Điều răn thứ nhất của Amazon mà tất cả nhân viên của công ty phải thuộc nằm lòng là khách hàng là ưu tiên số một. Tại phòng họp của Amazon, Bezos luôn đặt một chiếc ghế trống nơi đầu bàn họp. Ông cho các cấp chỉ huy của công ty biết chiếc ghế này luôn có người ngồi. Đó là khách hàng, người đóng vai trò quyền lực nhất trong buổi họp! Tất cả các phản hồi của khách hàng phải được nghiên cứu và thỏa mãn. Theo dõi số hàng mua, ý thích và thói quen cũng như hành vi của từng khách hàng là điều các nhân viên phải chú trọng đầu tiên. Đã tay nhúng chàm mua hàng của Amazon, công ty sẽ làm cho khách hàng có cảm tưởng như mình là số dách. Tôi là một khách hàng của Amazon từ lâu. Trong tài khoản của tôi luôn ghi đầy đủ những hàng tôi mua từ trước tới nay, những lần tôi bỏ hàng vào xe mà chưa mua, những món hàng tôi đã vào tìm kiếm rồi bỏ đó không thích thú nữa. Họ sẽ gửi *mail* bám theo tới khi nào tôi đặt mua mới thôi. Mấy ngày trước đây, mùa đông trời mau tối, tôi de xe hơi vất vả nên vào Amazon tìm kiếm một cái *"rear view backup"*. Đó là cái *camera* gắn ở bảng số xe, chiếu không gian phía sau để lui xe cho dễ dàng và chính xác. Thứ này các xe đời mới đều có gắn sẵn trong xe. Xe tôi đã 11 năm tuổi, già đắng, nên không có thứ này. Tôi còn đang lưỡng lự chưa mua vì trời bắt đầu vào xuân. Tuyết đã gần như hết, trời sáng sủa hơn, mặt trời đi ngủ trễ nên thấy chưa cần phải mua ngay. Vậy mà cứ vài ba ngày, Amazon lại *mail* cho tôi giới thiệu hết kiểu này tới kiểu khác, giá cả khác nhau, có ý dục tôi mua. Tới nay tôi đã nhận được khoảng 5 cái nhắc nhở như vậy. Và họ chưa bỏ cuộc. Nhưng tôi cũng khoái ngầm trong bụng, tưởng mình là thứ chi quan trọng lắm nên mới được ưu ái nhắc nhở như vậy. Nó tạo cho tôi cảm tưởng tôi là khách hàng duy nhất của Amazon. Khoái chí tử, lần sau có cần chi lại…Amazon!

Tôi là khách hàng thường xuyên của Amazon. Bạn bè tôi nhiều người cũng rứa, lậm sâu vào Amazon. Mua hàng tại các cửa hàng, chúng ta bắt tận tay day tận mặt món hàng muốn mua. Chắc ăn! Mua hàng trên mạng, chúng ta chỉ thấy hình. Hình nhiều khi…ảo. Nó khác với thứ hiện lên trong đầu óc chúng ta. Khi nhận hàng có nhiều thứ chúng ta không vừa ý. Nếu món hàng có giá cao, chúng ta có thể trả lại. Việc trả lại mất công hơn khi chúng ta mua hàng tại các cửa hàng. Nếu món hàng không đáng bao nhiêu, chẳng bõ công làm thủ tục trả lại, chúng ta tặc lưỡi cho qua, vứt chúng vào một xó. Nhiều ông bạn tôi có cả kho hàng "tặc lưỡi" như vậy. Vậy mà vẫn lên mạng, tìm tòi, tính toán, và xe giao hàng lại vẫn ghé nhà thường xuyên. Hình như có một căn bệnh mới:

bệnh mê muội mua hàng của Amazon.

Nhưng ngược lại tôi cũng có những anh bạn khôn ngoan, biết móc tiền của Amazon. Chuyện móc tiền của Amazon coi bộ là chuyện bất khả. Bất khả thiệt vì tiền vô túi các anh bạn khôn ngoan này đúng ra là tiền của chúng tôi, những khách hàng của Amazon. Sức mấy mà moi được tiền của anh chàng Amazon khôn dàn trời. Chuyện như thế này. Mấy ông này là những người có khiếu thương mại và thẩm mỹ. Họ sáng tạo ra những thứ hàng độc đáo như những chiếc ly hoặc các vật dụng dùng trong nhà, nhất là các phụ kiện của thứ mà các người trẻ thích chơi nổi là điện thoại và *tablet*. Họ sáng chế ra mẫu mã, kiểu dáng và lối trang trí không giống ai. Nói theo thời thượng là không đụng hàng. Họ đặt làm hàng ngàn đơn vị, thường ở Trung Quốc, với giá rẻ mạt. Làm xong, họ gửi trong kho hàng của Amazon để bán, hàng mỹ thuật nên bán với giá cao, số lời họ được hưởng khá bộn. Có ông bỏ túi hàng chục ngàn đô cho mỗi sáng tạo!

Dịch Covid là một thảm họa cho nhân loại nhưng vô tình là một lợi thế cho những công ty bán hàng trực tuyến. Các cửa hàng và các trung tâm mua sắm khi mở khi đóng, dịch làm cho khách hàng chùn bước không muốn tới các nơi dễ bị con vi khuẩn khó ưa hỏi thăm. Vậy nên tiện nhất là ngồi nhà, bấm máy mua hàng và chờ hàng giao tới tại nhà. Vừa tiện lợi vừa an toàn trên xa lộ. Amazon có lẽ là công ty hốt bạc nhất trong năm qua. Họ chiếm tới 43% lượng hàng hóa mua *online*. Cổ phiếu của Amazon tăng giá vùn vụt và ông chủ Jeff Bezos ngồi mát ăn bát vàng. Đếm tiền thì rõ ràng ông là người giàu nhất thế giới hiện nay nhưng so sánh tính toán thì ông chưa phải là người giầu nhất thế giới của mọi thời.

Người giầu nhất thế giới từ trước tới nay là vua dầu hỏa John D. Rockefeller. Nếu dựa trên thước đo tỷ lệ giữa tài sản của tỷ phú Rockefeller với tổng thu nhập quốc gia GDP thì, vào đầu những năm 1990, trị giá tương đương tài sản của ông vua dầu hỏa là 2% GDP Mỹ. Muốn có con số 2% này ngày nay thì tài sản của ông Bezos phải đạt tới mức 350 tỷ đô! Gấp đôi số tài sản hiện có của ông. Nhưng nhiều chuyên gia kinh tế nhận định, với tốc độ phát triển như hiện nay, chỉ trong vài năm, Jeff Bezos sẽ đạt được con số này.

Tiền đối với Bezos không phải là tất cả. Ông là người kiếm được nhiều tiền nhất trên hành tinh này nhưng ông không muốn chỉ là một anh bán chạp phô trên mạng ảo. Mộng của ông lớn hơn nhiều. Ông từng nói: "Trong hầu hết các trường hợp, sự hối tiếc lớn nhất của chúng ta là những gì chúng ta đã không làm. Bỏ lỡ một cơ hội thực sự là nỗi ám ảnh với tôi. Kể cả khi thất bại, tôi vẫn luôn tự hào rằng ít nhất tôi đã thử làm. Tôi không muốn khi tôi 80 tuổi, trong khi ngồi suy nghĩ về cuộc đời mình, tôi lại liệt kê sự hối tiếc về những điều không làm thời còn trẻ".

Bezos dám nghĩ, dám làm và đã từng thất bại. Năm 1998, khi Amazon chỉ bán sách, đĩa nhạc và phim, ông muốn đột phá bán các sản phẩm khác. Thứ đầu tiên ông nghĩ tới là đồ chơi trẻ em. Khi đó không có nhà phân phối đồ chơi lớn nào cả. Ông quyết định phải mua đồ chơi về chất trong kho để bán dần. Mặc dù các giám đốc can ngăn, ông vẫn bỏ ra 120 triệu đô thu mua đồ chơi. Ông quả quyết: "Nếu thất bại, tôi sẽ tự chở chúng ra bãi phế thải". Lễ Giáng Sinh năm đó, ông nghĩ là sẽ hốt bạc với đồ chơi nhưng thực tế không phải vậy. Số đồ chơi còn tồn đọng trị giá tới 50 triệu đô. Thị trường luôn thay đổi, số đồ chơi này qua năm tới chưa chắc đã còn được ưa chuộng. Thêm nỗi không có nhà kho chứa, ông phải tặng chúng cho những quỹ từ thiện trẻ em và bán vớt vát cho các nhà xuất khẩu với giá rẻ. Lấy về được đồng nào hay đồng đó!

Cũng năm đó, ông cạnh tranh với eBay bằng cách lập ra công ty bán đấu giá Amazon Auctions. Để thực hiện giao dịch với khách hàng, ông bỏ ra 175 triệu đô để mua công ty chuyên về thanh toán Accept.com. Khi đó eBay đang ở thế mạnh. Dân mua đấu giá chỉ biết tới eBay. Nằm dưới cơ, ông đành chịu thua. Mất toi một số tiền còn lớn hơn số tiền trong dịch vụ bán đồ chơi.

Năm 1998 hình như là năm…tuổi của ông Bezos. Đánh đâu thua đó, càng đánh càng thua. Ông bỏ ra 170 triệu để mua công ty Junglee, một trang *web* so sánh giá cả các sản phẩm bán trực tuyến. Gậy ông đập lưng ông, chính sự so sánh giá cả này đã xua khách hàng của Amazon tới các trang bán hàng khác. Chỉ trong vài tháng, theo lời khuyên của các giám đốc, ông phải giải tán Junglee. Số tiền 170 triệu bay theo mây khói!

Óc phiêu lưu trong thương trường của ông không dừng lại trước các thất bại bạc triệu này. Từ năm 2000, ông đã bỏ ra hàng tỷ đô thành lập công ty Blue Origin, một công ty… vũ trụ. Mục tiêu của công ty là phát triển các chuyến bay đưa người vào không gian với giá phải chăng. Năm 2015, Blue Origin đã phóng thử thành công tàu không gian New Shep-

Jeff Bezos hướng về vũ trụ.

ard. Hỏa tiễn phóng con tàu này có thể tái sử dụng được. Trong khi công ty Spacek của tỷ phú Elon Musk nhắm tới Hỏa Tinh thì Blue Origin của Jeff Bezos nhắm tới việc đưa khách hàng lên mặt trăng trong một tương lai gần. Tại "Hội Nghị phát Triển Vũ Trụ" được tổ chức tại Los Angeles, ông Bezos đã phát biểu: "Chúng ta sẽ phải rời khỏi hành tinh này. Chúng ta sẽ rời đi và điều đó sẽ giúp hành tinh này tốt đẹp hơn. Chúng ta sẽ đến và đi, còn những người muốn ở lại sẽ ở lại".

Bạn nào muốn đi thì cứ đi, tôi sẽ ở lại. Đứng vững hai chân trên mặt đất cho chắc ăn. Đi máy bay là đủ rồi, cưỡi phi thuyền là điều tôi chẳng dám phiêu lưu. Lỡ ông Bezos thất bại thì chẳng biết bám víu vào đâu. Chẳng phải là ông ấy đã từng thất bại sao? Các cụ đã răn "trèo cao ngã đau", tôi không thích ngã, gãy xương chết!

Thứ chết nhát như tôi nghĩ như vậy nhưng ý tưởng đưa khách hàng lên không gian không phải là một cú bốc đồng của con người nhiều mơ ước và rất trì chí này. Năm 1982, khi tốt nghiệp thủ khoa trường trung học Miami Palmetto ở Pinecrest, tiểu bang Florida, ông đã đại diện toàn trường đọc diễn văn mãn khóa. Ông đã nói trước mặt ban giám hiệu và toàn thể học sinh về mơ ước ngày mà loài người sẽ xâm chiếm không gian. Một tờ báo, khi tường thuật buổi lễ tốt nghiệp này, đã trích dẫn ý định của Jeff Bezos "đưa tất cả loài người ra khỏi trái đất và nhìn thấy nó biến thành một công viên quốc gia khổng lồ".

Chịu thua ông tướng này! Jeff Bezos có trí nhớ dai và biết cách thực hiện những ước mơ của mình!

03/2021

BỒ CÂU

Năm mươi ba năm trước, khi có dịp sang Mỹ, tôi thích chơi với bồ câu. Rảnh rỗi, tôi ra ngồi ngoài công viên của thủ đô nước Mỹ, tay thủ một nạm bánh mì vụn. Mắt bồ câu là mắt đẹp nhưng cũng là mắt tinh. Tôi vừa ngồi xuống ghế đá là từng đàn bồ câu đáp xuống dưới đất, trước ghế, ngúc ngắc đầu như có vẻ chào hỏi. Nhìn những cặp mắt chim chờ đợi, ai nỡ làm ngơ. Ôi những cặp mắt bồ câu! *Je vous salue ma France aux yeux de tourterelle / Jamais trop mon tourment mon amour jamais trop / Ma France mon ancienne et nouvelle querelle / Sol semé de héros ciel plein de passereaux*

Đó là bốn câu thơ đầu của bài *"Je vous salue ma France"* của Louis Aragon đã được nhà thơ Tế Hanh diễn ra thơ Việt:

Ta chào Người nước Pháp mắt bồ câu
Nói sao hết những yêu thương đau khổ
Nước Pháp nỗi lo cũ và nỗi lo mới nữa
Trời nhiều chim và đất nước lắm anh hào

Thiệt vấn vương mấy câu thơ lảng xẹc! Đây là Mỹ chứ đâu phải Pháp. Nhưng thây kệ, dù sao cũng có tí mắt bồ câu! Không làm ngơ được những con mắt sáng bóng này, tôi rải ra vài vụn bánh mì. Chúng xúm xít tranh nhau mổ. Từng đàn bồ câu từ trời sà xuống tạo thành một đám đông chí chóe. Thấy sự nồng nàn của bày chim dễ thương, tôi nghịch ngợm rải vụn bánh mì trên cặp vạt áo lạnh phủ trên đùi. Bồ câu xúm xít phủ kín người tôi nhột nhạt. Cảm giác nhớ đời.

Bữa nay, Montreal đang thu, nhìn bầu trời xám ngắt, kỷ niệm cũ trở về. Nói vậy cho có vẻ thơ mộng chứ thực ra bồ câu trở về với tôi vì cái tin tôi vừa đọc được trên báo. Ngày 15/11 vừa qua, con chim bồ câu của một ông người Bỉ đã bán đấu giá được tới 1 triệu 900 ngàn đô Mỹ. Nghe như chuyện giả tưởng. Bồ câu thiếu giống chi. Ra công viên quơ một cái cũng được cả một lồng. Nhưng chẳng ai quơ cả, dù chỉ một con. Vậy thì cái ông điên khùng nào lại bỏ ra tới gần 2 triệu đô để mua chỉ một nàng chim bồ câu.

Không biết có phải vì điên khùng thật nên ông này giấu tên. Ông là người Trung Quốc, mang cái tên giả là Super Duper. Con chim có giá cao ngất ngưởng là một con chim cái tên New Kim, mới 2 tuổi đời. Cuộc bán đấu giá kéo dài trong hai tuần lễ. Có hai người tranh chấp tới phút chót. Người kia cũng là người Hoa, có tên giả là Hitman. Cú trả giá cuối cùng khiến ông Super Duper làm chủ được nàng chim. Ông đã hét một tiếng tới 325 ngàn đô. Hitman bị…*hit*, chịu thua! Nàng chim quý này thuộc bày chim của nhà nuôi chim chuyên nghiệp người Bỉ tên Gaston Van de Wouwer, năm nay đã 76 tuổi. Ông này tính về hưu, truyền nghề cho con trai nhưng

Bồ câu cái New Kim, 2 năm tuổi, được bán với giá $1.9 triệu.
(Hình: AP Photo/Francisco Seco)

người con này không thích nghề…chim của ông bố. Ông bèn mang ra bán đấu giá tất cả lò luyện chim của ông gồm tới 445 con. Tổng số tiền ông thu được là 5,8 triệu đô. Chim mắc như vậy thì chắc chắn không phải là thứ chim chơi đùa với tôi tại các công viên. Đây là loại chim được huấn luyện để đua. Giải thưởng một cuộc đua ở Trung quốc có lúc lên tới cả chục triệu đô. Vậy thì ông Super Duper này không điên mà óc tính toán thuộc loại…*super*!

Đua bồ câu? Có chuyện đó nữa sao? Thường vào tháng 10 và tháng 11, các cuộc đua bồ câu bắt đầu được tổ chức tại Trung quốc. Ông Sun Yan, Phó Tổng thư Ký "Hiệp Hội Đua Bồ Câu" quận Xương Bình cho biết: "Đua bồ câu là một nét văn hóa nhưng cũng là một môn thể thao. Đây là một thú vui tốn rất nhiều công sức. Nhưng một khi người ta đã bước chân vào, họ sẽ nghiện". Đây không phải là một hoạt động mới mà đã có từ thời nhà Minh, từ năm 1368 tới 1644, lận. Tới thời nhà Thanh, chấm dứt vào năm 1912, môn giải trí này mới bị cấm vì triều đình lo sợ các hội nhóm âm mưu tạo phản. Mãi tới năm 1930, đua bồ câu mới dần hồi sinh tại Thượng Hải lúc đó do người Anh cai quản. Thú giải trí này sau đó lan dần ra toàn quốc. Thủ đô Bắc Kinh là nơi diễn ra nhiều cuộc đua chuyên nghiệp nhất.

Hiện đua bồ câu là thú giải trí thịnh hành tại Trung Quốc nhưng chính giới nhà giầu ở Âu châu ngày xưa mới là những người khai sanh ra thú đua bồ câu. Đại khái luật đua là mang bồ câu tới một nơi xa chuồng của chúng, thả ra cho bay tự do, con nào về tới chuồng của mình sớm nhất sẽ là kẻ thắng cuộc, chủ nhân của chúng sẽ ẵm bạc triệu.

Như vậy muốn chủ nhân ẵm bạc triệu, các chú bồ câu phải xoải cánh, đổ mồ hôi (không biết bồ câu có mồ hôi không!), định đúng hướng và tăng tốc độ trong suốt cuộc đua. Muốn vậy "lực sĩ" phải có nước bền và đồ nghề tốt. Đồ nghề này là do con tạo phú cho. Bồ câu giống Âu châu, nhất là bồ câu Bỉ và Hòa Lan, là thứ số dách. Chúng lớn con và có nước bay bền bỉ hơn bồ câu Trung quốc. Nhưng việc dinh dưỡng và huấn luyện bồ câu đua cũng là một bước quan trọng. Vậy nên mới có những lò huấn luyện danh tiếng do những tay tổ phụ trách. Một trong những tay tổ này tại Bắc Kinh là ông Zhang Yajun, 55 tuổi. Khi vào mùa đua, ông Zhang phải thức dậy vào lúc 4 giờ sáng mỗi ngày, xếp những tay đua lên xe tải, lái xe khoảng 200 cây số, rồi thả chim cho bay về tổ. Bồ câu về tới đích sẽ đáp trên một bảng điện tử trước khi chui vào chuồng. Bảng điện tử sẽ tự động báo tin về ban tổ chức để ghi nhận kết quả. Muốn tham dự cuộc đua phải ghi danh cho chim. Một chủ nhân muốn ghi danh cho bao nhiêu chim cũng được. Lệ phí ghi danh chỉ vài chục nhân dân tệ.

Đua bồ câu là một môn thể thao tốn bộn bạc. Ông Zhang phải chi ra mỗi năm khoảng 100 ngàn tệ, tương đương với khoảng 15 ngàn đô Mỹ, với đàn "thể tháo gia" gần trăm con của ông. Số tổn phí này bao gồm chi phí cho thực phẩm, thuốc men, di chuyển, trang thiết bị và ghi danh thi đua. Đàn bồ câu của ông đầu tiên được nhập từ Âu châu nhưng nay đã lai tạp, không thuần chủng. Mỗi năm, "dân số" trong chuồng của ông được tăng thêm khoảng 100 con nhưng sống sót tới khi đua được chỉ còn chừng 20 con. Phần bị lạc, bị bệnh hoặc bị thương khi luyện tập, phần bị tai nạn trên đường bay như va vào cột điện, cây cối. Theo ông Zhang, điều thích thú của môn thể thao này là sự bất ngờ. "Bạn sẽ chẳng bao giờ biết được mình vô tình sở hữu được siêu sao vào năm tới hay không. Đây là môn thể thao khiến cho ta có đủ cảm xúc ganh đua, cay đắng, hạnh phúc lẫn ước mong. Những cảm xúc này khiến cuộc đua thêm hấp dẫn". Nhưng thú chơi tốn tiền này đôi khi cũng có những rắc rối. Một trong những rắc rối đau đầu nhất là việc bắt trộm bồ câu. Ngoài ra, việc gian lận trong lúc đua cũng là một vấn đề. Bồ câu không biết gian lận nhưng chủ nhân của chúng nhiều khi chơi xấu. Hồi tháng 4 năm 2018, tại cuộc đua ở Thượng Hải, một ông đã giấu bồ câu trong một thùng sữa rồi bắt tàu tốc hành từ Hà Nam về thành phố, sau đó thả bồ câu cho bay. Đường bay gần xịt nên thành tích chói lòa. Nhưng khi ban tổ chức thấy bồ câu không thể bay trên đoạn đường 750 cây số với tốc độ nhanh một cách bất thường như vậy nên điều tra. Âm mưu gian lận bị bại lộ. Chủ nhân bị phạt tiền và bị treo ba năm không được dự thi.

Cái chi bên Tàu có thì bên ta cũng có. Từ Hà Nội tới Sài Gòn, dân ta cũng thi nhau nuôi chim đua bồ câu. Nhà báo Ngô Nguyệt Hữu đã tiếp xúc với một người nghiện chơi chim ở Sài Gòn là anh Quý: *"Anh Quý bảo với tôi là một trong những nguyên tắc cơ bản nhất để chơi chim bồ câu đua là phải chơi chim ngoại. Chim ngoại nghĩa là những con chim không phải của Việt Nam. Đó là giống chim của Thái Lan, Đài Loan, Trung Quốc, hoặc có thể là của Bỉ... Chim ngoại sải cánh dài, sức khỏe tốt, bay được đường xa và đặc biệt là có trí nhớ rất chuẩn. Chẳng hạn như bồ câu Thái Lan, đòn dài, ngực lớn bay tìm được đường về chuồng từ khoảng cách trên 600 cây số là chuyện rất bình thường, nếu như được tập luyện thường xuyên. Còn chim thuần Việt, đòn ốm, mỏ dài nhỏ, chỉ tìm được đường về chuồng với khoảng cách trên dưới 100 cây số"*.

Anh Vỹ, được coi như tay tổ nuôi chim đua ở Cầu Tre, quận Tân Phú, Sài Gòn, cũng cho biết: *"Người chơi bồ câu đua có một hạnh phúc kỳ lạ là được chờ đợi chim bay về đúng đích mà không cần biết nó có về đầu tiên đoạt giải hay không. Cảm giác đó y hệt như đón đứa con đi xa trở về"*.

Muốn được hưởng cảm giác đón con về thì phải huấn luyện sao cho con biết đường về một cách nhanh nhất. Muốn nhanh phải khỏe, có đôi cánh rộng và sức bền. Thường thì chim ngoại ăn đứt chim nội. Nhưng tại Việt Nam hiện nay làm chi có chuyện nhập chim đua từ Âu châu như bên Trung quốc. Vậy nên người nào vớ được một chú chim ngoại thì mừng hết lớn. Không nhập thì làm sao có? Được chứ! Đó là những chú chim đua của nước khác bay lạc qua nước ta. Hoặc những chú chim dính bẫy. Dân chơi chim thường lảng vảng nơi các chợ chim để cầu may. Các con buôn chim chỉ biết chim già chim non, chim béo chim gầy, chứ đâu có rành chim đua. Nhưng với đôi mắt chuyên môn, các tay chơi chim đua nhìn ngay ra chim quý. Vậy là họ rước về với cái giá rẻ mạt như chim thịt.

Việc đào tạo từ một chú chim non tới một chiến tướng thi đua là một khổ công. Ngay từ tháng đầu tiên sau khi chào đời, chim bắt đầu biết bay và học cách đảo vòng, xác định chỗ ở. Chim lập tức được huấn luyện bằng cách lấy chim lớn dẫn chim nhỏ. Tốt nhất là dùng chim bố chim mẹ hướng dẫn chim con. Mỗi chim con đều được đeo kiềng từ lúc 7 ngày tuổi. Khi chim con bay thạo, chúng được mang theo cùng chim bố mẹ đi cách xa chuồng khoảng 500 thước rồi thả ra. Chim bố mẹ sẽ hướng dẫn cách xác định phương hướng cho chim con. Dần dần, khoảng cách được nới rộng ra xa hơn. Lúc này chim con đã có thể bay một mình. Chim sẽ được mang ra khỏi Sài Gòn rồi thả về. Khoảng cách ngày càng xa. Có thể từ Vũng Tàu, Xuân Lộc rồi ra tới tận Quảng Ngãi, Bình Định. Đón chim về là nỗi mong chờ rất hồi hộp. Anh Vỹ kể: "Đứng đợi chim về rất hồi hộp và lo lắng, mình không biết nó có về đúng nhà hay không, có bị bắt dọc đường, có bị thiên địch (chim cắt, diều hâu) tấn công hay không, thường thì tôi thả 22 con khi về chỉ còn 11 con, mất đi một nửa, xót lắm nhưng để huấn luyện ra một con chim giỏi, hay thì phải đầu tư thôi. Cũng có những chú chim bay về tới nhà rồi kiệt sức mà chết, không ít lần khiến những ông chủ trải đời trong giới chúng tôi phải rơi nước mắt".

Hội *Vietnam Pigeon Club* là tổ chức đứng ra điều hành các cuộc đua. Trước ngày đua, chim được mang tới để ban tổ chức gắn tem mật vào chân. Chim được nhốt chung vào một thùng để mang tới địa điểm khởi hành. Ban tổ chức sẽ cử người chịu trách nhiệm thả chim. Khi chim đã xoải cánh thì chủ nhân của chúng hồi hộp tới mất ăn mất ngủ. Chuyện chi cũng có thể xảy ra trên đoạn đường đua thường rất xa nhà. Có thể gặp các loại điểu tặc như diều hâu bắt cóc, cũng có thể bị người bẫy hoặc bị kiệt sức không tới được đích. Hoặc chim bay lạc. Bồ câu là giống chim định hướng rất giỏi. Chẳng thế mà ngày xưa người ta thường dùng chim bồ câu để đưa thư. Chuyện chim đua bay lạc vì vậy là chuyện hiếm tuy vẫn có. Có lần, trong một cuộc đua tại Sài Gòn, chim của anh Vỹ bay lạc tới tận đảo Thổ Chu! Bộ đội đóng trên đảo bắt được, thấy số điện thoại ghi ở chân chim, gọi về cho anh Vỹ. Biết tin chim như vậy thì vui nhưng đâu có làm chi được. Anh nhờ các chú tiếp tục nuôi chứ chẳng biết làm sao ra tới ngoài khơi để đón chim về. Lần khác, chim lạc tới dàn khoan dầu ở ngoài khơi. Họ bắt được, gọi về, anh phải bắt xe ra Vũng Tàu đón khi chim theo xuồng tiếp tế trở về đất liền.

Khi chim đua bay về tới nhà, chủ bồ câu sẽ cào tem mật để lấy mã số và nhắn về cho ban tổ chức. Có những chuyện vừa tức cười vừa tức…bụng! Chim về tới nhà nhưng cứ đậu trên cây trước nhà, không chịu xuống cho chủ lấy mã số. Mỗi giây phút chậm lấy mã số đều là những giây phút quý giá, vậy mà chim nhởn nhơ trên cành cây, đôi mắt nhướng qua nhướng lại trông phát ghét. Cũng phải chịu vì người đâu có phải chim mà bay lên cây nắm cổ kéo xuống ịn mã số! Mỗi cuộc thi đều có những hỉ nộ ái ố riêng. Đó cũng là cái thú. Hồi hộp phải biết! Anh Cường, một người mê say đua chim tâm sự: "Người thả có niềm vui của người thả, người chờ đợi có niềm vui của người đợi. Thả chim ra thấy chim đảo mình lượn tới lượn lui cuối cùng cũng xác định được đúng hướng, lòng mừng khôn xiết, rồi hi vọng nó bay về đúng nhà và đừng gặp nguy hiểm. Người ở nhà mang nặng cảm giác trông ngóng, chim bay về tới vẫn khỏe mạnh thì lòng thấy nhẹ tênh."

Phần thưởng cho chim, người bỏ túi hết. Cúp vô địch, người cũng chưng trong phòng khách để hãnh diện với khách đến thăm. Chim bay mỏi cánh có khi chỉ được nuôi dưỡng một thời gian rồi bị bán đấu giá. Tùy thời điểm và tầm cỡ cuộc thi mà giá cao hay thấp. Kiếp chim đua lại chờ ngày xoải cánh mang lại niềm vui và lợi nhuận cho chủ mới.

Bồ câu chơi với tôi ở thủ đô Washington bên Mỹ ngày xa xôi đó là những con chim nhàn nhã vui tươi. Tôi cảm thấy bất nhẫn khi biết bồ câu bị đưa ra bay đua tới tan tác một đời chim. Trong văn chương, người ta thường ví von bồ câu như những người tình bé bỏng dễ thương. Trong mỗi gia đình chúng ta đều có những nàng bồ câu hiền dịu. Ít nhất cũng là thuở ban đầu của những cuộc tình chín mùi viên mãn, khi chàng đã rước nàng về dinh. Nhưng, sau này, nếu có tới hai nàng bồ câu chung sống trong lòng một anh bồ câu đực thì đó lại là chuyện đắng cay. Nhà thơ Nguyễn Thị Hồng Ngát diễn tả nỗi đắng cay này:

> *Người đàn bà ngồi trong vườn hoa*
> *Tung những mẩu bánh mì*
> *Đàn bồ câu no nê mổ...*
> *Người đàn bà ấy đi rồi*
> *Một người khác lại đến*
> *Ngồi vào chỗ của bà*
> *Những mẩu vụn bánh mì lại được tung ra*
> *Đàn bồ câu lại no nê mổ...*
> *Xa anh rồi. Anh yêu ơi!*
> *Em sợ cái người đàn bà thứ hai kia*
> *Đến ngồi vào chỗ người đàn bà thứ nhất*
> *Nếu anh cũng giống như những chú bồ câu.*
> *Anh sẽ chẳng nhớ em đâu*
> *Dù bánh mì của em có vị cay của gừng,*
> *vị mặn của muối.*
> *Có nước mắt của cách xa*
> *Có thao thức nhọc nhằn mỗi tối*
> *Viết những lời yêu gửi gió bay đi*
> *Ôi những mẩu bánh mì*
> *Mong anh, anh yêu ơi đừng bao giờ đến nhặt.*

11/2020

BỎ PHIẾU

Một sản phụ ở Quận Cam, không phải Quận Cam ở Cali, mà ở tiểu bang Florida, đã bỏ phiếu trên đường đi sanh tại bệnh viện. Chuyện xảy ra vào ngày 27/10/2020 khi người dân có thể bỏ phiếu sớm bằng thư. Bà bầu này, tên tuổi không được tiết lộ, đã không thể chạy vào phòng phiếu mà ngồi tại xe. Tài xế là ông chồng vội chạy vào xin "một phiếu bầu bằng thư cho bà vợ bụng vượt ngực đang ngồi ngoài xe". Một nhân viên phòng phiếu, bà Karen Briceno Gonzalez, kể lại: "Tôi đang ngồi giúp những người tới bỏ phiếu sớm thì một ông chạy vào, đưa hai bằng lái xe. Tôi nói tôi chỉ nhận một bằng lái của ông thôi, còn người kia có thể tự ý tới bầu". Ông ấy vội nói: 'Không, bà không hiểu. Vợ tôi đang chuyển bụng, ngồi ngoài xe và không chịu vào bệnh viện nếu chưa được bầu'". Bà này thật chịu chơi. Đang bầu rồi mà còn đòi bầu nữa! Bà Karen nghe vậy, vội in phiếu bầu, chạy ra xe để xác minh lý lịch. Bà tưởng sản phụ sẽ mang phiếu về điền sau nhưng bà ta nhất định điền phiếu và bầu ngay tại chỗ. Bà Karen nói với đài CNN và hãng tin ABC: "Tôi chưa bao giờ gặp trường hợp như thế này nhưng bổn phận của tôi là giúp cho bất cứ cử tri nào được bỏ phiếu, kể cả khi họ đang chuyển bụng trên xe. Bà ta cám ơn tôi. Chúng tôi không nói nhiều. Tôi nghĩ là bà ấy đang chịu đựng". Trước khi trở vào, bà Karen không quên tặng sản phụ huy hiệu *"I voted"*. Cô bé ngồi bên cạnh còn được tặng thêm một lá cờ.

Bà sản phụ giấu tên đã nhất định bầu trên đường đi đập bầu. Bà đã "rủ nhau đi bầu, rủ nhau đi bầu. Tay cầm lá phiếu tự do, bâng khuâng không biết bầu cho người nào". Cô bé Amber Pflughoeft, 20 tuổi, đang nằm trong bệnh viện Wisconsin ở Milwaukee, cũng hăng hái bầu bán không kém. Cô bị ung thư xương. Tháng 9 năm nay, cô bỏ phiếu sớm bằng thư. Chỉ ít ngày sau khi làm nhiệm vụ công dân, bệnh cô trở nặng và cô đã qua đời. Lá phiếu của cô không được đếm theo luật bầu cử của tiểu bang Wisconsin. Mẹ cô, bà Tiffany Pflughoeft, buồn rầu nói: "Cháu rất hứng thú với lá phiếu bầu của cháu. Cháu mất vào ngày thứ hai nhưng trước đó, vào ngày thứ bảy, cháu còn khoe với các bác sĩ và y tá là cháu đã bầu rồi". Tại tiểu bang Wisconsin có vài chục trường hợp bầu rồi tắt thở như cô bé Amber. Phiếu bầu của những người không còn tại thế này có được tính không, chuyện này không đồng nhất tại các tiểu bang. Hơn chục tiểu bang không chấp thuận tính số phiếu của người bầu trước khi chết, trong khi hơn chục tiểu bang khác, ngược lại, chấp nhận. Các tiểu bang không chấp nhận, ngoài Wisconsin còn Iowa,

Michigan, North Carolina, Pennsylvania. Các tiểu bang chấp nhận có Arizona, Florida, Georgia, Ohio. Năm nay, số người bỏ phiếu trước khi chết nhiều hơn vì dịch bệnh. Như ông Marvin Thielman, 84 tuổi, ở Chilton, một thành phố nhỏ chỉ có 4 ngàn dân, nằm giữa Milwaukee và Green Bay. Bà vợ ông này xót xa: "Tôi không hiểu tại sao phiếu của chồng tôi không được tính. Đây là chuyện rất quan trọng đối với chồng tôi!".

Tấm lòng của những người bên cửa tử này rất quý nhưng luật là luật. Lá phiếu của họ đã được chôn cất cùng với thể xác họ. Cuộc bầu cử năm nay đã lôi kéo được nhiều cử tri ra bỏ phiếu. Số người đi bầu đã chiếm kỷ lục trong tất cả các cuộc bầu cử từ trước tới giờ. Khi tôi viết bài này, số phiếu được đếm đã xấp xỉ 160 triệu. Bầu cử tại Mỹ nhưng cả thế giới bỏ phiếu. Dân chúng tại các nước khác đã ngày đêm theo dõi sát sao cuộc đếm phiếu căng thẳng. Cuối cùng sẽ có người thắng kẻ thua, như bất cứ mọi cuộc tranh đua nào khác. Khi có tranh đua là có cá cược. Họ đã biến một sự kiện chính trị thành một cuộc thi đấu thể thao. Nói tới cá cược, dân Anh là vua.

Đài CNN đưa tin dân Anh đã đánh cá vào cuộc bầu cử Tổng thống tại Mỹ năm nay số tiền kỷ lục, nhiều hơn bất cứ cuộc các cuộc cá độ thể thao nào từ trước tới nay. Tính đến sáng thứ tư ngày 28/10, số tiền đặt trên bàn cá cược đã lên tới 220 triệu bảng Anh, tính ra khoảng 284 triệu đô Mỹ! Đó là chỉ tính số tiền đánh cá kỷ lục tại công ty Betfair Exchange, công ty cá độ lớn nhất thế giới. Ông Darren Hughes, phát ngôn viên của công ty, dự tính số tiền cá chung cuộc sẽ lên tới 440 triệu bảng Anh! Kỷ lục cũ là 199 triệu bảng trong kỳ bầu cử Tổng thống Mỹ năm 2016. Các cuộc cá độ thể thao yếu hơn nhiều. Bốn cuộc cá độ thể thao lớn trước đây là trận đấu quyền anh năm 2017 giữa Floyd Mayweather Jr. và Conor McGregor, World Cup 2018, giải đua ngựa Grand National 2019 và Super Bowl năm 2020 cộng lại cũng chưa tới số tiền 220 triệu bảng.

Cá độ chắc chắn phải có được có thua nhưng ông nhà thơ Quan Dương nhất định không thể thua khi cá cược trong cuộc bầu cử Tổng thống năm nay. Bộ ông có cái nhìn xuyên suốt thời gian sao? Không, ông làm chi có thiên lý nhãn, chỉ là may. Người ta thường nói: hay không bằng hên, ông bạn tôi hên bất ngờ. Lắng nghe ông Quan Dương kể lại: *"Năm ngoái khi đảng Dân Chủ còn đang trong vòng dự tranh chọn ứng cử viên đại diện đảng để ra đấu với Tổng Thống Trump nhiệm kỳ 2021-2025 thì mấy ông bạn già Thủ Đức ở New Orleans cho là chẳng có ai địch lại ông Trump và chuyện ông ấy tái đắc cử TT Mỹ thêm nhiệm kỳ 4 năm nữa chắc chắn đến 1000% , nghĩa là chắc như bắp . Khi tôi nói trên đời này không có gì gọi là tuyệt đối thì mấy ổng xúm lại cười chọc tôi quá cỡ. Thế là một màn cá độ xảy ra, mấy ổng chấp tôi 1 ăn 10 . Chuyện gì chứ chuyện cá độ là tôi sẵn sàng chơi luôn không ngán. Tôi vét bóp ra chỉ còn 100 đô đưa cho mấy ổng giữ trước . Nếu ông Trump thắng thì có nghĩa là tôi thua 100, nhưng nếu ông Trump thua thì tôi thắng 1000"*. Giữa tháng 10, khi các cuộc thăm dò cho thấy ông Biden dẫn trước ông Trump, mấy ông bạn trẻ của ông Quan Dương trên New York đoan chắc là ông Biden sẽ ẵm chiếc ghế cao nhất nước. Bạn tôi, vốn có tính ngủng ngẳng, lại bàn ngang là trên đời này chẳng có chi chắc chắn cả. Vậy là hai bên tức khí thách nhau cá độ. Lần này ông Quan Dương bắt kèo ông Trump thắng. Ông vừa nhận được tiền hưu nên túi cũng rủng rỉnh, ông chơi bạo đặt cược tới 500 đô. Hai bên cá ngang cơ, không chấp chiếc chi hết. Ai thắng sẽ ẵm 500 đô, thua thì mất 500 đô. Cá xong ông xoa tay tính. Nếu ông Trump thắng thì ông Quan Dương thua 100 đô cho mấy ông ở New Orleans nhưng đồng thời ông thắng mấy ông ở New York 500 đô. Trừ đi trừ lại thì ông vẫn lời 400 đô. Nếu ông Biden thắng thì ông Quan Dương thua mấy ông bạn trẻ ở New York 500 đô nhưng thắng mấy ông ở New Orleans 1000 đô. Rút cuộc ông vẫn ẵm được 500 đô. Dù ông nào bước vào tòa Bạch Ốc thì ông Quan Dương vẫn không có cửa thua. Chỉ có chút khác biệt là bỏ vô túi 400 hoặc 500 đô thôi. Chơi vậy thì chơi với ai, nhưng vận hên tới thì chịu, biết sao bi chừ. Chỉ có điều là tôi không qua nắm áo được ông Quan Dương, ít nhất cũng được hưởng ké ly cà phê!

Cá độ là chia phe ăn thua với nhau. Đã có phe thì có người theo phe này người theo phe khác. Cuộc bầu cử năm nay mang nặng tính phe phái hơn các cuộc bầu cử trước. Phe phái từ ngoài đường vào tới trong nhà. Tôi vừa vào đọc một bài báo của hãng tin Reuters mang cái tựa rất não lòng: *"You Are No Longer My Mother"*. Bà không còn là mẹ tôi nữa. Bà Mayra Gomez, 41 tuổi, ngụ tại Milwaukee, một người vẫn ủng hộ đảng Dân Chủ từ trước đến nay, nói với cậu con trai là kỳ này bà sẽ bỏ phiếu cho ông Trump. Cậu con trai lập tức phản đối. Bà than phiền: "Nó bảo tôi không phải là mẹ nó nữa vì tôi bỏ phiếu cho ông ấy". Không những mất đi sự hòa hợp trong gia đình, bà còn mất nhiều bạn bè. "Thiệt buồn! Nhiều người không thèm nói chuyện với tôi nữa và tôi không chắc chuyện này rồi có khác đi được không". Khó lắm. Vì sự phân hóa giữa hai bên kỳ này không dựa trên một lý lẽ nào mà hoàn toàn vì cảm tính. Cái đầu luôn tỉnh táo hơn con tim. Một khi đã yêu, người ta nhắm mắt yêu. Hãng Reuters đã chọn phỏng vấn 10 người, 5 người ủng hộ ông Biden và 5 người theo phe ông Trump. Hầu hết họ không tin là sẽ có sự hàn gắn sau bầu cử. Nhà tâm lý trị liệu Jaime Saal của Trung Tâm Y Khoa Rochester ở Michigan lắc đầu: "Thiệt bất hạnh, tôi không nghĩ là hòa giải dân tộc cũng dễ dàng như thay đổi một tổng thống. Cần thời gian và cần nhiều nỗ lực, và cần cả hai bên bày tỏ thiện chí để vượt qua chuyện chia rẽ này".

Một phúc trình vào tháng 9 của *Pew Research Center* cho thấy có tới 80% ủng hộ viên của Trump hoặc Biden cho biết họ không có hoặc có rất ít bạn đứng về phía đối nghịch với họ. Theo một nghiên cứu của Viện Gallup vào tháng giêng vừa qua thì tới năm thứ ba chấp chánh của Tổng Thống Trump, sự phân hóa đảng phái đã rất trầm trọng. Trong khi có tới 89% đảng viên đảng Cộng Hòa ủng hộ cách điều hành chính phủ của Trump thì chỉ có 7% đảng viên Dân Chủ đồng ý.

Bà Gayle McCormick, 77 tuổi, đã ly thân với ông chồng William, 81 tuổi, sau khi ông này bỏ phiếu cho Trump vào năm 2016, than thở: "Tôi nghĩ triều đại của ông Trump sẽ phải mất một thời gian dài mới chìm vào quên lãng được". Hai người vẫn liên lạc với nhau tuy bà hiện sống ở Vancouver và ông sống ở Alaska. Hai đứa cháu của bà không thèm nói chuyện với bà vì bà đã bỏ phiếu cho bà Hillary Clinton bốn năm trước. Một số họ hàng và bạn bè cũng xa lánh bà vì họ ủng hộ ông Trump.

Bà Rosanna Guadagno, 49 tuổi, một nhà tâm lý xã hội học làm việc tại Đại học Stanford, bỏ phiếu cho đảng Dân Chủ, đã bị cậu em trai cấm cửa khi bà không bỏ phiếu cho *fan* của cậu là ông Trump. Cậu này sống chung với bà mẹ. Khi bà mẹ bị đột quỵ, cậu không thèm tin cho bà hay dù hai người cùng sống trong một thành phố tại California. Khi bà mẹ qua đời, cậu cũng chẳng thèm báo tin cho bà. Ba ngày sau, bà mới biết hung tin qua điện thư do cô em dâu gửi. Trong tang lễ, bà không được phép nhúng tay vào bất cứ chuyện gì. "Thật là khốc hại!", bà than thở. Bà buồn bã cho biết bà khó có thể làm hòa với em trai dù bà rất yêu mến em.

Chuyện rạn vỡ tình cảm giữa những người thân trong gia đình hoặc giữa bạn bè vì lập trường chính trị xảy ra ở mọi nơi, mọi lúc. Đôi khi đi tới chỗ…tàn bạo! Bà Jacquelyn Hammond, 47 tuổi, ở Asheville, North Carolina, thấy sự rạn nứt tình thân với bà mẹ bắt đầu một thời gian ngắn sau cuộc bầu cử năm 2016. Trong khi ngồi trên xe do bà mẹ lái, bà khen ngợi bà Hillary Clinton. Mẹ bà ngừng xe lại ngay lập tức và chửi bà không tôn trọng ý kiến của mẹ. Mẹ bà gay gắt: "Nếu cô không theo tôi thì xuống xe ngay!".

Nếu theo báo Mỹ để tìm những chuyện bất hòa như thế này thì vô số kể. Người Việt chúng ta còn ghét bỏ nhau bạo hơn chỉ vì bênh bên này chống bên kia. Tôi có coi các *video* quay cảnh người Việt tại Bolsa bên Cali và tại Trung Tâm

Eden bên thủ đô Washington biểu tình bênh bên này chống bên kia. Có lần hai bên cùng biểu tình tại Trung Tâm Catinat đã mắng chửi nhau, thậm chí đi tới chỗ xô xát nhau. Cộng đồng Việt Nam tại Mỹ tuy có con số đông nhất trong các cộng đồng tại hải ngoại nhưng tính theo con số thì chúng ta chỉ là những hạt cát bé nhỏ thả vào biển người mênh mông của dân địa phương và các sắc dân khác. Lá phiếu của chúng ta chẳng có kí lô nào để có thể làm lệch cán cân kết quả cuộc bầu cử. Vậy mà đồng bào ruột thịt chúng ta sống mái chia phe nhục mạ nhau. Ngay trong các gia đình người Việt cũng có sự chia rẽ trầm trọng chẳng kém chi các gia đình người bản xứ mà tôi kể trên. Chắc tôi chẳng cần đưa ra những ví dụ cụ thể. Hầu như gia đình nào cũng gặp cảnh éo le này.

Người Việt ở Mỹ có lá phiếu trong tay tranh cãi nhau, chúng ta có thể hiểu được. Nhưng người Việt ở các quốc gia khác, chẳng bầu bán chi, mà cũng chia phe chia đảng cấu xé nhau. Trên Facebook thiếu giống những *comment* mạt sát nhau thậm tệ. Các thầy bàn ra rả hàng ngày mắng người này, chửi người kia chỉ vì người theo Dân Chủ người theo Cộng Hòa. Tôi đã nhận được nhiều điện thư và điện thoại của các người bạn từ xưa, lâu không liên lạc, nay tự nhiên nhớ tới tôi, chỉ để dụ tôi theo phe này phe kia. Không biết để làm chi vì, sống ở ngoài nước Mỹ, họ và tôi chẳng có tí quyền lực nào để có thể nhúng tay vào việc chọn lựa người này người kia.

Người Việt trong nước cũng vậy. Họ bàn tới bàn lui về cuộc bầu cử mà họ chưa có những hiểu biết tối thiểu về thủ tục. Tôi không muốn kể ra những chuyện tức cười của loại người mù sờ voi này nhưng không thể làm lơ về một bài viết trên Facebook gần đây. Tác giả đã tính toán giùm ban bầu cử bên Mỹ bằng cách chia số phiếu cử tri đoàn theo tỷ lệ phiếu bầu phổ thông của từng tiểu bang. Ông này được bao nhiêu phần trăm thì được bao nhiêu phiếu cử tri đoàn, ông kia được bao nhiêu phần trăm thì được bấy nhiêu phiếu cửa tri đoàn. Ông tác giả bá láp này không biết tới việc hầu hết các tiểu bang Mỹ đều áp dụng thể thức được ăn cả ngã về không. Ứng cử viên nào hơn phiếu phổ thông sẽ ẵm trọn vẹn số phiếu cử tri đoàn của tiểu bang đó. Không biết nhưng vẫn muốn chỉ dẫn cho thiên hạ!

Nhưng giận thì giận mà thương thì thương. Dân Việt trong nước có hăng say bàn ra tán vào về cuộc bầu cử tận bên Mỹ cũng chỉ vì họ không được hưởng tự do bầu cử như vậy. Tôi mới đọc được một *status* trên Facebook của ông Võ Xuân Sơn. Ông viết như sau: *"Tôi nhận thấy, không phải chỉ một đám người, mà là gần như cả một dân tộc, đang đói khát, và đang hau háu, đang lom lom dòm người ta no nê, phủ phê. Tôi nhìn thấy dân Việt nam hào hứng với cuộc bầu cử ở tận bên Mỹ. Đúng rồi, sự tự do bầu cử, tự do bình luận, tự do biểu cảm chính là thứ mà dân tộc này đang đói khát. Và dân Mỹ đang no nê. Sự thèm khát được quyền tự mình chọn lựa người lãnh đạo đất nước của mình, sự khát khao được bình luận thoải mái về những người sẽ và đang lãnh đạo đất nước mình, sự đói khát hình ảnh một lãnh đạo dám đối đầu với Tàu cộng, đã khiến hàng chục triệu dân Việt nam trở thành những kẻ hau háu, lom lom dòm vào miệng người ta, khi người ta đang thưởng thức bữa tiệc tự do, dân chủ của họ. Thương thay cho một dân tộc đang đói khát"*.

Thiệt đáng ngậm ngùi cho những đồng bào của chúng ta đang phải sống dưới một chế độ mà những cuộc bầu cử chỉ là hợp thức hóa những toan tính đã được xếp đặt sẵn của một thiểu số người đang ngồi xổm trên tự do dân chủ. Thiệt thấy thương hết cỡ!

11/2020

CÀ CUỐNG

Tôi phải cám ơn ông bạn đã chuyển cho tôi bài viết về cà cuống của tác giả Vũ Thị Tuyết Nhung. Vừa đọc được hai chữ "cà cuống" là đầu óc tôi cuống cả lên. Cả một thời nhỏ dại ùn ùn trở về. Nhưng đọc bài "Cà Cuống" của Vũ Thị Tuyết Nhung trước đã. *"Tôi còn nhớ, mẹ tôi thuở sinh thời, cứ vào cữ tháng Bảy mùa thu trở ra đến tháng Mười chớm đông, lúc Người đi chợ Hàng Bè, thi thoảng lại được mấy bà hàng tôm hàng cá quen gọi vào, thầm thì giúi riêng cho mấy con cà cuống mà các bà thường chỉ để dành cho khách ruột sành ăn"*. Tác giả Vũ Tuyết Nhung còn nhớ "mùa" cà cuống, tôi thì chịu. Ngày nhỏ ý niệm thời gian chưa vướng vào đầu óc, tôi chỉ nhớ bất chợt vào những buổi tối liên tiếp, cà cuống bay bổ vào những ngọn đèn đường là lúc chúng tôi chạy đuổi theo bắt cà cuống. Cà cuống là con gián cồ, lớn gấp nhiều lần. Vậy mà gián thì chúng tôi sợ mà cà cuống thì chúng tôi…thương, thi nhau chạy theo chộp bằng tay không.

Chộp xong, kiếm mấy cành cây khô, nổi lửa, nướng ăn ngay tại chỗ, thơm cách chi!

Cà cuống nướng là thứ ăn lấy được của bọn trẻ chúng tôi. Người lớn ăn khác, trân trọng hơn nhiều. Họ phân biệt cà cuống đực và cà cuống cái. Chuyện tưởng chỉ có chính con cà cuống mới quan tâm đến, nhưng đực cái cũng là thứ mà các người lớn săm soi đầu tiên khi nắm được chú cà cuống. Bởi vì cà cuống đực mới có bọng nước thơm, thứ quý giá nhất của cà cuống. Mỗi con đực có hai bọng, nhỏ bằng đầu tăm, chứa thứ nước thơm tho. Với cà cuống đực thì thứ nước có mùi thơm này là để dụ con cái. Với con người thì thứ nước thơm này để khoái khẩu. Bởi vì món chi có tí tinh chất này cũng biến thành món ngon được. Từ chén nước mắm chấm rau muống luộc dân dã cho tới những món cao cấp hơn như bún thang, bánh cuốn, chả cá. Người Tràng An chỉ lấy đầu chiếc tăm, chấm vào chiếc lọ nhỏ chứa tinh chất cà cuống một hai chấm là món ăn dậy mùi, thơm ngát. Mỗi người Hà Nội đều có những kỷ niệm với cà cuống. Với tôi là chén bún thang ngày tết. Lòng phơi phới trước giờ khắc tinh khôi của ngày đầu năm, gắp miếng bún thang nhè nhẹ hương cà cuống, thấy tất cả cái tết trong người. Với tác giả Vũ Tuyết Nhung là một thứ cũng rất tết: bánh chưng. *"Bao năm nay, từ ngày đi lấy chồng, tôi đã nhiều lần đặt bánh chưng ở các cửa hàng nổi tiếng trong thành phố, hay là tự gói lấy bằng các thứ gạo đỗ, thịt thà thơm ngon nhất, mà sao ăn cứ không được như hương vị bánh chưng mẹ gói lúc sinh thời. Thì ra, ngày xưa, mẹ tôi khi ướp nhân bánh trước khi gói, bao giờ cũng nhớ rảy vào một chút tinh dầu cà cuống mà bà để trong một chiếc lọ bé xíu, gọi là lọ penexilin nút cao su, quấn mấy lần nilon như một thứ đồ gia bảo, cất trong ngăn trên của chiếc tủ chùa ở gác hai. Nếu không cho vào nhân bánh, thì khi xóc gạo gói bánh, bà cho nhàn nhạt muối đi một chút. Đến lúc bóc bánh ăn, mới chấm thêm chút nước mắm cà cuống, thì cũng hợp giọng khôn tả".*

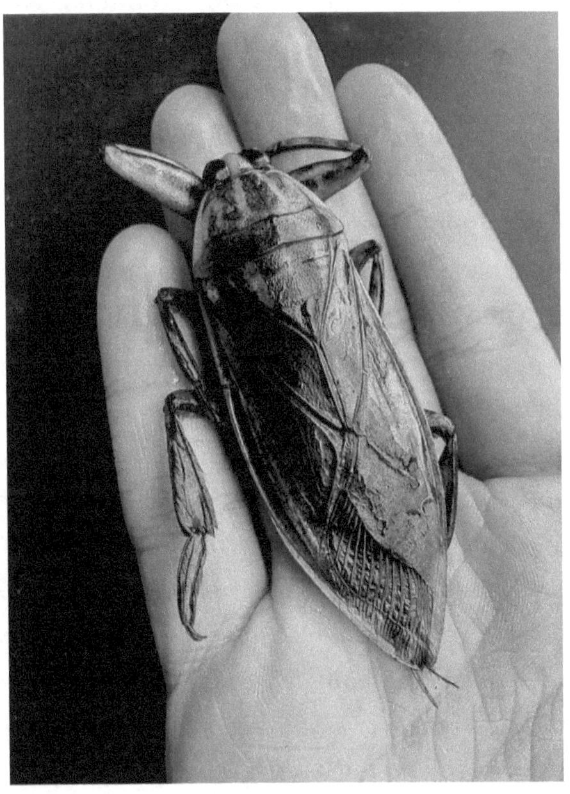

Nói tới món ngon Hà Nội, người ta không thể không vời tới những Thạch Lam, Vũ Bằng, Tô Hoài. Trong "Hà Nội Ba Mươi Sáu Phố Phường", Thạch Lam nói tới cà cuống trong một món ăn thông thường là phở mà chúng ta tưởng cà cuống chẳng có vai trò chi. *"Trong nhà thương vốn có một bà bán các thứ quà bánh ở một gian hàng dựng dưới bóng cây. Cái quyền bán hàng đó là cái quyền riêng của nhà bà, có từ khi nhà thương mới lập. Bà là người ngoan đạo nên tuy ở địa vị đặc biệt đó bà cũng không bắt bí mọi người và ăn lãi quá đáng. Thức gì bán cũng ngon lành, giá cả phải chăng. Nhưng gánh phở của bà thì tuyệt: bát phở đầy đặn và tươm tất, do hai con gái bà làm, trông thực muốn ăn. Nước thì trong và lúc nào cũng nóng bỏng, khói lên nghi ngút. Rau thơm tươi, hồ tiêu bắc, giọt chanh cốm gắt, lại điểm thêm một chút cà cuống, thoảng nhẹ như một nghi ngờ".*

Thứ "thoảng nhẹ như một nghi ngờ" này, Tô Hoài miêu tả trong "Chuyện Cũ Hà Nội" với một món ăn khác: *"Từng lá bánh được bóc ra, trắng tinh, xếp lên đĩa. Đĩa giò lụa cả khoanh đã cắt khía ra từng miếng. Nước mắm Nam Ô được thửa đã rót ra cái bát nhỏ của nhà hàng. Mùi nước mắm phảng phất thơm ngát cà cuống".* Cũng món bánh cuốn chấm nước mắm cà cuống này, trong cuốn "Món Ngon Hà Nội", Vũ Bằng da diết: *"Để làm nổi hẳn vị của nước chấm lên, người hàng bánh cuốn thường gia thêm vào chai nước chấm một hai con cà cuống băm nhỏ, nó đem đến cho ta một cái thú đậm đà hơn là cái thú cà cuống nước bán từng ve nhỏ ở các hiệu bán đồ nấu phố Hàng Đường hay một chút mắm tôm cà cuống đệm vào làm tăng vị của bún thang lên đến cái mức ăn ngon gần như không thể nào chịu được".*

Thứ mà nhà văn Vũ Bằng gọi là "cà cuống nước bán từng ve nhỏ" mà ông chê ỏng chê eo không biết có phải là các lọ cà cuống chế bằng hóa chất không? Tôi không nghĩ vậy tuy từ thập niên 50 của thế kỷ trước, người ta đã phân chất tinh dầu cà cuống. Đó là một hợp chất gồm nhiều chất dễ bay hơi. Mãi tới gần đây, nhờ tiến bộ của ngành sắc ký khí *(gas chromatography)* người ta mới xác định rõ hơn thành phần của tinh dầu cà cuống. Trong một nghiên cứu, Đại học Suranaree bên Thái Lan đã nhận diện được 22 chất tạo hương ở cà cuống đông lạnh, và 27 chất ở cà cuống luộc. Thành phần chính là hai chất: *hexenol acetate* và *hexenyl butyrate*. Tất cả các hợp chất này cấu thành mùi hương đặc trưng của cà cuống. Từ những kết quả phân tích này, người ta dùng kỹ thuật phối hương để chế ra tinh dầu cà cuống nhân tạo.

Đầu thập niên 70 của thế kỷ trước, lần đầu tiên tôi biết tới thứ cà cuống nhân tạo này khi đang tu nghiệp ở Manila. Một anh bạn sinh viên Việt Nam ở Phi, dân Bắc kỳ di cư, đã bất ngờ kiếm được một chai tinh chất cà cuống do Thái Lan sản xuất tại một cửa hàng trên phố Tàu Manila. Cuối tuần, khi tới nhà một Việt kiều tại Phi chúng tôi làm món bánh cuốn Thanh Trì. Trịnh trọng mở nút chiếc chai nhỏ xíu, mùi cà cuống xông lên làm nức chí mọi người. Nhưng, như gió thoảng mưa sa, chỉ trong chớp mắt, mùi hương bay đi mất. Của giả chẳng thể so sánh được với của thật. Khi qua định cư tại Montreal, ăn bánh cuốn, tiệm cũng hỏi khách, nếu khách thích có mùi cà cuống thì chi thêm ít tiền để có được vài giọt chất cà cuống…giả mạo. Gọi là…để tưởng nhớ mùi hương. Chưa kịp nhớ, hương đã cao bay xa chạy!

Cà cuống làm bằng hóa chất như vậy là hàng nhái. Chẳng ai chuộng. Tinh dầu cà cuống chính tông chỉ có con cà cuống được đóng vai trò nhà sản xuất, một loại nhà sản xuất bủn xỉn. Mỗi con cà cuống chỉ cho được 0,02 *mililitre* tinh dầu. Tính ra muốn có 20 *mililitre* tinh dầu phải cần tới một ngàn chú cà cuống đực. Tinh dầu này ở dạng lỏng, nhẹ hơn nước nên dễ bị bay hơi khiến cho việc bảo quản khá khó khăn. Tôi nhớ ngày đó ông bà tôi thường đựng tinh dầu này trong những chai dùng để đựng thuốc chích penicillin có nắp đậy bằng cao su. Sau khi đã dùng hết thuốc, lấy chai không, rửa sạch để đựng tinh dầu cà cuống. Muốn chắc ăn hơn, lấy giấy ni lông bao thêm nhiều lớp bên ngoài nắp, cất vào tủ chè có khóa. Tết nhất hoặc giỗ chạp mới đem ra dùng.

Bắt được cà cuống, đè ra lấy tinh dầu cũng phải có nghề. Đây là công việc đòi hỏi khéo tay, tỉ mỉ, nhẩn nha. Nếu nóng vội bọng tinh dầu có thể bể, uổng một đời cà cuống! Đầu tiên, người ta bẻ gập đầu cà cuống xuống tận ngực, hai bọng dầu sẽ lòi lên trên sóng lưng. Bọng dầu này, gọi là "chỉ dầu", dài khoảng từ 2 tới 3 *milimetre*, trông giống như sợi bún tàu. Lấy một cây tăm tre nhọn, khẽ khều bọng dầu lên, bỏ vào chai. Cần phải tách dầu ra khỏi bọng, nếu không tinh dầu sẽ có mùi hôi.

Dân ta biết tới hương vị cà cuống từ rất lâu, khoảng 2.200 năm trước, từ thời Triệu Đà lận. Con cà cuống dĩ nhiên không biết tự đặt tên. Tên của muôn loài do con người đặt. Nhưng tại sao lại là cà cuống? Nhà văn Vũ Bằng, trong cuốn "Thương Nhớ Mười Hai", đã cà kê dê ngỗng như thế này: *"Tục truyền rằng Triệu Đà là người đầu tiên ở nước ta ăn cơm với con cà cuống. Thấy thơm một cách lạ kì, ông ta bèn gửi dâng vua Hán một mớ và gọi nó là "quế đồ", nghĩa là con sâu của cây quế. Vua Hán nếm thử thì nhận rằng nó giống mùi quế thực, khen ngon và phân phát cho quần thần mỗi người một con. Bất ngờ trong đám có một ông lắm chuyện tâu rằng: "Đó không phải là con sâu sống ở trong cây quế mà chỉ là một con sâu sống ở dưới nước "thuỷ đồ". Vua mới phán rằng: "Thử nãi Đà chi cuống dã", nghĩa: đó là lời nói láo của Đà. Từ đó, cà cuống thành ra đà cuống. Nó còn một tên nữa là "long sắt", nghĩa là con rận rồng. Con rận rồng! Nghe tên có quý không? Ta có tám món ăn quý nhất gọi là bát trân : nem công là một, chả phượng là hai, da tây ngu là ba, bàn tay gấu là bốn, gân nai là năm, môi đười ươi là sáu, thịt chân voi là bảy, yến sào là tám. Con rận rồng không phải là một thứ trân, mà chỉ nên coi là gia vị, nhưng nghe tên thì quý có phần hơn cả bát trân là khác".* Cà cuống hay rận rồng không nằm trong bát trân nhưng chen chân được với ngà ngọc. Trong các món đồ Triệu Đà triều cống vua Hán ngày đó, người ta ghi nhận được các món sau: một đôi ngọc bích trắng, một ngàn bộ lông chim trả, 10 sừng tê, 500 vỏ ốc màu tía, 40 đôi chim trả sống, 2 đôi chim công và một giỏ cà cuống. Như vậy, nằm kề bên cạnh các thứ chi bảo, cà cuống cũng thuộc loại oai lắm rồi!

Thứ oai phong như vậy hình như trời chỉ cho miền Bắc nước ta? Không hẳn vậy, miền Nam cũng cà cuống như ai nhưng người ta không biết dùng. Tác giả Tuyết Nhi, một người mà tôi chắc là sinh trưởng trong Nam, đã viết: *"Nhiều năm trước, cứ vào mùa nước nổi là tôi lại theo cha giăng lưới, dở dớn, kéo chài... Tôm cá miền Tây thì nhiều vô số kể còn cà cuống thì thỉnh thoảng cũng thấy vài con. Tuy vậy, ở xóm lưới quê tôi dường như không ai biết con cà cuống có thể ăn được cả. Như bây giờ, khi hỏi cha tôi con cà cuống ăn được không, ông kinh ngạc bảo: "Trời, con đó mà ăn uống gì! Nhìn thấy ghê!". Vậy đấy, có những thứ đặc sản mà đôi khi mình không biết, lại bỏ qua".* Một tác giả khác kể lại chuyện bắt cà cuống ở Cần Thơ: *"Hằng năm, cứ vào mùa mưa là cà cuống xuất hiện. Chúng rất thích ánh đèn, mỗi khi màn đêm buông xuống, nơi nào có ánh đèn sáng chúng thường bay ra. Biết được những đặc điểm nêu trên, chúng tôi thường tụ tập dưới những cột đèn đường sau những cơn mưa để bắt cà cuống. Lúc bấy giờ, công trình làm Bến Xe Mới ở Cần Thơ quê tôi, đã hoàn thành nhưng chưa đi vào hoạt động. Đây là điểm tập kết của chúng tôi hằng đêm để rượt bắt cà cuống. Mỗi đêm, nếu may mắn chúng tôi bắt được vài trăm con cà cuống rất dễ dàng".*

Chuyện khá lạ lùng. Dân Cần Thơ cũng đuổi bắt cà cuống dưới ánh đèn đường y chang như chúng tôi ở Hà Nội. Ngạc nhiên hơn nữa khi tác giả Vũ Thế Thành kể chuyện bắt cà cuống ngay tại Tân Định, Sài Gòn. *"Hồi nhỏ tôi vẫn theo lũ bạn đi bắt cà cuống ở những cột đèn đường, đem bán cho mấy người ve chai. Cà cuống rẻ rề, cả chừng hai chục con mới được 5 cắc. Họ thu gom cà cuống, bỏ trong thùng sắt tây, sau này tôi mới biết, họ đem bán cho một tiệm thuốc tây ở đường Hai Bà Trưng, Tân Định, trích lấy tinh dầu. Chỉ con đực mới có tinh dầu. Hồi bắt cà cuống, tôi đâu có biết đực cái thế nào, hễ thấy cà cuống là chộp. Vậy mà đực cái gì họ cũng mua. Con đực được khều lấy tinh dầu. Rồi sau đó, đực hay cái gì cũng lên... chảo chiên hết".*

Cà cuống được nuôi trong trang trại của anh Lê Thanh Tùng

Chuyện cà cuống bay la đà dưới ánh đèn đường đã đi vào cổ tích. Chúng tuyệt giống nơi phố thị. Nhưng ngày nay cà cuống lại nở rộ ở miền Nam do có cả một kỹ nghệ nuôi cà cuống. Nghe nói có rất nhiều trang trại nhưng có lẽ trang trại nuôi cà cuống của anh Lê Thanh Tùng ở ấp Bến Đò 2, xã Tân Phú Trung, huyện Củ Chi, thành lập từ năm 2007, là quy mô nhất. Đất Củ Chi bên cạnh nhà anh Tùng là vùng đất rộng mênh mông bị bỏ hoang từ lâu, cỏ cao lút đầu người. Đó là nơi anh Tùng hội ngộ với cà cuống. Vì là đất hoang nên môi trường không bị ô nhiễm, các loài côn trùng mặc sức sinh sôi nảy nở, trong đó có cà cuống. Anh Tùng là người mê nuôi các loại côn trùng. Anh khởi đầu bằng cách nuôi dế. Gia đình anh sống nhờ trại nuôi dế này cả chục năm trước khi anh nghe nói tới cà cuống. Anh cũng chỉ nghe sơ sơ biết cà cuống là đặc sản hiếm hoi trên Sài Gòn nên tìm đọc sách vở nói về thứ côn trùng lạ lẫm này. Anh biết được là cà cuống thường sống trong hồ, ao, đầm lầy, ruộng lúa, ban ngày ở dưới nước, ban đêm bay lên. Thức ăn của chúng là tôm tép, nòng nọc và cả cá lẫn ếch nhái. Sau bốn tháng lặn lội vừa bắt côn trùng, vừa có ý tìm kiếm cà cuống, anh bắt được đúng năm con. Anh khởi nghiệp nuôi cà cuống từ năm…tù nhân này. Anh nuôi chúng trong hồ xây, thả dày đặc lục bình. Anh chia sẻ: "Khi càng hiểu nhiều về nó, tôi càng mê. Xem trên sách báo, nhiều nhà khoa học cho rằng việc nuôi cà cuống là điều không thể càng làm tôi thêm quyết tâm. Mày mò nghiên cứu, tìm hiểu, tôi thiết kế những ao hồ có đặc điểm giống hệt môi trường thiên nhiên. Từ năm con cà cuống đầu tiên, tôi thả trong hồ, bỏ cá con vào làm thức ăn cho chúng. Chỉ vài tuần, chúng đẻ trứng và nở ra đến vài trăm con". Ngày nay, trang trại của anh lúc nào cũng có khoảng năm ngàn cà cuống. Anh làm đông lạnh và bán cho khách thu bạc triệu mỗi ngày. Nhưng anh Tùng là một nông dân có tâm. Anh không giữ độc quyền. Những nông dân nào muốn theo nghề, anh sẵn sàng nhượng con giống, chỉ cách nuôi và mua lại thành phẩm. Theo anh, có như thế mới phát triển được một ngành nuôi mới.

Chắc chúng ta đều biết câu thành ngữ: *cà cuống chết đến đít vẫn còn cay*. Ngoài nghĩa đen khen ngợi tinh dầu cà cuống, câu này còn có nghĩa bóng, ám chỉ những người ngoan cố, bảo thủ, cố chấp, cay cú trước sự thất bại hoặc cái sai trái rành rành của mình. Tôi vốn có lòng thương cà cuống, ít nhất chúng là một phần tuổi thơ của tôi, nên rất bất mãn với cổ nhân. Cà cuống đâu có cay như ớt, như gừng để gừng càng già càng cay. Tinh dầu cà cuống thơm tới mê đắm. Vậy có nên chăng sửa lại câu thành ngữ trên: *cà cuống chết đến đít vẫn còn...thơm!*

10/2020

CABANE À SUCRE

Montreal bây giờ đang mùa đông. Hàn độ đã xuống dưới không độ. Con số hiển thị mỗi ngày đều ôm cái dấu trừ phía trước. Tuyết khi rơi khi không. Sáng ngủ dậy, vén màn cửa, có khi chỉ thấy một màu trắng tinh, có khi mặt trời rực rỡ. Nhưng đừng vội mừng. Thời tiết mùa này rất điêu ngoa. Nắng là lạnh thấu xương, tuyết rơi là ấm. Nói chuyện thời tiết với mấy ông bạn bên Cali, ông nào cũng phục sao tôi có thể trụ được tới mấy chục năm trong…tủ lạnh như vậy. Người ta phải sống với bão thì mình phải sống với tuyết. Sống lâu thành thân cận. Dân Montreal, những ngày cuối năm này, có một cái thú là tiên đoán xem Giáng Sinh này có tuyết không. Phải *"white Christmas"* mới khoái. Noel mà cỏ vẫn xanh, buồn thối ruột. Buồn rồi trách ông trời năm nay không biết pha màu trắng chi cả! Cũng quen cả thôi. Giống như anh bạn tôi mê cô vợ vì cái mùi phát ra dưới cánh tay. Không có cái mùi thân thương đó tối không yên giấc. Khi cô vợ sanh con, chẳng biết máu huyết thay đổi sao mà cái mùi nồng cháy đó biến mất. Anh tiếc ngẩn tiếc ngơ. Dân Montreal tôi cũng vậy. Sống mãi với tuyết riết rồi ghiền. Sáng ra đào tuyết tới mướt mồ hôi mới lôi được chiếc xe ra, đường trơn trượt, lái xe lướt đi cứ như trượt *patin*, cực thấy mồ, nhưng cũng quen đi. Mùa Noel mà không có tuyết thì làm sao gân cổ lên "đêm đông lạnh lẽo Chúa sanh ra đời" được.

Thích tuyết hay không thích tuyết, ưa lạnh hay không ưa lạnh, qua ba tháng, mùa đông cũng phải qua đi, tuyết đã trở thành mùa tuyết xưa, mùa *cabane à sucre* tới.

Cabane có nghĩa là cái nhà nhỏ, túp lều hay chuồng nuôi súc vật, *sucre* là…*sugar.* Tôi gọi nôm na là cái tổ đường! Tỉnh bang Quebec chúng tôi có vô số *cabane.* Tới đâu cũng được, tới em em cám ơn. Tôi nói giùm các ông chủ *cabane*

Quang cảnh một cabane à sucre.

à sucre thôi. Tôi làm chi có cái tổ đầy đường và hái ra tiền này. Cuối tháng 2, khi mùa đông đang ở những ngày tàn thì mùa *cabane à sucre* bắt đầu và kéo dài tới cuối tháng 4. Thời gian này là thời gian những cây phong cho mật tốt và nhiều nhất. Đã là dân Quebec thì phải tới những nơi làm mật phong này. Dân ta khi mới chân ướt chân ráo tới nơi đây thường phải học các lớp tiếng Pháp cho người mới nhập cư, gọi là COFI, viết tắt của *Centre d'Orientation et de Formation pour les Immigrants.* Con em thì vào học những lớp *acceuil* (tiếp đón). Những di dân ngơ ngác cõi người này chắc chắn sẽ được đưa tới những *cabane à sucre* này. Vì đây là một trong những thứ làm Quebec thành Quebec.

Số tôi là số cực nên vừa qua là đi cày liền, chẳng học hành chi. Vợ con tôi đều được coi như dân Quebec trước tôi vì mới tới đã được leo lên những xe buýt vàng, thường dùng để chở học sinh đi học, tới *cabane* liền. Tôi thuộc loại tự do, ít hảo ngọt, nên chẳng thiết tha chi tới nơi đường ơi là đường này. Mãi vài năm sau, vui chân mới tới cho biết với người ta.

Đại khái là đi loanh quanh trong vườn phong coi cây nhả mật, coi người ta chế biến mật thành xi-rô, ăn kẹo *taffy*. Đó là thứ kẹo làm bằng mật đã được chế biến trải trên những khay tuyết. Đây là một món đặc biệt chỉ tới *cabane* mới được thưởng thức. Từng miếng kẹo nhỏ cỡ hai ngón tay được dính vào một chiếc que. Mút kẹo này tôi thấy giống như ăn kẹo mạch nha hồi nhỏ bên quê nhà. Tóc rối đổi kẹo mạch nha là một trong những kỷ niệm nhớ đời của tuổi thơ tôi. Sáng sáng, các bà các cô các chị trong nhà chải đầu, từng sợi tóc

Kẹo Taffy trên bàn tuyết.

dài rơi xuống đất. Chải xong, vo chúng lại thành búi, bỏ vào một chiếc hộp. Khi bà bán kẹo mạch nha tới, mang mớ tóc rối này ra đổi lấy kẹo cho con nít mút. Bà hàng lấy chiếc vá gỗ, móc từng lớp mạch nha, quệt vào một chiếc que như que kem. Mỗi đứa một que, vừa mút vừa cười với nhau, thần tiên cách chi! Ông làm kẹo *taffy* văn minh hơn bà bán kẹo năm xưa nhiều. Ông đứng sau một cái bàn phủ đầy tuyết trắng, trên xếp hàng thẳng tắp những chiếc kẹo vàng. Khi có khách, ông chỉ cần lấy một chiếc que, dính vào chiếc kẹo mật cây phong này, đưa cho khách. Khách thường là những cô cậu tuổi thời mạch nha của tôi, vừa mút kẹo vừa cười toe, vừa nhảy chân sáo. Khi trên bàn hết kẹo, ông bán hàng chỉ cần đổ xi-rô lên tuyết, nước xi-rô sẽ đông lại ngay tức khắc, sẵn sàng cho một mẻ kẹo khác. Cầm que kẹo trên tay, các cô các cậu tí hon chạy đi coi mấy con nai, con dê hoặc gà vịt, được nhốt trong những cái chuồng nho nhỏ, như một thứ sở thú *mini.* Bỏ ra vài đồng, đám trẻ nhỏ có thể ngồi trên lưng ngựa đạo chơi một vòng giữa những bậc cha mẹ vòng trong vòng ngoài đứng chụp hình.

Cái đinh của cuộc đi chơi *cabane à sucre* là bữa ăn chính. Trên những chiếc bàn dài trải khăn nhựa, thường là màu đỏ, lủ khủ những hũ to hũ nhỏ, trong đó nổi bật là những hũ chứa xi-rô phong. Các món ăn dọn ra đều dính tới cây phong. Bơ, bia, bánh ngọt, rượu, tất cả phát xuất từ những thân cây sừng sững cao ngất xung quanh. Cây nhà lá vườn cả! Món khá độc đáo nơi các *cabane à sucre* là món bánh lá phong. Những chiếc lá phong to, hình dáng đẹp được ướp muối trong một năm để lá mềm và khử mùi hắc. Sau đó lá được tẩm bột, đường, mè và nhiều gia vị khác, bỏ vào chảo chiên dầu khoảng 20 phút cho tới khi bánh có màu vàng ươm và mùi thơm ngan ngát. Khi ra về khách có thể mua xà bông phong, đường phong và, thường không thể thiếu được trong những kỷ niệm một chuyến đi chơi, xi-rô phong.

Cây phong có tên khoa học là *acer rubrum*, thân gỗ. Khi còn non có vỏ mịn, thân màu xám trắng. Càng già, phong cũng như người, da dẻ càng sần sùi hơn và có thể có vẩy trên mặt vỏ. Lá phong hình trái tim với ba thùy răng cưa nhỏ. Khoảng cách giữa các thùy nông và sắc nét. Muốn biết lá phong ra răng, cứ nhìn lên cờ của Canada khắc biết. Chiếc lá phong đỏ nằm chình ình chính giữa quốc kỳ. Lá phong rụng vào mùa đông. Trước khi lá rụng thì cây chuyển thành màu cam hoặc đỏ. Thú thật là tuy ở ngay đất cây phong nhưng chưa bao giờ tôi thấy hoa phong. Đó là loại hoa màu đỏ hoặc cam, mọc thành chùm và rũ xuống. Hoa cây phong có cấu trúc khá đặc biệt: có cây chỉ toàn hoa đực, có cây chỉ toàn hoa cái, lại có cây vừa có hoa đực vừa có hoa cái. Coi bộ cây cũng giống người: loại xăng, loại nhớt nhưng cũng có loại xăng pha nhớt! Hạt của cây phong ở độ tuổi bốn năm trở lên có thể dùng làm hạt giống được. Trái phong thường chín vào mùa hè cho hạt cũng màu đỏ. Cứ dính tới cây phong là có màu đỏ. Không biết có phải vì vậy mà quốc kỳ của Canada có màu đỏ và màu trắng không.

Lấy mật cây phong.

Canada được coi là xứ của cây phong nhưng đây là một sự tiếm quyền. Xuất xứ của cây phong là từ Á châu. Có tất cả 150 loại phong khác nhau nhưng chỉ có 13 loại phong phát triển tốt tại Bắc Mỹ. Trong số 13 loại này thì có tới 10 loại thích hợp với Canada. Số cây phong được trồng tại Canada chiếm tổng số 65% diện tích rừng của cả nước đưa đất nước này trở thành nơi có nhiều phong nhất trên toàn thế giới.

Ngoài Québec, cây phong còn được trồng ở các tỉnh

bang Ontario, New Brunswick và Nova Scotia. Thường thì phải mất cả chục năm cây mới cho nhựa. Mỗi mùa, người ta chỉ chiết ở mỗi cây khoảng từ 1 lít tới 1 lít rưỡi nhựa, khoảng chưa tới 10% nhựa của cây. Phải mất tới từ 30 đến 50 lít nhựa mới chiết xuất được một lít xi-rô. Mỗi năm Canada xuất khẩu số xi-rô trị giá hơn 145 triệu đô Mỹ. Riêng Québec chiếm tới 75% xi-rô xuất cảng của Canada. Tiểu bang Vermont bên Mỹ là nơi sản xuất xi-rô phong nhiều nhất ở Mỹ chỉ chiếm một sản lượng khiêm tốn là 5,5% của thế giới. Tiêu chuẩn xi-rô được mang nhãn sản xuất tại Canada khá khắt khe. Lượng đường *sucrose* phải chiếm 66% chất đường

Chai xi-rô mật phong trong hình dáng lá phong.

và chất liệu phải 100% từ cây phong.

Xi-rô *maple syrup* được dùng để thay thế đường hay mật ong. Xi-rô phong thơm ngon, tốt cho sức khỏe hơn các loại đường. Du khách tới Quebec hay dân Quebec đi chơi thường thủ ít chai xi-rô *made in Canada* này làm quà. Đây là món quà quý, không những vì phẩm chất, mà còn vì công sức bỏ ra khi vác đi theo. Trong va-li của khách di chuyển, nhất là di chuyển bằng máy bay, chúng chiếm một trọng lượng lớn. Của một đồng, công một nén! Thường xi-rô được chứa trong những chai có hình chiếc lá phong gồm nhiều kích cỡ khác nhau tiện cho khách chọn lựa. Tại Quebec, *maple syrup* không chỉ có ở các *cabane à sucre* mà có bán quanh năm tại tất cả các cửa hàng thực phẩm và siêu thị tại khắp các thành phố trong tỉnh bang.

Khách sẽ thấy có các chai xi-rô vàng hoặc tươi hoặc vàng sậm. Không phải thứ giả và thật đâu. Tất cả đều là thứ thiệt trăm phần trăm. Xi-rô được phân làm nhiều hạng. Hạng xịn nhất là hạng A. Lại có nhiều hạng A, thiệt rắc rối! Hạng A xịn nhất có màu hổ phách nhạt, tiếp theo là màu hổ phách sậm trung bình và hổ phách sẫm màu. Sau đó là hạng B màu sẫm đậm. Màu hổ phách nhạt thơm mát thường dùng để trên bàn ăn, quệt lên bánh mì, bánh sốp hoặc các loại hoa quả. Màu sậm có hương vị mạnh mẽ và đậm đà hơn.

Dân sành ăn phân biệt rất tinh tế giữa xi-rô phong và các loại mật và đường khác. Khi ăn *maple syrup,* có vị mùi khói vương trong miệng một thời gian dài. Đó là vì cách làm xi-rô phong. Sau khi lấy nhựa từ cây, người ta tinh chế nhựa bằng những bếp củi trong một gian nhà kín chỉ có ống khói trên mái. Mùi của củi, thường là củi phong, ướp vào trong xi-rô tạo nên hương vị đặc biệt này. Tôi đọc được trên mạng một *status* của một người Việt Nam ở trong nước mê xi-rô phong của Canada: *"Chẳng biết tự bao giờ, tôi bị mê hoặc bởi vị ngọt ngào đặc biệt của xi-rô lá phong. Hương vị thơm ngon, vẻ đẹp óng ánh như mật thực sự chỉ cần nghĩ đến cũng đủ khiến lưỡi tôi tứa nước miếng. Tôi được biết tới xi-rô lá phong qua chị Hân, người chị họ vài năm từ Quebec về thăm quê một lần. Chị thường mang tặng mọi người những lọ xi-rô lá phong màu hổ phách, ăn kèm bánh mì tuyệt ngon. Điều hấp dẫn tôi không chỉ vì vị ngon đặc biệt của nó, mà những cái chai xi-rô hình chiếc lá sao mà vi diệu! Nó khiến tôi tưởng tượng đến những rừng lá phong đỏ bạt ngàn của Canada. Chị Hân bảo, cây lá phong là biểu tượng của đất nước nơi chị đang sinh sống, mỗi mùa thu nó lại trải thảm đỏ trên những lối đi, đẹp vô cùng"*.

Phải cám ơn ông hay bà bạn vô danh này một phát. Cây phong đã nâng đất nước Canada của chúng tôi lên một vị trí siêu quần. Vừa phục vụ cái miệng, vừa làm đầy con mắt. Mùa xuân có xi-rô phong, có *cabane à sucre*. Mùa thu có những hàng cây lá đỏ lá vàng làm đất nước nổi cộm như là một nơi có màu lá đẹp như mơ. Nếu tôi là ông Trà Lũ, đồng bào và đồng hương nơi đất lạ của tôi, thì tôi đã ngợi ca đây là "đất thiên đàng". Ca xong mới thấy rét. Bộ mình đang ở thiên đàng rồi sao? Nghe như chết đi sống lại!

Thiên đàng đang bị cô Vi quậy nát. Từ đầu tháng 2 năm ngoái, cô bé khó thương này đã ra tay hoành hành. Mùa *cabane à sucre* năm 2019 đã èo uột. Đi chơi nơi làm xi-rô này, người ta thường đi từng nhóm. Có nhóm gồm các bạn học xưa, đồng nghiệp xưa như các hội cựu giáo chức, cựu sĩ quan các binh chủng, cựu sinh viên học sinh các trường xưa. Có nhóm gồm các bạn cùng cơ quan, cùng ngành, cùng dân chơi thể thao hay văn hóa. Nhưng đông nhất là các nhóm gia đình. Cứ hẹn nhau đi vui chơi chung nơi đất đường mật là vui hết biết. Người lớn vui, con trẻ cũng khoái. Năm ngoái đại gia đình tôi đã *book* chỗ trước nhưng cuối cùng đã phải hồi lại. Dại chi đánh đu với con vi khuẩn tinh quái. Những nhóm khách khác chắc cũng vậy. Đường tới *cabane à sucre* vắng vẻ. Chủ nhân các trang trại này bị một vố liểng xiểng. Năm nay cũng không khá hơn. Thường các chủ vườn phong phải sửa soạn từ đầu tháng 10 cho mùa *cabane à sucre* vào cuối tháng 2 năm kế. Tháng 10 họ thu hoạch củ quả để làm sốt cà chua *ketchup*, muối củ cải đường, làm các loại dưa. Bà chủ trại Josée Lafrance của hai trại La Grillade in Saint-Alphon-se-de-Granby và trại La Goudrelle in Mont-Saint-Grégoire, than van: "Chúng tôi phải sửa soạn rau củ khi mùa màng nở rộ. Chúng tôi phải gọt vỏ bằng tay và phải cắt và muối khoảng 2.700 kí củ cải đường cho kịp thời gian cây phong cho mủ nhựa để bắt đầu mùa đón khách". Rồi còn phải chất bánh trái, đồ hộp cho đầy tủ lạnh. Năm nay, đã tháng 12, mà tình hình vẫn tối tăm. Từ năm ngoái trại của bà đã thất thu bạc triệu. Đó là tình trạng chung. Tất cả các trại đã mất tới 90% doanh thu. Con số thống kê này do hiệp hội các nhà hàng và khai thác si-rô *Association des Salle de Réception et Érablière du Québec (ASEQC)* đưa ra.

Theo bài báo mới đây của ký giả Michel Saba, *"The*

Sugar Shack Collapse: Cabanes à Sucre Are Shutting Down at an Alarming Rate", được báo chí đăng tải vào ngày 12/12/2020, thì đã có tới 25% trong số 200 *cabane à sucre* tại Quebec đã đóng cửa hoàn toàn. Khoảng 25% khác chỉ sống nhờ sản xuất xi-rô. Những nơi còn bám trụ đang kêu gọi chính quyền trợ giúp sống qua ngày.

Nhưng suy thoái kinh tế là tình trạng chung của thế giới. Tỉnh bang Québec cũng rứa. Nhà nước lo sao cho xuể. Các bộ liên quan đến kỹ nghệ và du lịch của tỉnh bang cứ ầu ơ hứa bâng quơ. Chủ nhân các trang trại dĩ nhiên không vừa ý. Ông Frédéric Paiement, chủ trang trại L'Akabane ở vùng Lanaudière đã khôi hài đen: "Là một công dân Québec tốt có nghĩa là vỡ nợ. Cám ơn! Anh, chính anh, đang ở gần một con tàu, anh đang chết đuối. Thay vì ném cho anh chiếc phao, họ đã thảy vào anh một cục gạch!".

Cục gạch gây thương tích cho cả một nét văn hóa riêng biệt của Québec lẫn sức quyến rũ du khách của tỉnh bang. Tang thương cũng là một thứ dịch được chia đều cho mọi sinh hoạt của con người. Thôi thì cứ hy vọng khi thuốc chủng ngừa đã và đang được lụi vào cánh tay của mỗi người. Ngày mai trời lại sáng. Hy vọng vẫn là thứ thuốc tốt nhất của con người. Rồi những chai xi-rô quyến rũ của thứ cây phong vừa đẹp vừa hữu ích lại được du khách thích thú đóng vào va li, rồi những ngày hội *cabane à sucre* lại kéo được những con người sát vào nhau hơn. Những ngày nhộn nhịp sẽ tới. Thế giới sẽ hồi sinh. Cô Vi cô Vít sẽ quê một cục!

01/2021

CÁC BÀ PHẦN LAN

Trong bài "Harris ở Montreal" tôi nhân cơ hội nước Mỹ lần đầu tiên có phụ nữ đạt tới chức Phó Tổng Thống "Chờ", nên nhắc tới nhiều nước đã có các bà làm lớn. Tính ra tới khoảng 160 bà. Tôi hài tên một số bà quen biết tại một số nước trên thế giới. Phần Bắc Âu, tôi chỉ nhắc sơ sơ. Anh Nguyễn Bá Trạc, tác giả cuốn "Người Di Cư Nhức Đầu Vừa Phải", đọc và thấy…nhức đầu. Trước đây anh sống tại San Jose, nay theo vợ về an hưởng tuổi già ở Turku, Phần Lan. Anh nhắc tôi phụ nữ làm lớn tại Phần Lan có nhiều, và chuyện hay cũng nhiều. Anh viết cho tôi như sau: *"Còn vấn đề phụ nữ, anh nên tìm đọc về bà Tổng Thống Phần Lan thời 2000-2012, tên là bà Tarja Halonen. Đây là một bà già xấu xí mà tốt bụng, mùa hè thường đến nghỉ ở Turku nơi chúng tôi ở, bà ấy thường đi cái xe đạp lạch cạch trên đường quê một thân một mình. Nhưng với diện mạo quê mùa mà bà già đã sớm nhìn thấy thế giới đang thay đổi rất nhanh chóng, cần phải mở rộng tầm nhìn để thúc đẩy và tận dụng các sáng kiến. Bà ấy nói: "Thế giới toàn cầu hoá có thể sẽ tạo ra những thách thức mới, tuy nhiên có thể những sáng kiến mới sẽ là giải pháp cho những thách thức này. Mục tiêu tương lai của chúng ta là kết hợp xã hội phúc lợi với tính cạnh tranh. Đây không phải là hai khía cạnh đối lập mà có tính song hành". Ngoài ra chắc chắn anh sẽ có những phút giây vui vẻ khi tìm đọc về bà Sanna Marin, thủ tướng trẻ trung 35 tuổi với một nội các toàn phụ nữ, chịu khó gú gồn anh sẽ thấy nhiều chuyện thú vị để đọc và viết. Bà này thường mặc áo hở ngực và thản nhiên vạch vú cho con bú. Mẹ bà này là phụ nữ đồng tính. Bà này được hai bà mẹ đồng tính nuôi cho đến khôn lớn trưởng thành".*

Phải cám ơn anh Trạc đã mách cho tôi biết tới những nữ lưu Phần Lan, một đất nước nhỏ bé, diện tích chỉ có 338.144 cây số vuông với dân số vỏn vẹn có 5 triệu 300 ngàn người. Bé nhưng là thứ bé hạt tiêu. Đứng hạng 10 thế giới về số người tốt nghiệp đại học với tỷ lệ 37%. Nhân đây cũng tạt qua Canada của chúng tôi một chút vì đất nước này đứng đầu thế giới về trình độ trí thức với 50% dân số có bằng đại học. Sản lượng GDP của Canada, tính theo đầu người là 39.070 đô trong khi Phần Lan là 36.585 đô. Dân Phần Lan là dân đẻ bọc điều vì được hưởng những phúc lợi cao trong một xã hội dân chủ xã hội, lo cho dân chúng từ khi nhỏ tới lúc về già, không một thành phần dân chúng nào bị bỏ rơi bên lề xã hội.

Tôi chưa bao giờ tới Phần Lan, đọc sách báo chỉ biết vậy. Muốn rõ hơn về đất nước này, lại phải nhờ tới anh bạn đang sống tại chỗ. *"Theo xếp hạng của Liên Hiệp Quốc trong Báo Cáo Hạnh Phúc Thế Giới, mấy năm nay Phần Lan liên tiếp đứng nhất, sau đó là Na Uy, Đan mạch, Iceland và Thụy Sĩ. Một số các nước lớn trên thế giới như Mỹ, Anh cũng chỉ lần lượt xếp hàng thứ 18 và 19... Từ một quốc gia nghèo khó lại bị chiến tranh tàn phá, dân tộc này đã mau chóng tạo nên được một đất nước tuy nhỏ bé mà thế giới kính nể. Cuộc sống phồn thịnh. Phúc lợi được chia sẻ đồng đều cho dân chúng qua hệ thống an sinh xã hội. Y tế, giáo dục miễn phí. Gia cư và thực phẩm được bảo đảm cho toàn dân. Một nền dân chủ liên tục không rạn nứt. Một chính quyền trong sáng nhất thế giới. Một đất nước mà quyền con người và sự bình đẳng giữa con người được tôn trọng. Chỉ trong một thời gian ngắn Phần Lan đã đạt được nhiều thành quả trong các lãnh vực từ văn hóa, thể thao, đến kiến trúc, âm nhạc, giáo dục... trở thành một đất nước có nhiều sáng kiến cách tân nhất. Về kỹ thuật là một trong ba nền kinh tế khỏe nhất. Về sức cạnh tranh là quốc gia xếp hàng thứ hai ở Âu Châu. Tính theo dân số, họ có tỉ lệ kỹ sư cao nhất thế giới. Hệ thống giáo dục của Phần Lan đang khai triển những ứng dụng tân tiến nhất của kỹ thuật digital. Thế giới cũng đang thừa hưởng nhiều phát minh và kỹ thuật mà người Phần Lan đem lại"*.

Một đất nước ngời sáng như vậy lại do các vị nữ lưu nắm giữ những vị trí cao nhất trong tổ chức chính quyền. Không phải một người mà nhiều người. Chức vị cao nhất là Tổng Thống. Anh Trạc đã nhắc tới bà Tổng thống Tarja Halonen, *"một bà già xấu xí mà tốt bụng"*. Bà là nữ *tonton* đầu tiên của Phần Lan, tại vị hai nhiệm kỳ, từ năm 2000 tới 2012. Bà sanh năm 1943, khi ngồi trên chiếc ghế cao nhất nước, mới 57 tuổi. Bà này đã công du tới Việt Nam từ ngày 21 đến 23 tháng 2 năm 2008.

Leo lên ghế *tonton* năm 57 tuổi mà bị anh Trạc gọi là bà già có là một điều oan ức không, chắc không. Vì nội các hiện nay của Phần Lan gồm phần lớn là những bậc nữ lưu trẻ đẹp, chắc dưới mắt anh Trạc là hấp dẫn hơn. Tính tôi chắc cũng giống tính anh bạn nên vội chạy qua miền thanh xuân này cho mát mẻ. Nhất là được anh cho biết bà Thủ Tướng Sanna Marin mới 34 tuổi, *"thường mặc áo hở ngực như tài tử, ngồi họp trong quốc hội lại thản nhiên vạch vú cho con bú"*.

Chuyện bà Thủ Tướng thích mặc áo hở ngực, tôi có chú ý khi báo chí làm ầm ỹ vào tháng 10 vừa qua. Nói vậy để bàn dân thiên hạ biết là tôi cũng rất nhạy bén. Chuyện nổ ra khi tờ báo thời trang Trendi cho đăng bức hình bà Sanna mặc một chiếc áo *vest* khoét cổ khá sâu mà bên trong không mặc chi cả. Tấm hình được chụp ngay trong dinh thủ tướng. Một chính trị gia mà lộ liễu như vậy là chuyện hiếm có. Độc giả mặc sức vào phê bình. Phe bênh phe chống cứ loạn xà ngầu. Nhưng phe bênh coi bộ to mồm hơn. Họ bày tỏ sự ngưỡng mộ với "vẻ đẹp, sức mạnh và sự độc lập" của bà Thủ Tướng chịu chơi. Giới phụ nữ trẻ đổ xô nhau chụp hình với chiếc áo *vest* thoáng mát rồi bỏ lên mạng xã hội để ủng hộ nữ Thủ Tướng. Họ tạo cả một phong trào dưới tiêu đề *imwithsana* (Tôi Đứng Về Phía Sana), đua nhau khoe hình nhá nhá chút xíu cho mọi người tơ tưởng.

Chúng ta không ngạc nhiên với lối sống phóng khoáng này của bà Thủ Tướng trẻ tuổi nhất thế giới nếu biết bà được

Chiếc áo vest gây nhiều tranh cãi.

nuôi dưỡng bởi một bà mẹ đơn thân đồng tính. Sau khi chia tay với ông chồng, bà đã sống với một phụ nữ đồng tính khác. Gia đình bà Sanna thuộc tầng lớp lao động. Bà Sanna là người đầu tiên trong gia đình có bằng Đại học.

Bà Sanna biết yêu từ năm 18 tuổi. Bà gặp ông Markus Raikkonen tại một quán rượu vào năm 2004 và tiếng sét ái tình đã xẹt liền. Cả hai đều sanh năm 1985. Kể với tạp chí Vogue, ông Markus cho biết là khi chợt thấy cô bé Sanna, ông đã thấy cô khác biệt với những người con gái đồng trang lứa. "Nàng trông khá nghiêm túc so với bạn bè đồng tuổi và rất chú ý tới chính trị". Ngay năm sau, họ chuyển về sống chung tại vùng Tempere. Cả hai đều là những sinh viên xuất sắc. Chàng tốt nghiệp Thạc sĩ Kinh Tế, tham gia quản lý nhiều công ty công nghệ trước khi trở thành Giám Đốc Truyền Thông của Học Viện *Marketing Tempere*. Chàng cũng có tí tài lẻ là đá bóng rất nhuyễn, cầu thủ của đội bóng Tempere cho tới năm 2008. Nàng Sanna tốt nghiệp ban hành chánh Đại học Tempere năm 2007. Khi mới 20 tuổi, Sanna đã tham gia các hoạt động chính trị. Năm 2012, bà được bầu vào Hội Đồng Thành Phố Tempere và trở thành Chủ Tịch Hội Đồng từ năm 2013 đến 2017. Gia nhập đảng Dân Chủ Xã Hội, Sanna được tham gia nội các chính phủ Phần Lan với chức vụ Bộ Trưởng Giao Thông và Vận Tải vào tháng 6 năm 2019.

Hoạt động bận rộn của hai người khiến họ chưa nghĩ tới chuyện tổ chức đám cưới tuy cả hai dự định sẽ phải làm việc này. Sanna tâm sự: "Tôi là con gái duy nhất của mẹ và tất cả những gì tôi có thể làm cho mẹ vui là tổ chức đám cưới. Bạn bè của chúng tôi cũng mong có dịp chung vui cùng chúng tôi trong một buổi tiệc cưới". Chưa kịp cưới thì Sanna đã mang bầu và sanh con gái đầu lòng Emma Amalia vào tháng giêng năm 2018. Ngày 1/8/2020, họ tổ chức hôn lễ. Đám cưới chỉ có 40 người thân gồm gia đình và bạn bè tham dự vì bị hạn chế số người trong đại dịch. Cưới xong bà nhận chức Thủ Tướng. Ta gọi là đại đăng khoa lẫn tiểu đăng khoa! Bà Sanna đã từng nói: "Tôi chưa bao giờ nghĩ về tuổi tác hay giới tính mà chỉ nghĩ về điều đã đưa tôi tới với sự nghiệp chính trị và những điều mà từ đó chúng tôi giành được sự tin tưởng của cử tri".

Trên thế giới hiện có ba thủ tướng trẻ, bà Sanna trẻ nhất. Hai người kia là Thủ Tướng Ukraine, ông Oleksiy Honcharuk, 35 tuổi và Thủ Tướng Tân Tây Lan, bà Jacinda Arden, 39 tuổi. Vừa trẻ, vừa đẹp, vừa tươi lại biết ăn diện, bà là cái đinh của Hội Nghị Thượng Đỉnh Âu châu họp tại Brussels, Bỉ, vào ngày 12/12, chỉ hai ngày sau khi bà nhậm chức. Nguyên thủ các quốc gia xúm lại chúc mừng và làm quen với bà. Người mặn mà nhất với bà thủ tướng trẻ nhất thế giới là *tonton* Pháp Macron. Chuyện ông Macron xoắn xuýt với bà thủ tướng trẻ cũng phải thôi. Ông ít có dịp tiếp xúc với những người trẻ.

Nổi đình nổi đám như vậy nhưng bà Sanna không phải là nữ thủ tướng đầu tiên của Phần Lan. Trước đó đã có bà Anneli Jaatteenmaki, cầm quyền năm 2003, và bà Mari Kiviniemi, trụ được hai năm từ 2010 đến 2011. Hai bà này via hơn nhiều khi nhậm chức. Bà Anneli năm 65 tuổi và bà Mari năm 52 tuổi. Với số tuổi chỉ 34 khi nắm quyền bính trong tay, bà Sanna làm hơn hai bà tiền nhiệm vì có một dàn nữ bộ trưởng trẻ trung vui tính như bà. Dân Phần Lan gọi nhóm này là *"Spice Girls"*. Nói ra sợ làm mất lòng mấy ông ở Phần Lan chứ chính phủ của bà Sanna âm thịnh dương suy rõ rệt. Có tới 12 bà bộ trưởng trong khi các ông chỉ có 7 mống!

Chính trường Phần Lan rất đa dạng với 8 chính đảng hiện đang hoạt động. Vậy nên khi nhậm chức thủ tướng bà Sanna phải liên kết với 5 đảng khác để thành lập chính phủ. Năm chủ tịch của các đảng này đều là phụ nữ. Chủ Tịch đảng Trung

The Spice Girls!

Tâm là bà Katri Kulmuni, 32 tuổi, giữ chức Bộ Trưởng Tài Chánh. Lãnh đạo đảng Xanh, bà Maria Ohisalo, 34 tuổi, Bộ Trưởng bộ Nội Vụ. Bà Li Andersson, 32 tuổi, Chủ Tịch Liên Minh Cánh Tả, giữ bộ Giáo Dục. Bà Anna-Maja Henriksson, 55 tuổi, Chủ Tịch đảng Nhân Dân Thụy Điển, giữ chức Bộ Trưởng bộ Tư Pháp. Đảng Nhân Dân Thụy Điển? Tôi khựng lại. Sao lại có Thụy Điển ở Phần Lan? Tên bằng tiếng Thụy Điển của đảng này là *Svenska folkpartiet i Finland (SFP)*. Đây là đảng đại diện cho quyền lợi của dân tộc thiểu số nói tiếng Thụy Điển tại Phần Lan. Tên đảng bằng tiếng Phần Lan là *Suomen ruotsalainen kansanpuolue (RKP)*.

Trong số các bà bộ trưởng trên, chỉ có bà Anna-Maja thuộc lớp nhiều tuổi, còn ba bà kia đều dưới tuổi 35. Tôi nhớ hồi ông tướng râu kẽm Nguyễn Cao Kỳ lập nội các chiến tranh, ông đã phán: trên 35 tuổi là hết xài. Vậy mấy bà này còn xài được!

Cựu thủ tướng Phần Lan, ông Alexander Stubb, đã phải xuýt xoa: "Đảng của tôi không có ghế trong chính phủ kỳ này nhưng tôi rất vui khi các lãnh đạo của 5 đảng trong chính phủ đều là phụ nữ. Điều này chứng tỏ Phần Lan là một đất nước hiện đại và tiến bộ. Phần lớn các thành viên trong nội các của tôi trước đây cũng đã là phụ nữ. Một ngày nào đó, giới tính sẽ không còn là vấn đề trong chính phủ nữa. Chỉ có sự tiên phong là đáng kể!".

Phần Lan ngày nay là cái nôi ấm áp cho các bà hoạt động chính trị. Trong 200 ghế nghị sĩ của quốc hội đương nhiệm, các bà đã dành được 93 ghế, chiếm tỷ lệ 47%. Đây là một kỷ lục. Trước đây, vào năm 2011, số ghế của các bà là 85 ghế. Thời đó cũng đã được coi là kỷ lục. Theo như xếp hạng của tổ chức Diễn Đàn Kinh Tế Thế Giới thì không chỉ Phần Lan mà toàn thể các nước Bắc Âu khác như Iceland, Na Uy, Thụy Điển đều nằm trong số các nước dẫn đầu thế giới về thực hiện bình đẳng giới tính.

Chuyện các bà tại Phần Lan ngồi ngổn ngang trong các cơ chế công quyền không còn là chuyện đáng nói. Các bà đã dần dần chen bàn tọa vào chiếm chỗ của các ông. Chuyện nóng hổi bây giờ là chuyện các bà các cô nắm các chức vụ công quyền ngày càng trẻ. Điển hình không ai khác hơn là chính bà Thủ Tướng Sanna. Bà tham gia chính trị từ năm 20 tuổi. Chỉ hai năm sau, bà đã tranh cử chức đại biểu hội đồng thành phố Tempere nhưng trượt vỏ chuối. Không nản chí, bà tiếp tục hoạt động và đã chen được vào một ghế hội đồng và, ngon hơn nữa, trở thành Chủ tịch Hội Đồng thành phố Tempere vào năm 27 tuổi. Năm 2014, mới 29 tuổi, Sanna được bầu làm Phó Chủ Tịch thứ hai của đảng SDP và bước chân vào quốc hội một năm sau đó. Đường công danh của bà lên vùn vụt khi được bổ làm Bộ Trưởng Giao Thông và Vận Tải vào tháng 7/2019, rồi Thủ Tướng vào tháng 12 năm 2019.

Chồng của Sanna, ông Raikkonen cũng đã ngạc nhiên khi sự nghiệp chính trị của vợ lên nhanh như diều gặp gió. Anh nói với báo Ilta-Sanomat: "Cả nhà đều mừng cho Sanna và chúng tôi hoàn toàn ủng hộ cô ấy". Nhưng "cô ấy" không kiêu căng, vẫn nể trọng ông chồng. Cô viết trên mạng *Instagram*: "Tôi vô cùng hạnh phúc và biết ơn khi chia sẻ cuộc sống với người đàn ông tôi yêu. Chúng tôi đã đi bên nhau, cùng chia sẻ niềm vui và nỗi buồn cũng như hỗ trợ lẫn nhau lúc khó khăn trước giông bão của cuộc đời. Chúng tôi đã sống bên nhau cả tuổi trẻ, cùng nhau trưởng thành và trở thành cha mẹ của cô con gái bé nhỏ. Em đã tìm được anh và cảm ơn anh đã luôn ở bên cạnh em".

Ông chồng bà thủ tướng trẻ nhất thế giới đã luôn ở bên cạnh bà vợ danh tiếng nổi như cồn trên khắp hành tinh, còn các ông khác ở Phần Lan đã làm chi khi đất nước rơi dần vào tay các bà? Tôi chẳng quen ông nào ở Phần Lan ngoài ông Nguyễn Bá Trạc nên nắm áo ông này để hỏi đôi lời. Ông ngôn: *"Ba năm nay Phần Lan được đánh giá là đất nước mà người dân được hạnh phúc nhất thế giới. Họ chỉ không nói tới những mùa đông dài lê thê, rét buốt cóng xương. Cho nên những lão già Việt Nam sống tại đây chỉ vào Facebook viết vài chữ cho vui rồi nhảy vô giường trùm chăn ngủ khò chớ không thể nào viết lách được cái chi"*.

12/2020

CÂU

Ông Ron Touaty là chủ tiệm chuyên bán đồ câu cá *"Lachine Bait and Tackle"* ở Montreal. Lachine là vùng có khúc sông Saint Lawrence rất đẹp chạy ngang qua. Nơi đây có một công viên rộng lớn cho dân chúng tới hóng mát, chạy bộ, đạp xe đạp và các trò thể thao khác. Câu cá cũng là một môn thể thao. Khách hàng của ông thường là những người có tuổi và các du khách. Năm nay những khách hàng này vắng bóng nhiều. Du khách không có máy bay để cưỡi, người có tuổi ngại ra ngoài. Ông chủ tiệm chuyên bán mồi và các dụng cụ của…ngư ông cho biết: "Năm nay khoảng một nửa khách hàng của tôi là những người mới tôi chưa bao giờ thấy. Điều này cũng tốt. Dĩ nhiên đây là hậu quả của Covid!".

Lại Covid! Tôi chán mợ này quá rồi nhưng đụng đâu cũng phải nhắc tới mợ. Chẳng gì mợ cũng có quyền phép thay đổi cuộc sống của mỗi chúng ta. Ông Ron cũng thấy vậy: "Tôi nghĩ là người ta bị cấm cung trong nhà mãi cũng bực bội nên muốn thoát ra ngoài. Điều làm tôi ngạc nhiên là lại nhìn thấy những khách hàng trẻ. Tôi không thấy họ từ hai chục năm nay rồi!". Chuyện kể cũng lạ. Trong cửa tiệm của ông Ron người ta có một chuyện giỡn rất vui. Ngày trước, muốn phạt một đứa trẻ, cha mẹ bắt ở trong nhà. Ngày nay hình phạt là ra ngoài trời! Ông Ron kể tiếp trong giọng cười vui: "Tôi hỏi đám trẻ theo cha đi câu: 'Sao các con không đi câu thường cho vui? Chúng nó đáp: 'Tại vì trên thuyền không có *wifi*!'".

Trẻ ngày nay có thể ngồi cả ngày trong nhà, mắt dán vào màn hình *tablet* hoặc điện thoại thông minh. Một trong những điều tích cực của Covid là đã xua được đám trẻ ra ngoài trời, tách chúng khỏi *wifi*. Nhiều em đã cảm được cái thú đi câu. Thời trẻ của ông Ron khác. Ông tâm sự: "Tôi không biết có phải đã tới lúc chúng ta trở về thời xưa chưa nhưng đám trẻ đã thấy được sự thú vị khi đi câu. Một khi thấy thích, nhiều cái sẽ thay đổi theo. Sông nước đã mang lại cho tôi sự an bình, đã khiến tôi đằm tính hơn. Đi câu đã nối kết tôi với thiên nhiên, với cuộc sống an lành. Nhiều người nói tôi hay suy tưởng. Tôi nghĩ đó là vì tôi đã có cuộc sống đứng trên bờ sông. Tôi thường đi câu một mình và hay suy nghĩ. Cũng giống như những người đạp xe hay chạy bộ. Tại sao họ làm như vậy? Vì nó khiến họ thoát ra khỏi cuộc sống thường nhật. Nó cho họ cơ hội thanh lọc tâm hồn".

Ông Ron đi câu từ năm 8 tuổi. Ông Luân Hoán không biết khởi…nghiệp từ năm mấy tuổi. Ông có một bài thơ nhai lại cái thời đi câu tuổi nhí đó.

không đá kiện, đá banh

không bắn bi, u mọi
tôi ngồi câu trời xanh
rớt một vùng dưới nước
cá ăn, dọa, giật chơi
không màng chuyện có được
tôi không câu chính tôi
mặc bóng nghiêng mặt nước

Thú câu cá ao hồ.

Hình như thời nhỏ của chúng tôi, đứa nào cũng thích vác cần câu. Tôi cũng câu kiếc vào khoảng 10 tuổi. Hà Nội hồi đó có những vùng ven đô có ao, có rặng tre, có những thửa vườn. Ngày nghỉ học, tôi đạp xe ra ngoại ô thả cần câu. Nói cho oai vậy thôi chứ tôi chỉ là thứ ăn theo. Cậu tôi là người thích đi câu. Cứ cuối tuần là na theo tôi và ổ bánh mì giò chả đi ngồi bờ ngồi bụi nguyên một ngày. Cành câu được cắt thành từng đoạn ngắn cột dọc theo khung xe cho tiện. Khi hành nghề, ráp chúng lại. Đầu mỗi đoạn có một ống bằng đồng, khớp với nhau. Thứ cá tôi câu hồi đó là cá giếc. Mồi là những con giun đỏ. Giun này nhỏ hơn giun đất, có mùi đặc biệt riêng, cá giếc rất thích. Chúng được cha con tôi nuôi trong những chiếc vại đất lớn. Thực phẩm của chúng là phân bò. Phân bò được lượm trên những bãi cỏ gần bờ đê, nơi người ta thường thả bò ăn cỏ. Có cần câu, mồi giun chưa đủ. Trước khi khởi hành, phải rang thính bằng gạo. Khi nào gạo vàng, giã nhỏ ra có mùi thơm là được.

Cá giếc sống thành đàn khoảng vài chục con. Trước hết, tôi lựa vài chỗ ngồi, thường là nơi có bóng mát, dưới rặng tre, sạch sẽ. Lấy thính ra, vát chút nước trộn thính sền sệt, vo thành từng cục. Ném thính xuống vài chỗ định thả cần. Thấy chỗ nào có tăm cá nổi lên là đúng đàn cá giếc đang ngửi thính. Ngắt đôi mồi giun, xỏ giun vào lưỡi câu sao cho nửa con giun còn ngo ngoe cử động để cho cá dễ nhìn thấy. Đặt cần xuống, chỉnh phao bằng lông ngỗng. Khi nào chiếc phao chồng thành một đường thẳng đứng là biết mồi câu chạm đáy ao, nơi cá giếc sục sạo tìm ăn. Khi cá cắn câu, chiếc phao chập chờn. Khi phao ngả xuống nằm ngang mặt nước là cá đã nuốt mồi. Đây là lúc cần chút tài lẻ. Không được giật mạnh cành câu vì sẽ làm náo động đàn cá, chúng sẽ chạy hết. Chỉ bắt được một trự. Phải nhẹ búng đầu cần cho lưỡi câu móc vào miệng cá rồi từ từ kéo lên một cách nhẹ nhàng. Cả đàn cá không biết có biến, vẫn quay quần nơi có mùi thơm. Gỡ chú cá xấu số, bỏ vào giỏ chiến lợi phẩm, thay mồi, nhẹ đặt giây câu xuống. Chờ tới khi phao bềnh lên nằm ngang, búng và nhấc cần câu lên. Chú cá thứ hai. Cứ tuần tự như vậy, cả đàn cá sẽ bị nhốt vào giỏ của ngư ông nhí. Khi nào thấy hết tăm, có nghĩa là hết cả đàn cá, sẽ thả thính tìm đàn cá khác. Câu mả như vậy nên mỗi lần đi câu về, cá ăn không hết, chia cho họ hàng bà con lối xóm, vui vẻ cả làng!

Sự nghiệp sát cá của tôi chấm dứt với cuộc di cư năm 1954. Vào Sài Gòn, muốn câu cá phải đi xa, không còn bụi tre, không còn con ao nho nhỏ dễ thương. Câu kiểu ôm cần ngồi cầu âu chờ cá chứ không còn lối câu…nghệ thuật như ở Hà Nội. Vậy nên tôi không màng tới chuyện câu. Vả lại, với tuổi vừa lớn, đã biết chạy theo các tà áo dài, tôi còn nhiều chuyện khác thú vị hơn là câu. Mấy tên bạn di cư cùng với tôi, nghe tôi nói trong này không có cá giếc, chúng ỡm ờ chọc: "Thì mày vẫn câu cá giếc đó còn gì nữa!".

Tôi bỏ Hà Nội thì ông nhà thơ Phùng Quán về tiếp thu. Chỉ được một thời gian. Năm 1957, ông bị nhà nước dày vò khốn khổ khi "Nhân Văn Giai Phẩm" đăng bài thơ "Lời Mẹ Dặn" của ông. *Yêu ai cứ bảo là yêu / Ghét ai cứ bảo là ghét / Dù ai ngon ngọt nuông chiều / Cũng không nói yêu thành ghét / Dù ai cầm dao dọa giết / Cũng không nói ghét thành yêu.* Sống trong xã hội lấy gian dối làm cách trị dân thì ngang bằng sổ phẳng chỉ có đi ăn mày. Phùng Quán không đi ăn mày nhưng cũng na ná như ăn mày. Ông tóm tắt cuộc sống của ông trong sáu chữ: "cá trộm, rượu chịu, văn chui".

"Văn chui" vì cái tên Phùng Quán bị khai tử. Nhiều khi túng quẫn, ông phải viết kiếm ăn, bạn bè nhận in dưới những cái tên giả. Theo người bạn vong niên của Phùng Quán là nhà thơ Ngô Minh kể lại thì trong thời gian viết chui, ông đã in được khoảng 40 truyện tranh, khoảng 10 tác phẩm văn xuôi khác trong đó có ba tập của bộ tiểu thuyết nổi tiếng "Tuổi Thơ Dữ Dội". Ông chắt bóp từng đồng tiền nhuận bút suốt 32 năm bị treo bút để nuôi gia đình.

Phùng Quán uống rượu để quên đi nỗi buồn bị trù dập vì…lời mẹ dặn. Tiền nuôi gia đình còn chưa đủ, lấy đâu tiền mua rượu. Ông phải uống chịu. Người cho ông uống chịu nhiều nhất là bà Hai Hanh, có quán bán rượu ở làng Nghi Tàm. Sổ nợ là cái cột nhà, mua một lít thì gạch một nét. Bốn nét thành một ô vuông, thêm một nét chéo nữa là 5 lít. Người khác mua chịu thì phải trả trong ngày hôm sau, không trả thì khỏi mua thêm, nhưng Phùng Quán được đặc cách, có khi nợ tới 4 hoặc 5 ô gạch chéo mới trả cũng được. Ông kể có một lần, một chàng thủy thủ tàu viễn dương tới nhà tán cô con gái xinh đẹp của ông, có để lại biếu ông nửa gói thuốc ba số 5. Ông không dám hút thứ…đế quốc đó, mang ra đổi rượu, uống được mấy ngày. Ông hãnh diện tuyên bố: "Rượu là cứu cánh vĩ đại của phường đạo tặc sông hồ".

Chuyện "đạo tặc sông hồ" mới là chuyện đáng nói ở đây. Tác giả Văn Xương, một quân nhân giải ngũ, sống bằng nghề câu cá, chẳng biết thơ văn chi. Ông viết: "Cá câu được tôi đem bán cho một bà có gánh cơm đầu ghế (bây giờ gọi là cơm bụi) ở góc chợ Hàng Bè. Thỉnh thoảng tôi gặp một thanh niên trạc 27, 28 tuổi mặc quân phục bạc màu, gương mặt xanh xao, hốc hác, ánh mắt buồn rầu u ẩn. Anh ta thường mua một bát cơm cùng bát canh với vẻ lơ đãng như không biết mình đang ăn gì, rồi anh lặng lặng bỏ đi. Tôi đoán lính phục viên như tôi, không gia đình, nhà cửa, không công ăn việc làm. Không hiểu sao dáng vẻ và gương mặt u uất, xanh xao của anh gây cho tôi một ấn tượng xót xa, thật nặng nề, và tôi tìm cách làm quen". Khi biết được đó là nhà thơ nổi tiếng Phùng Quán, ông rủ đi câu kiếm ăn qua ngày. Họ câu ở hồ Ha-Le do quốc doanh cá Hà Nội quản lý. Vé câu một ngày là hai đồng. Ông Văn Xương mua cho Phùng Quán một cành câu. Chỉ vài ngày thực tập là Phùng Quán nhuần nhuyễn, câu được cá mang bán. Nhà thơ là người đang ở đường cùng nên tính toán hơn thiệt. Ông nói với bạn: "Mỗi ngày mất đứt 2 đồng mua vé câu thì đau hơn hoạn. Lỡ có ngày không dính được con nào thì mất cả chì lẫn chài. Tôi muốn tìm hồ câu nào không phải mua vé!". Vậy là ông khởi ngiệp "câu trộm" tại các hồ ở vùng Nghi Tàm, Hồ Tây, Quảng Bá, chấp nhận thương đau. Nếu chủ hồ bắt được họ đánh no đòn hoặc bắt giữ luôn. Nhà thơ chấp nhận chuyện rủi ro vì tự tin tài trốn chạy của mình. Ông nói: "Hồi làm lính trinh sát, Tây càn, vây bốn mặt, tôi vẫn thoát ngon ơ".

Những ngày sống ở nước ngoài, tôi cũng hay lảng vảng nơi những chiếc cần câu được cắm bên hồ hay biển. Khi chỗ này, khi chỗ khác, theo bước chân thích đây đó của tôi. Chẳng thấy ở đâu có cái thú như thú đi câu cá giếc ngày nhỏ của tôi. Ngày đó, tôi ngồi câu mà như nhìn thấy đáy ao, đếm được những con cá đang sục sạo tìm mồi dưới nước. Chiếc cần câu như cánh tay với của tôi tới đáy ao. Bên đây, hoặc người ta quăng dây câu rồi kéo lại gần, cầu âu có chú cá ngu dại chạy theo đớp mồi, hoặc thả dây câu xuống mặt biển dập dềnh sóng, nhìn mặt nước như nhìn vào cõi hư vô, gọi cá trong đầu. Như cụ Nguyễn Khuyến ngày xưa: *cá đâu đớp động dưới chân bèo.*

Lều câu cá mùa đông.

Chỉ có một lối câu mà tôi thấy lạ. Câu cá mùa đông dưới tuyết. Vào lúc trọng đông, mặt hồ đóng thành băng, người ta đào một chiếc lỗ nhỏ, thả dây câu xuống. Nghe tới đây tôi thấy rét. Ngồi câu trên mặt nước đóng băng là một trò teo người. Nhưng tôi có một ông bạn gan cùng mình, đã dấn thân và kể cho mọi người nghe chuyện đi câu mùa đông. Người hùng đó là ông Võ Kỳ Điền. Ông khai sáng cho tôi trong bài "Câu Cá Xứ Lạnh". Tôi gọi ông bạn họ Võ là người hùng e không chỉnh. Bởi vì ông cũng teo khi nổi hứng nhận lời đi câu mùa đông với con. *"Nhận lời con xong rồi mới thấy mình dại, ham vui một chút lại đi làm chuyện mạo hiểm, điên rồ. Câu cá suốt đêm đông trên một dòng sông lạnh lẽo, trong một làng nhỏ tên là Sainte-Anne-de-la-Perade, trên đường đi về hướng Québec. Tại sao không đi ban ngày cho đỡ, đi chi ban đêm cho khổ sở, vất vả. Thằng con nói ban đêm câu được nhiều cá hơn... Trời đất ! kể từ hôm đó, trong đầu tôi miên man tưởng tượng cảnh trên dòng sông mênh mông hiu quạnh, mặt nước đóng băng cứng ngắc, trời tối mò mò, gió lạnh thổi phần phật từng cơn, tuyết bay phơi phới, hai cha con trang bị quần áo mùa đông dầy mo, kín mít, đầu đội mũ (tuque), cổ quấn khăn choàng (foulard), tay mang bao tay (gants, mitaine), cả hai ngồi lom khom trên mặt nước đá, tay cầm cần câu quờ quạng chờ mong rình rập bắt từng con cá ngu dại đêm khuya đói bụng đi kiếm mồi. Thiệt tình, không biết vui sướng ở cái chỗ nào!"*.

Nhà văn Võ Kỳ Điền câu cá mùa đông

Teo đó nhưng ông bạn tôi, vốn là một ông đồ còn rơi rớt lại tới ngày nay, nên không dễ gì bội hứa. Ra đi với con, ông mới biết những suy đoán của người muôn năm trước chừ sai bét. Ông cười cho cái ngố của ông. Nơi con ông dẫn ông tới không phải là chốn đồng không mông quạnh mà đèn đóm sáng trưng như một thành phố nhỏ. Người đi qua đi lại tấp nập, tiếng cười đùa rộn rã, tiếng xe chạy. Có những chiếc xe cẩu nặng hàng chục tấn dùng để dựng những chiếc lều cho thuê. Xe nặng gấp trăm lần sức nặng của ông Võ mà mặt băng chẳng hề hấn chi. Thiệt đúng là lo con bò trắng răng. Chẳng nên cười cợt ông bạn tôi. Để ông kể cho nghe chuyện câu ít người biết này. *"Tôi bước vào chiếc lều đẹp đẽ, vững chãi khá rộng, đã đặt mướn trước, chỉ có một cửa ra vô, rất kín đáo và riêng tư chỉ dành riêng cho cha con tôi. Hai ngọn đèn trăm watts chiếu sáng cả phòng. Trong phòng một chiếc ghế nệm dài đặt sát tường để khi ai mệt mỏi thì có chỗ mà nằm, một cái bàn nhỏ, hai cái ghế, một tủ cây, một lò sưởi đốt bằng củi khô đang cháy nóng hừng hực. Trên mặt lò sưởi nóng hực đó mình có thể để chiếc ấm nấu nước sôi, để một vỉ sắt nướng bánh mì hoặc các món ăn khuya. Phía dưới mặt sàn được làm bằng ván ép dầy trên cái nền bằng cây chắc chắn. Nhưng cái chánh tôi muốn thấy là chỗ câu trong phòng ra làm sao. Nhìn kỹ đó là một đường rãnh sâu hình chữ nhựt, được cưa theo bề dọc của sàn trên mặt nước đá, dài ba thước, bề ngang chừng bốn mươi phân tây, nhìn kỹ phía dưới nữa, thấy nước đông đá cứng dầy chừng hai, ba mươi phân, dưới nữa là nước đóng váng mỏng lõng bõng, nhấp nhô theo từng cơn sóng. Có một thanh sắt to dài, đặt dọc ở giữa đường câu, để ngăn ngừa khi người câu mê man vô ý, tránh bị lọt xuống nước, nguy hiểm...Bên trên chiếc rãnh đó, có băng ghế dài để ngồi câu. Phía trên, trước mắt tôi có một thanh gỗ được đóng theo bề dài của lều, cao hơn đầu người một chút. Hai mươi dây câu được quấn vào những hàng đinh trên thanh gỗ ngang đó, mỗi cây đinh được đóng đều đặn cách nhau khoảng hai mươi phân...Khi cha con tháo xong hai mươi sợi dây câu và gắn mồi đủ thả hết xuống rãnh nước* bên dưới thì tôi toát mồ hôi chịu hết nổi, coi ra thì củi trong lò sưởi cháy đỏ rực, nhiệt độ trong phòng lên cao quá. Lạnh đâu không thấy mà mồ hôi toát ra đầy người, tôi phải cởi áo, tháo nón, tháo khăn quàng, và mở thoáng cửa cho hơi lạnh ùa vào. Trời càng về khuya thì cá ăn câu càng nhiều, đôi khi gỡ và móc mồi lại không kịp. Cũng có nhiều lúc ngồi ngáp dài vì không có một con. Những lúc đó phải chịu khó đổi mồi câu vì gan heo đã hết mùi thơm hấp dẫn cá rồi".

Sáng ra, khi hai cha con ông về thì giỏ cá đã có gần trăm con. Dĩ nhiên ông mang cá về chiên, hấp, nướng, nấu canh chua, kho… ăn dần chứ không thả xuống sông lại như tụi tây đầm.

Tôi cho đó là sự cọ sát của hai nền…văn minh. Một bên lụy vào cái đầu, một bên lụy vào cái bụng. Các cụ xưa đã dậy: có thực mới vực được đạo. Cá là…đạo!

08/2020

CHÂN DÀI

Cô bé Maci Currin, 17 tuổi, cư dân thành phố Cedar, tiểu bang Texas, Hoa Kỳ, vừa được *Guinness World Records* chứng nhận hai kỷ lục thế giới: người phụ nữ có đôi chân dài nhất thế giới và thiếu nữ tuổi *teen* có đôi chân dài nhất thế giới. Các ông bự truyền thông như CNN, UPI đều nhanh chóng đưa tin. Họ nhạy bén như vậy là phải. Cái chi liên quan đến chân dài đều là những tin hấp dẫn. Chân cô bé Maci dài bao nhiêu? Chân trái dài 134.62 phân (53 inch), chân phải ngắn hơn một chút, 134.3 phân (52.874 inch). Vậy thì giai nhân chân dài này sẽ đi kiểu chấm phết? Không, chỉ hơn nhau có 0,3 phân thì nhằm nhò chi. Dáng đi của Maci vẫn chuẩn như người mẫu.

Các bạn gái đọc tới đây chắc sẽ thắc mắc: làm sao để đo chân mình đây? Để coi xem thua cô Maci này bao nhiêu… thước? Theo cách đo quốc tế thì người ta sẽ đo từ rốn xuống tới mắt cá chân. Thường thì hai chân không dài bằng nhau mà so le chút đỉnh. Vậy trường hợp cô Maci có chân trái dài hơn chân phải là thường tình. Không có chi mà…dư luận.

Với một sự kiện khá chấn động như vậy, chuyện săm soi vào cô nhỏ lênh khênh này là chuyện dĩ nhiên. CNN trong bản tin vào ngày thứ bảy 10/10 cho biết là cô Maci có chiều dài của chân chiếm 60% chiều cao cơ thể. Maci cao 2, 08 thước. Cỡ tôi thì muốn ngắm dung nhan cô nàng này mỏi cổ phải biết.

Chiều cao dễ nể của cô Maci chắc là do di truyền. Cha cô cao 1,98 thước (6'5"), mẹ cô cao 1,7 thước (5'7"), một người anh của cô cao 1,95 thước (6'4"). Ngay từ khi mới được 18 tháng tuổi, mẹ cô đã nhận thấy Maci cao hơn những đứa trẻ cùng trang lứa. Bà nói: "Mỗi khi đi đón con ở trường, tôi không phải mất công tìm kiếm, bởi con gái tôi luôn cao hơn những bạn học khác". Lúc ra đường, cô rất ngại với ánh mắt của mọi người nhìn cô. Nhiều người còn móc điện thoại ra chụp hình cô mà không cần biết cô có bằng lòng không. Cao như cây tre miễu như vậy không phải là điều vui vì thân hình cao nhanh quá, xương cốt không theo kịp nên thường hay bị đau nhức. Nỗi đau này cô Maci rất ngán. Vậy nên ngày nay, khi chiều cao của cô không còn tăng nhanh, cô rất vui mừng. Tấm huy chương nào cũng có mặt trái của nó. Tuy vậy cô cũng rất vui khi được công nhận là người có cặp chân dài nhất hành tinh.

Cao như vậy có những điều lợi và những điều bất lợi. Điều lợi hiển nhiên chúng ta cũng đoán ra, đó là khỏi phải nghểnh cổ lên khi đứng coi đánh banh giữa đám đông. Cũng như có lợi thế hơn khi chơi các môn thể thao như bóng rổ hay bóng

Maci Curren với kỷ lục Guinness về cặp chân dài nhất thế giới.

chuyền. Nhưng điều bất lợi coi bộ nhiều hơn. Đó là hay va đầu vào khung cửa, khó khăn khi lên xuống xe hơi, khó lựa quần áo, giày dép khi đi *shopping*. Còn một bất lợi khác là khó chọn bồ bịch! Chọn được một anh chàng cân vai bằng lứa đâu có dễ. Tôi có một cô bạn, cao chỉ cỡ 1,7 thước mà vất vả chuyện bồ bịch. Ở Việt Nam thời chúng tôi, con gái cao cỡ đó nghe đã thấy chông chênh. Thấy được anh chàng nào cao ngang bằng, không cần biết tính tình gia cảnh anh chàng này ra sao, chộp liền. Đâu có bao nhiêu cửa mà chọn lựa!

Maci chiếm kỷ lục về chân dài. Chân dài thì phải cao. Điều này đúng nhưng cũng không đúng. Cô không phải là người cao nhất thế giới. Người phụ nữ cao nhất thế giới hiện còn sống là cô Sun Fang, dân Trung Quốc, sanh năm 1987. Cây tre miễu này sơ sơ có 2,21 thước (7'3"), cao hơn cô Maci 13 phân. Cô Sun Fang kế vị cô Zeng Jianglian khi cô này qua đời vào năm 1982. Cô này cũng dân Trung Hoa. Không biết sao con cháu ông Khổng Tử lại cao đến như vậy? Chẳng lẽ họ ăn…cao hổ cốt!

Hàng xóm của hai cô Trung Quốc cao nghều nghệu này là cô người Mông Cổ Rentsenkhorloo Bud. Năm nay mới 29 tuổi, cô có đôi chân dài 1,34 thước, chỉ thua cô Maci có 62 ly. Cô hiện sống với gia đình tại Chicago bên Mỹ. Chiều cao của cô là 2,05 thước, chỉ kém cô Maci vẻn vẹn có 0,3 phân. Chỉ cần nhích lên chút xíu là bằng cô chân dài kỷ lục Guinness. Cô Bud, cứ gọi vậy cho dễ hơn cái tên dài lằng nhằng khó nhớ của cô. Chắc dân bia bọt khoái cái tên này vì có tí mùi bia Budweiser. Cô cao như vậy cũng do di truyền. Cha cô cao 2, 08 thước, mẹ cô khiêm nhường hơn, chỉ sơ sơ 1,85 thước. Lúc đầu cô Bud cũng thấy đôi chân dài của mình là không giống ai nên mặc cảm nhưng dần dần cũng quen. Cô tâm sự: "Ngay từ khi còn học tiểu học ở Mông Cổ, tôi đã cao ngang với các thầy cô giáo. Nhưng kỳ thực tâm hồn tôi vẫn đúng với độ tuổi của mình. Khi ấy tôi vẫn cảm thấy mình là một cô gái nhỏ và muốn được mặc quần áo dễ thương như các bạn, nhưng tôi không thể tìm được quần áo như thế cho mình". Cao hơn bạn bè, thấy lạnh đầu là cái chắc. Nhất là học trò mà cao ngang thầy cô. Cái chi lâu ngày cũng thành quen. Lớn lên, mặc cảm đầu đời tiêu mất, thấy chân tay mình hơn người nên cũng thích: "Tôi thích mặc quần soóc và đi giầy cao gót, bởi tôi cũng thích đôi chân của mình trông dài và hấp dẫn hơn. Tôi có một đôi chân dài theo đúng nghĩa đen và tôi nghĩ điều đó khiến mình trông đẹp hơn".

Thật là thiếu sót nếu không nói tới cô Ekaterina Lisina.

Cô gái gốc Mông Cổ Rentsenkhorloo Bud.

Cô sanh năm 1987 và là cầu thủ bóng rổ trong đội tuyển Nga. Tại Thế Vận Hội Bắc Kinh năm 2008, cô cùng đồng đội đã đoạt huy chương đồng bộ môn bóng rổ. Cô gái 33 tuổi này cũng xuất thân từ một gia đình sếu vườn. Cô cao 2,05 thước trong khi cha cô cao 1,98 thước, mẹ cô cao 1,86 thước nhưng anh của cô cao tới 2,01 thước. Với chiều cao hơn người, thời đi học, cô thường bị bạn bè trêu chọc nên tức khí ghi danh dự thi kỷ lục Guinness cho bõ ghét. Năm 2017, cô đoạt hai kỷ lục Guinness: người phụ nữ có đôi chân dài nhất thế giới và người mẫu chuyên nghiệp cao nhất thế giới. Cô giữ kỷ lục về đôi chân dài nhất thế giới được ba năm thì bị cô Maci qua mặt. Chân cô dài 132,2 phân, chỉ thua cô Maci có 2,4 phân!

Chân dài có hai thứ thích hợp: chơi thể thao và làm người mẫu. Thể thao thì chơi bóng rổ là tiện nhất. Chẳng cần nhảy cũng bỏ được bóng vô rổ. Chơi bóng chuyền cũng tiện. Đứng ngay lưới, nhón chân lên một chút, đập banh xuống thì có trời đỡ. Nhưng làm người mẫu đi trên sàn *catwalk* lại khác. Biểu diễn trước đám đông, chân dài không chưa đủ mà còn cần phải thon gọn. Mỗi lần thấy một cô người mẫu chân dài biểu diễn, tôi thường nghía vô đầu gối. Có những cái đầu gối xếp nếp nhăn nheo nhưng cũng có những đầu gối trơn mịn, láng lẩy nhìn vào thấy đã con mắt liền một khi. Lại còn dáng đi sao cho vừa điệu đàng vừa nhí nhảnh một cách vừa phải. Nhiều cô người mẫu xàng xê quá đáng khiến người vặn vẹo như trăn trông rất mệt mắt. Vậy nên chân dài chưa hẳn đã là người mẫu ăn khách. Cô Lisina thành công trong cả hai, vừa chơi bóng rổ hay vừa là người mẫu được *book show* nhiều. Cô tự hào: "Mãi tới năm 24 tuổi, tôi mới nhận ra mình quyến rũ. Tôi có cơ thể săn chắc và luôn cao hơn những người cùng tuổi, song mãi sau này tôi mới biết rằng chiều cao cũng rất quyến rũ".

Thỉnh thoảng tôi có vào coi những *video* trình diễn thời trang. Nói vậy tôi không có ý khoe mình thích thời trang. Đó là thứ tôi chưa bao giờ để vào đầu. Tôi cũng như nhiều ông bạn tôi mà tôi không muốn kể tên ra đây, sợ có điều phiền phức, chỉ vô nghĩa chân dài. Những gì các nàng khoác trên người là thứ phụ, không đáng để mắt tới. Phải công nhận chân các nàng ngút ngàn thiệt. Cứ vời vợi như lên trời. Nghĩa mãi chuyện người, tôi bỗng nảy ra thắc mắc về kích thước chân các nàng tài tử và người mẫu quê hương ta. Cũng giống như đi máy bay, trước khi tới quê nhà phải *transit* nhà hàng xóm trước. Hàng xóm đáng coi nhất là các chân dài xứ kim chi. Phim bộ Hàn quốc từ lâu đã được Việt hóa, các tài tử Hàn quốc đã như người nhà đối với nhiều người Việt chúng ta. Tôi không ở trong số những người này. Vậy nên kiến thức về các giai nhân trên phim ảnh Hàn quốc tôi hầu như mù tịt. Tôi hú họa hài ra những cặp chân dài Đại Hàn kiểu biết chi nói nấy, không xếp hạng chi cả.

Sunmi là cựu thành viên nhóm nhạc *Wonder Girls*. Độ dài của đôi chân nhiều người đánh giá cao này mới đây đã được tiết lộ trên chương trình *Weekly Idol* của đài MBC. Chân cô nàng này dài 110 phân. Nếu so với độ dài của cô nàng kỷ lục Guinness Maci dài tới 134,6 phân thì…ngắn ngủn. Nhưng cô Maci cao tới 2,08 thước. Cô Sunmi chỉ vẻn vẹn cao có 1,66 thước. Nếu chân cô Sunmi dài như chân cô Maci thì thành chân…nhện!

Khá hơn cô Sunmi, chân cô Han Chae Young, được mệnh danh là "búp bê Barbie" của Hàn Quốc, dài 112 phân. Nhỉnh hơn một chút, chân của nữ diễn viên kiêm người mẫu Choi Yeo Jin dài 113 phân.

Chân dài Tây phương cỡ 130 phân trở lên, chân dài Hàn Quốc chỉ nhỉnh hơn 110 phân chút đỉnh. Còn chân dài… quê hương ta là bao? Người mẫu Thanh Hằng được coi là có cặp chân dài nhất xứ Việt với độ dài là 112 phân. Như vậy là ngang ngửa với chân dài Hàn quốc. Thanh Hằng đạt kỷ lục nhất Việt nam từ khoảng 12 năm trước. Xưa rồi. Bây giờ không biết tại sao, chân dài đất Việt càng ngày càng dài thêm. Chân dài nhất hiện nay là của ba người mẫu Minh

Người mẫu Thanh Hằng.

Triệu, Hồng Xuân và Lê Thúy. Chân của ba cô này dài 120 phân, ăn đứt các người đẹp Hàn quốc. Tôi nghe sao viết vậy chứ thực sự chẳng biết các cô này là con ông cháu bà nào.

Chân dài là thứ các bà các cô đều mong ước. Muốn biết mình có thuộc loại dài chân hay không, người ta có chỉ số *Skelie*. Chỉ số này được đo như sau: lấy chiều cao đứng trừ đi chiều cao ngồi. Lấy kết quả này chia cho chiều cao ngồi rồi nhân với 100. Công thức như ri: (chiều cao đứng - chiều cao ngồi): chiều cao ngồi x 100. Cách đo chiều cao đứng như sau: đứng thẳng, dựa sát vào tường sao cho đầu, lưng, mông và gót chân chạm nhẹ vào tường. Đo từ đỉnh đầu tới gót chân. Muốn đo chiều cao ngồi, đo như ri: ngồi thẳng, dựa sát tường. Đo từ đỉnh đầu xuống tới nền nhà.

Sau khi tính toán theo công thức trên, nếu chỉ số *Skelie* nhỏ hơn 84,9 thì là chân ngắn, từ 85 tới 89 là chân vừa phải, trên 89 là chân dài.

Chân dài ngày nay là thứ mà các ông săn đuổi. Hình như ông nào cũng thích chân dài. Theo tôi nghĩ, chân dài chỉ là một trong những yếu tố tạo nên một cặp chân đẹp. Các yếu tố khác có thể kể như sau: đầu gối phải trơn mát, không có mỡ, mắt cá chân săn chắc và bắp chân phải cao.

Chân dài là chuyện thời đại. Ngày xưa có ai thèm để ý tới chân ngắn chân dài, chân nào chẳng đi được. Vậy mà các cụ cũng góp được tiếng nói. Chắc chúng ta đã thuộc nằm lòng mấy câu mô tả "đức tính" của phụ nữ trên giường. Tôi chỉ nói tới chuyện chân dài. *"Trường túc bất chi lao"*. Chân dài chiến đấu rất kiên cường trong chốn phòng the. *Những cô mình sếu chân giang / Một đêm giết chết cả làng trai tơ.*

Các cụ có đúng không, khoa học ngày nay cũng đã phân tích. Theo một nghiên cứu về tình dục học của Đại Học Công Giáo Louvain bên Bỉ thì những phụ nữ có dáng đi mạnh mẽ và nhanh nhẹn thường nhận được cảm giác cực khoái hơn những phụ nữ có dáng đi yếu ớt. Sự nhanh nhẹn và mạnh mẽ lại là đặc tính của những chân dài. Bác sĩ Nghiêm Minh Hương, dân Hà Nội, phân tích: "Chân dài chưa hẳn đã bền bỉ dai sức, chân ngắn cũng không thể xem thường. Vì chân dài nói ở đây dựa trên tỷ lệ cân đối của đôi chân với toàn bộ cơ thể. Phải thừa nhận rằng, có được cặp chân dài so với tỷ lệ cân đối của cơ thể sẽ tạo cho người phụ nữ dáng đi dịu dàng, cuốn hút. Điều này cũng tạo cho người đối diện cảm giác về sức khỏe dẻo dai, bền bỉ. Khi có sức hút thì người ta cũng hình dung ra là trong chuyện chăn gối người phụ nữ đó sẽ tuyệt vời hơn. Tuy nhiên đây chỉ là cái nhìn phiến diện". Thực ra chuyện gối chăn viên mãn hay không phụ thuộc và nhiều yếu tố chứ không chỉ riêng cặp chân dài. Cảm xúc giữa hai người, khung cảnh, cơ thể, thực lực của đôi bên là những yếu tố chi phối chuyện yêu đương. Điều quan trọng là phải có tình cảm, sự hiểu biết, cách chiều chuộng, sự âu yếm. Nhưng khoa học cũng tính tới yếu tố nội tiết. Một cô gái dậy thì có tuyến thượng thận bài tiết *testosterone* nhiều sẽ giúp tăng trưởng xương làm chân dài nhanh. *Testosterone* cũng là *hormone* làm xuất hiện ham muốn nên phụ nữ chân dài nhiều ham muốn hơn phụ nữ chân ngắn. Mấy nàng chân ngắn lại nghĩ khác. *Đừng tưởng chân ngắn coi thường / Đi thì hơi chậm lên giường lại nhanh!*

Nói chi thì nói, phụ nữ vẫn khoái sở hữu một cặp chân

dài hơn chân ngắn. Nếu số phận bắt chân ngắn thì làm sao cho chân dài? Thì kéo chân cho dài ra. Trước đây người ta dùng phương pháp cắt xương, xuyên đinh qua xương và ráp khung bên ngoài để căng giãn từ từ với tốc độ 1 ly mỗi ngày. Thường chỉ kéo tối đa được 7 phân nên phải kéo trong 70 ngày. Sau đó vẫn phải giữ khung khoảng 7 tháng cho xương liền chắc. Như vậy tổng cộng phải mang khung tới 10 tháng rất bất tiện!

Nay y khoa đã có những tiến bộ hơn. Trước khi cắt xương, bác sĩ sẽ đặt một chiếc đinh trong ống tủy xương và chỉ sử dụng bốn chiếc đinh nhỏ xuyên qua ở hai đầu xương. Khi kéo giãn đủ chiều dài, khung sẽ được tháo bỏ. Đinh nằm trong ống tủy sẽ giữ vai trò cố định xương chờ thời gian cho xương chắc. Như vậy thời gian mang khung chỉ còn 70 ngày và vết sẹo sẽ nhỏ hơn nhiều.

Chuyện kéo xương cho chân dài là chuyện cắt xương đổ máu. Nghe đã thấy ớn. Muốn không đau đớn chi mà vẫn kéo dài chân ra có được không? Được như thường! Dùng điện thoại thông minh, tải *app* Spring xuống, muốn kéo dài chân tới…nách cũng được. Máy sẽ bảo chúng ta để một tấm hình toàn thân vào. Máy chia tấm hình thành ba phần từ trên xuống dưới. Chân là phần dưới cùng sẽ được kéo dài thêm. Vậy là chúng ta có chân dài. Dễ ợt! Nhưng chỉ có tấm hình chân dài để lấy le thôi, chân thiệt sẽ vẫn ngắn ngủn. Dù sao, cũng có thể khoe lên các trang mạng cho thiên hạ lác mắt chơi. Có chết con ma nào đâu!

10/2020

CHƠI TEM

Nhà văn Ngô Nguyên Dũng viết trong bài "Những Linh Hồn Thơ Ấu" những dòng chữ thiết tha như sau: *"Thuở vừa độ lớn, giống như nhiều bạn đồng lứa, tôi thích sưu tầm tem thư. Tiền túi má cho mỗi ngày, cộng với "lương tháng", tôi để dành mua tem. Chỗ bán tem là một tiệm tạp hoá, chuyên bán dụng cụ học sinh và văn phòng, nằm ở đường Trần văn Thạch (bây giờ đổi thành đường Nguyễn Hữu Cầu), gần chợ Tân Định. Dạo gần đây, đọc được vài bài viết về tem thư của những bạn khác trên Facebook, tôi không khỏi nhớ lại thời hoa niên thuở trước. Tôi khuân những thùng cạc-tông đựng thư cũ, cặm cụi ngồi cắt những con tem thư. Thỉnh thoảng lại dừng tay, đọc tên người gởi. Thư nhà, thư bạn, thư bạn văn, thư người ái mộ, thư tình một chiều, hai chiều, những tấm thiệp chúc mừng lễ lạt, những tấm bưu ảnh gởi từ những vùng đất xa xôi".*

Tác giả Ngô Nguyên Dũng động lòng với các bài viết về

tem thư trên Facebook bao nhiêu thì tôi cũng động lòng vì bài viết của anh bấy nhiêu.

Thuở học trò tôi cũng là đệ tử của tem. Cũng đứng như trời trồng trước quầy của các tiệm bán tem để thui thủi ra về vì những đồng tiền lẻ trong túi không đủ sức bưng những con tem quyến rũ về nhà được. Tôi không nhớ đã bắt đầu chơi tem từ bao giờ nhưng nay nhìn lại những cuốn gọi là tập tem của tôi mà phát thương cho chính mình. Đó là những tập giấy màu ngà tự đóng thành tập, ngoài bìa có mấy hình vẽ xấu ơi là xấu. Cũng phải thôi vì tôi không có tí khiếu hội họa nào. Nội dung của những tập sưu tầm tem này là những con tem, phần lớn là tem Việt Nam. Đây là thành quả của bao nhiêu năm thóc thách, lùng sục mỗi khi tới chơi nhà người khác. Họa hoằn lục được những con tem trên những lá thư cũ từ Pháp gửi về là sướng như tiên. Có tí tem quốc tế! Đam mê chơi tem chấm dứt khi nào tôi không còn nhớ rõ. Hình như từ năm học lớp Đệ Nhị, khi kỳ thi Tú Tài I, rồi Tú Tài II không còn rảnh rang mầy mò những con tem chết mà như sống. Tem sưu tầm thường là những con tem đã dùng rồi, có dấu bưu điện in lên trên, giới chơi tem gọi là tem chết. Tem sống là những con tem chưa dùng tới, mới toanh, còn giá trị gửi thư nhưng ít giá trị với giới chơi tem. Đời học sinh từ lớp đi thi Tú Tài trở lên tới thời kỳ sinh viên làm cho tôi hầu như bỏ bê cái thú chơi sống chết hồi nhỏ. Khi ra đi làm, sở nằm gần Bưu Điện Sài Gòn, những con tem lại đánh thức dậy lòng mê tem của tôi. Mỗi khi Bưu điện phát hành tem mới, tôi thường ghé qua để mua những bao thư có đóng dấu ngày phát hành đầu tiên, một thứ quý giá với giới chơi...cò. Mua về để vứt vào ngăn kéo cho năm đó. Hiếm khi có thời giờ mở ra coi. Suốt trong 10 năm, từ 1965 đến 1975, không kỳ phát hành tem mới nào mà tôi không qua nhà giây thép thỉnh về những phong bì tem mới. Qua những dời đổi từ 1975 tới nay, tôi vẫn ôm theo được những "bảo vật" này. Tấm lòng vì tem của tôi vẫn sống mãi từ nhỏ tới lớn. Vậy nên những bài nói về thú chơi tem tôi ít bỏ qua.

Trong bài "Những Cánh Chim Giấy" cũng của nhà văn Ngô Nguyên Dũng bên Đức, anh viết: *"Anh Ba tôi không tích cực sưu tầm tem như tôi, anh chỉ thích rao tin trên báo tìm bạn bốn phương. Không hiểu bằng cách nào mà anh tìm được cả những bạn thư tín nước ngoài, đa số là nữ giới. Anh thường xuyên nhận được thư bạn gởi về. Sau một khoảng thời gian, thấy anh chất thư gần đầy một ngăn tủ. Trời ơi, tôi ngó mấy con tem ngoại quốc dán trên phong bì, thèm thuồng không bút mực nào tả nổi. Những phong thư được gởi bằng đường hàng không, chở trên lưng những con tem được in ấn tỉ mỉ, diễm lệ, màu mè rực rỡ. Tôi tưởng tượng thêm, đó là những cánh chim giấy tí hon ngậm giữa hai mỏ những tờ thư xanh, thả xuống nơi này"*.

Anh Ba của Ngô Nguyên Dũng chắc cũng gia nhập hội chơi thư quốc tế *International PenPal* như tôi hồi đó. Chuyện này bắt nguồn từ chuyện chơi tem. Qua hội bạn thư từ quốc tế, tôi tìm những bạn ở Áo, Nhật, Brazil và một vài nước khác cũng thích sưu tầm tem như tôi để viết thư trao đổi. Nhờ vậy tôi có được những con tem dán trên bì thư từ những nơi xa xôi cùng những con tem trao đổi bỏ trong thư. Thư đi thư lại liên miên khá tốn kém nhưng cái thú nối được vòng tay với bạn bè thế giới thì thiệt đáng giá đồng tiền bỏ ra. Thú chơi tem và thú chơi thư quốc tế là hai món khiến cho tầm nhìn của những đứa trẻ như tôi hồi đó mở rộng ra nhiều. Chí ít cũng có lợi cho môn học địa dư thế giới.

Chơi tem cỡ tôi là thứ tay chơi hạng bét. Nhiều người chơi công phu hơn nhiều. Gia tài tem của họ được lưu giữ trong những cuốn sưu tập thứ thiệt, có bao dựng tem, có tấm

Ba tập sưu tầm tem tội nghiệp của tôi thời thơ ấu.

giấy bóng mờ chen lẫn giữa mỗi trang. Họ dùng kính hiển vi và những chiếc kẹp chuyên môn để lựa chọn và xoay trở những con tem. Họ gìn giữ những con cò bé nhỏ như gìn giữ đôi mắt của họ. Và họ chơi có bài bản đàng hoàng. Một dân chơi tem thứ thiệt ở Sài Gòn đã phán: "Chơi tem là thú chơi bình dân và phổ biến vì ai cũng có thể chơi được. Nhưng để có bộ sưu tập tem khiến người khác phải ngưỡng mộ thì chỉ đếm được trên đầu ngón tay".

Dân chơi thứ thiệt thường sưu tầm tem theo chủ đề. Hoa trái, thú vật là những bộ tem mang lại cho người sưu tầm lòng say mê với nhiều hình ảnh đẹp và rực rỡ. Nhưng đó là những bộ sưu tập thường thường bực trung. Nhiều người chơi khó hơn bằng cách gìn giữ những bộ tem liên quan tới thời cuộc hoặc những biến cố lịch sử. Ông Lê Trị ở vùng Little Saigon, sưu tầm tem từ năm 1930, nên có nhiều con tem quý về các nhân vật chính trị ở Việt Nam. Mỗi bộ tem ông sưu tầm đều được ông tìm hiểu kỹ càng. Như bộ tem "Nam Phương Hoàng Hậu" (*Empress Nam Phuong*) phát hành ngày 15/8/1952 được in tại nhà in Hélio-Vaugirard Paris; tem Hoàng Tử Bảo Long (*Crown Prince Bao-Long in Annamite Costume*) phát hành ngày 15/6/1954, có hai kiểu: kiểu mặc quốc phục Đông Cung Thái Tử và kiểu mặc quân phục Đại Tá Danh Dự Ngự Lâm Quân có đeo kiếm; tem Tổng Thống Ngô Đình Diệm được phát hành vào ngày 9/11/1958.

Bộ sưu tập tem lịch sử của ông Lê Trị làm tôi thắc mắc về lịch sử phát hành tem tại Việt Nam. Tìm hiểu mới ngộ ra. Chuyện bắt đầu từ ngày 13/3/1863 khi Đô Đốc Bonard cho mở bưu cục đầu tiên tại Sài Gòn. Ngay năm đó, con tem đầu tiên được phát hành ở Đông Dương in hình chim phượng hoàng, biểu hiệu của Hoàng Đế Napoléon Đệ Tam. Những con tem đầu tiên này ghi giá tiền bằng đồng phật lăng *(franc)* của Pháp từ 0,01 *franc* đến 0,4 *franc*. Mãi tới 19 năm sau, vào năm 1882, các loại tem thư mới được ghi giá bằng tiền Đông Dương song song với giá tiền *franc*. Từ năm 1920, các loại tem Phụ Nữ Nam Kỳ, chùa Thiên Mụ, Vịnh Hạ Long, Đế Thiên Đế Thích mới chỉ đề giá bằng tiền đồng *(piastre)*, từ 0,1 đồng đến 2 đồng.

Tem in hình những thắng cảnh của mỗi nước là loại tem rất phổ thông. Đây là một cách giới thiệu vẻ đẹp non nước của từng quốc gia với đại da số dân chúng trên toàn cầu. Cách giới thiệu này rất hữu hiệu mà lại ít tốn kém. Tem được khởi in từ năm 1840, thoạt đầu chỉ là một thứ chứng từ để gửi thư với màu sắc đơn điệu. Chúng chỉ được in ra để in lên bì thư. Chẳng cần hoa hòe hoa sói làm chi. Nhưng chỉ một năm sau khi ra đời, tem đã được sưu tầm, có một đời sống mới sau khi đã được xài chỉ với mục đích làm chứng từ gửi thư. Tem được chăm chút hơn và được tròng thêm vào việc giới thiệu lịch sử, địa lý đất nước. Tiến thêm một bước, tem được chăm chút mỹ thuật để phục vụ giới chơi tem. Nhưng mỹ thuật tới mức in hình khỏa thân trên tem là chuyện mọi người cho là quá đáng. Kể cũng lạ, con người đã biết thưởng thức những tác phẩm hội họa bất hủ như tranh lõa thể của danh họa Tây Ban Nha Francisco de Goya thì tại sao lại không đưa tác phẩm này lên tem. Điều đáng ngạc nhiên là quốc gia đầu tiên đưa tranh của Goya lên tem lại là Mông

Cổ! Coi có vẻ Mông Cổ chơi trội nhưng chuyện không gay cấn như chúng ta tưởng. Người mẫu trong tranh của Goya là Công Tước Phu Nhân Alpa. Ông vẽ hai bức bằng sơn dầu. Một bức có mặc áo và một bức khỏa thân. Mông Cổ chỉ in trên tem bức mặc áo. Chính tổ quốc Tây Ban Nha của họa sĩ Goya mới chơi trội in bức khỏa thân lên tem vào ngày 15/6/1830 nhân kỷ niệm 2 năm ngày mất của họa sĩ. Bức họa mang tên "Nàng Maja Khỏa Thân" được in trên ba mẫu tem. Dân chúng Tây Ban Nha bất bình, kết tội bức tranh trên tem làm tổn hại thuần phong mỹ tục và là một vết nhơ cho đất nước. Một số người tẩy chay không mua tem này dán trên bao thư cũng như không sưu tầm bộ tem "nhớp nhúa" này. Nương theo dư luận, bộ tem bị đảng Cộng Hòa đưa vào chính trị. Khi đó Tây Ban Nha có tuyển cử. Hai phe tranh cử sừng sỏ nhất là phe Cộng Hòa và phe Bảo Hoàng. Phe Bảo Hoàng đang cầm quyền bị phe Cộng Hòa quy tội in hình "tục tĩu dâm đãng" lên tem. Dân chúng, phần lớn là dân thôn quê, đã phản ứng mạnh khiến phe Cộng Hòa thắng thế, lật đổ cả triều đại phong kiến Tây Ban Nha!

Con tem nhỏ nhít đã "làm chính trị"! Đó là chuyện hãn hữu. Thường thì con tem lẫn dân chơi tem hồn nhiên hơn nhiều. Đó là cái thú vui rất lành mạnh và đầy thú vị. Vui như tết! Tết là dịp bưu điện các nước cho phát hành những con tem đẹp và mỹ thuật. Canada của chúng tôi vẫn hàng năm phát hành tem tết tuy dân Canada ăn tết tây, tức tết dương lịch, chứ không ăn tết ta, tết âm lịch. Con tem tết đầu tiên của Canada được phát hành vào năm 1997, năm con ngựa. Trên tem có hàng chữ bằng ba thứ tiếng Pháp, Anh và Hoa. Họ

Tem tết năm Canh Tý 2020 của Bưu điện Canada.

ghi là Tết Trung Hoa: *Nouvel An Chinois, Chinese New Year.*
Không biết có phải vì phản ứng của dân Canada gốc Việt và
Đại Hàn hay sao mà hàng chữ "lầm lẫn" này chỉ xuất hiện
vào năm đầu. Từ năm 1998 trở đi trên tem chỉ ghi tên con vật
tượng trưng của năm. Lầm lỗi này có lẽ chỉ có Canada mắc
phải. Tem tết của Úc và Mỹ cũng chỉ ghi tên con vật cầm
tinh mỗi năm. Tuy vậy, mẫu vẽ con thú trên các con tem tết
vẫn là những mẫu vẽ do người gốc Trung quốc minh họa nên
các con vật vẫn mang vóc dáng của Trung quốc. Điển hình
như bộ tem tết con chuột của Canada được phát hành vào Tết
Canh Tý năm 2020 là do ông Albert Ng vẽ mô phỏng câu
chuyện dân gian của Trung quốc về đám cưới chuột. Bưu
Điện Úc phát hành bộ tem con chuột vào ngày 8/1/2020,
mẫu vẽ cũng của một người gốc Trung quốc, cô Yan Lin,
sanh quán tại Phúc Kiến và định cư tại Sydney. Con chuột
của Yan Lin lấy cảm hứng từ con chuột trong kinh kịch của
Trung quốc. Bộ tem chuột Canh Tý 2020 của Mỹ, tuy do một

người Mỹ là ông Antonio Alcala vẽ nhưng vẫn lấy cảm hứng từ chuột…tàu. Đó là hình mặt nạ chuột Camille Chew. Bao giờ hình ảnh đám cưới chuột trong tranh dân gian Đông Hồ mới xuất hiện trên các tem tết của các nước phương tây?

Ông Đỗ Thành Kim ở Sài Gòn là người có bộ sưu tập tem tết của nhiều nước trên khắp thế giới. Theo ông hiện có tới 70 nước phát hành tem tết. Phần lớn vẽ hình con thú của năm. Theo ông Kim, Nhật là nước phát hành tem tết đầu tiên trên thế giới và tem tết của họ được cho là đa dạng, nhiều màu sắc và mỹ thuật nhất. Ông Kim cho biết: *"Người Nhật sản xuất tem con Cọp vào năm 1950, đây là con tem 12 con Giáp đầu tiên trên thế giới. Năm 1951, Nhật cho ra bộ tem Thỏ (tương đương với con Mèo) nhưng đến năm 1960 thì lại không sản xuất dòng tem này. Sau Nhật là Hàn Quốc, Hồng Kông, Đài Loan... Năm 1980 Trung Quốc làm tem Tết đầu tiên với con Khỉ. Đây cũng là con tem mắc nhất trong dòng tem Tết với giá hơn 1.600 USD, vì khi sản xuất số lượng rất hạn chế. Việt Nam thì đến năm 1985 mới sản xuất tem con trâu và tem con cọp năm 1986, rồi nghỉ đến năm 1993 mới sản xuất lại"*.

Các nước Á châu phát hành tem tết, chúng ta có thể hiểu được. Các quốc gia tây phương như Mỹ, Anh, Pháp, Đức và Canada là nơi dân Trung quốc, Việt Nam và Đại Hàn định cư nhiều, việc phát hành tem tết cũng có thể hiểu được. Nhưng các quốc gia khác, không dây mơ rễ má chi tới tết âm lịch cũng phát hành tem tết là một điều khó hiểu. Đó là các đảo nhỏ và các nước Phi châu. Ngay cả đất nước mà chúng ta vẫn thường giỡn với nhau là không có tết (Chờ tới tết Congo!)

vậy mà cũng có tem tết âm lịch! Chuyện nghe vui nhưng khó tin nên tôi cố tìm xem Congo có tem tết thiệt không. Và tôi đã tìm thấy bộ tem tết con heo năm 2019 của Congo thiệt. Bộ tem có bốn mẫu vẽ bốn con heo ở tư thế khác nhau, đều có giá 1000F.

Tem tết năm con heo 2019 của Congo.

Tem tết tôi rất thích. Già trẻ lớn bé, ai chẳng thích không khí tết. Nhưng những ngày tết của tuổi thơ, khi được chiếc bánh chưng xanh bé tí teo dành riêng khi gói, khi được những đồng tiền lì xì thơm phức mùi tết, khi được chiếc bong bóng lợn làm trái banh tranh nhau đá mồ hôi mồ kê nhễ nhại, mới là những ngày chúng ta ghi nhớ nhất. Vậy nên tôi say mê với bộ tem "các trò chơi con nít" được nhiều quốc gia phát hành. Tùy theo mỗi quốc gia, trẻ con có những trò chơi khác nhau nhưng tựu trung trò nào cũng là những trò ăn sâu vào trí nhớ của chúng ta. "Ô Ăn Quan" là trò hầu như chúng ta đều chơi hồi nhỏ. Chúng ta vẫn nghĩ đó là trò chơi của Việt Nam nhưng nhờ những con tem tôi mới biết trò chơi này cũng có ở Philippines, Indonesia. Trò kéo co xuất hiện trên tem của các nước Surinam và San Marino. Trò đánh khăng mà tôi đã từng bị chảy máu mũi khi đứng đỡ cũng có trên con tem của đảo Cyprus. Trò đánh quay có trên tem của Ấn Độ, Singapore, Bồ đào Nha, Mozambique, Paraguay. Nhảy lò cò xuất hiện trên tem của Ái Nhĩ Lan, Romania, Pháp, Hong Kong, Tân Tây Lan. Những con tem này mang lại thích thú cho mỗi người, kéo chúng ta về tuổi thơ đã mất từ lâu.

Phải nhờ thú chơi tem quốc tế, tôi mới biết những trò chơi ngày cũ cũng là những trò…quốc tế. Thì con nít ở bất cứ đâu cũng đều là con nít, những tâm hồn ngây thơ trong một thế giới rất hồn nhiên. Hầu như tất cả chúng ta đều còn cất giấu trong tâm khảm những ngày hoa mộng đó. Với tôi, những ngày đó không chỉ có những trò chơi mà còn có những con tem đến từ khắp các vùng xa lạ. Cái thú đi du lịch ngày nay của tôi có lẽ cũng bắt nguồn từ những con tem quốc tế sưu tập từ những ngày non dại đó.

12/2020

CƠM NGUỘI

Cơm nguội dùng để ăn phở. Nói vậy tội cho phở và cũng tội cho cơm. Một thứ đằng đông, một thứ đằng tây, vậy mà người ta ép chúng vào với nhau. Ngày nhỏ, trước cửa nhà tôi ở Hà nội có một gánh hàng phở. Cho đến bây giờ tôi vẫn nhớ tên ông ta: ông Tiến. Mỗi lần mua phở của ông, ông cũng thêm chút này chút nọ lấy thảo. Thứ tôi thích nhất là cho nhiều nước phở. Để có thể bỏ thêm cơm nguội vào. Phở trộn cơm nguội ngon hết biết. Hầu như ai cũng công nhận như vậy. Sau này vào Sài Gòn, ăn phở bà Dậu trên đường Công Lý, trước chùa Vĩnh Nghiêm, đến mòn bát, tôi thấy bà luôn luôn có nồi cơm nguội trên quầy, nhiều người mua thêm, trộn vào phở.

Phở là phở, cơm là cơm, hai phương trời cách biệt, vậy mà chúng lại giao du với nhau. Ngày xưa, hầu như thế hệ tôi ở Hà Nội đều ăn phở trộn cơm nguội. Ngon! Cái ngon có lẽ do mùi nước phở. Nhà tôi có gánh phở ngay trước cửa, vậy mà chuyện ăn phở là chuyện xuân thu nhị kỳ, nhưng ngửi mùi nước phở thì ngày nào chả ngát mũi. Ngửi hoài không chán. Thời Hà Nội trước 1954 còn vậy, sau ngày Hà Nội rơi vào tay cộng sản, phở là thứ ở trên mây. Với hoài chẳng tới. Vậy nên khi với được bát phở có nghĩa là chạm tới cửa thiên đàng.

Trên Facebook tôi vừa đọc được một đoạn viết của Vĩnh Quyên: *"Nhớ hồi ấy khi đứa nào ốm mới được ăn phở đâm ra có lúc chỉ mong được ốm, hu hu. Mang hăng gô đi mua phở bao giờ cũng xin hàng phở thêm cho muôi nước phở. Hăng gô xách về phở và thịt cho ra bát cho đứa ốm, mà thường là hai đứa em. Rồi mẹ lấy bát cơm nguội chan nốt nước phở với vài sợi phở và mấy miếng thịt xiu xíu. Chỉ có thế thôi mà sao miếng cơm nguội chan nước phở nó lại ngon thế hả giời. Thêm tý tương ớt sì sà sì sụp vừa ăn vừa hít hà. Ăn gần hết mới sực nhớ quay sang hỏi ơ mẹ không ăn à. Mẹ cười cười bảo mẹ không thích ăn phở. Hồi ấy ngu lắm cứ tưởng mẹ nói thật bèn quay sang ngửa cổ húp đến giọt nước phở cuối cùng. Có ai có ký ức giống tôi không?"*.

Ký ức phở cơm nguội, thiếu giống! Tôi lựa ra thêm một…nỗi lòng phở cơm nguội của Tuệ Phong trong bài "Hà Nội Trong Tim": *"Phở trộn cơm nguội, nó không chỉ gợi lại cho người ta cái cảm giác ngày xưa lúc đói khổ mà đến bây giờ sau bao nhiêu năm người ta vẫn còn thích cái hương vị đó của nó nếu không muốn nói là vẫn thèm nó, đúng như cái kiểu "càng khổ càng nhớ lâu". Tôi cứ nhớ mãi nhà tôi ngày xưa mỗi dịp có ai ốm, mẹ tôi thường sai tôi đi mua phở vào cái cặp lồng, tôi thường chọn cái cặp lồng to để đi mua, bởi khi đó tôi thường xin bà bán phở thêm một hai muôi nước dùng để về nhà ăn với... cơm nguội. Thực sự nhiều lúc bây giờ mặc dù không còn sống ở nhà nữa, chúng tôi muốn ăn phở thường phải tự nấu lấy nhưng tôi vẫn còn có thói quen đó, vẫn thích ăn phở với cơm nguội bởi với tôi nó rất ngon và có một chút gì đó hoài niệm của những ký ức từ thời bao cấp khổ cực xa xưa ở Hà nội".*

Phở trộn cơm nguội

Mới đây, trong một lần ăn phở tại nhà, tôi bỗng nhớ tới thời nhỏ dại, bỏ cơm nguội vào phở. Chẳng thấy ngon chút nào. Ký ức đã đánh lừa chúng ta. Ngày nhỏ, năm thì mười họa mới được ăn phở, bỏ cơm nguội vào ăn, còn mùi phở là còn thấy ngon. Đó là một cách ăn tạp vì thèm. Ẩm thực của chúng ta, món nào ra món đó, phở là phở, cơm là cơm. Trộn chúng vào với nhau là một cuộc hôn nhân bất đắc dĩ. Cho đầy cái bao tử. Món tạp nham này là một món chỉ ngon khi nằm trong ký ức chúng ta. Vậy mà ngày nay, tại Hà Nội, món phở cơm nguội trở thành một món có ngôi vị chững chạc đàng hoàng, được coi là món Hà Nội gốc. Tại Sài Gòn mới đây đã có một tiệm phở cũng đưa món phở cơm nguội thành món chính thức, có trong *menu*. Đó là tiệm Lạc Việt ở Cảnh Viên 2 khu Phú Mỹ Hưng. Chủ tiệm là người gốc Bắc, từ Houston về. Phở của Việt kiều nên *menu* có tiếng Anh cho người ngoại quốc. Món cơm nguội được dịch là *"one day rice"!*

Cơm nguội vẫn còn ngồi trong tô phở. Cũng mừng cho cơm nguội vì nói tới cơm nguội người ta đã cảm thấy ngán tới mang tai. Nó như một thứ thừa thãi, ít giá trị. *Đời vua Thánh Tổ Thánh Tông / Cơm nguội đầy nồi trẻ chẳng buồn ăn.* Cơm nguội là thân phận bạc bẽo của người vợ lẽ vợ hầu. *Ăn cơm nguội nằm nhà ngoài.* Ca dao còn than thở thêm cho kiếp lẽ mọn. *Mấy đời cơm nguội lên hơi / Cái thân làm bé thảnh thơi bao giờ.*

Ca dao hình như đã lỗi thời, cơm nguội ngày nay lên hương dễ nể. Người ta đã có tới cả trăm món ăn ngon lành làm từ cơm nguội. Tôi chỉ liệt kê ít món: cơm nguội bọc trứng cút, *pizza* cơm nguội, trứng cuộn cơm nguội, cơm nguội chiên hải sản, bánh cơm nguội.

Cơm nguội khác cơm nóng không? Ông bạn ba phải của tôi khoát tay. Khác mẹ chi! Cũng là cơm, mới nấu thì nóng, để lâu thì nguội. Hâm lên thì cũng nóng như ai. Ngày nay chỉ cần bỏ cơm vào *microwave*, bấm cho chạy vài phút thì nóng ngay, muốn nóng tới đâu cũng được. Vậy thì nóng và nguội có chi mà phải ngôn. Chuyện hâm cơm nguội bằng *microwave* tôi làm hà rầm. Kinh nghiệm cùng mình. Mấy ông bạn tôi thuộc trường phái "đại khái" nên thấy vậy. Thực ra cơm hâm không bằng cơm nóng. Cơm hâm thường bị khô, mất nước, ăn thấy khác. Một bà bạn tôi vừa mách cách hâm cơm không bị khô, ăn dẻo như cơm nóng. Đó là đặt một viên đá vào giữa chén cơm nguội, đậy nắp lại, thứ nắp dùng cho *microwave* có đục lỗ, cho máy chạy chừng 90 giây là cơm ngon y như cơm nóng.

Nhưng các nhà khoa học khó tính hơn tôi nhiều. Cơm hâm nóng chỉ có hương vị như cơm nóng nhưng thực chất, về mặt khoa học, có khác. Theo họ, trong gạo chứa một loại vi khuẩn có tên *Baccillus Cereus* xuất hiện trong khi trồng hoặc thu hoạch. Vi khuẩn này không bị tiêu diệt trong hơi nóng khi nấu cơm mà chuyển thành một dạng bào tử. Bào tử này không gây hại trong vòng 6 tiếng sau khi nấu. Nhưng nếu cơm được để nguội không đúng cách trên 6 tiếng, những bào tử này sẽ hoạt động trở lại, sản xuất ra những độc tố làm chúng ta bị buồn nôn hay tiêu chảy nếu ăn vào. Muốn tránh những hậu quả tai hại của cơm nguội, khi nấu cơm chúng ta có thể cho vào một chút muối hay giấm. Nếu nấu xong nhưng chưa ăn thì để nguyên trong nồi cơm điện với nút giữ ấm *warm*.

Cơm nguội, tuy phận hèn, nhưng lại nhảy được vào văn học. Cơm nóng thì chịu, không văn vẻ chi. Trong truyện ngắn *"Cơm Nguội"*, nhà văn Tiểu Tử kể lại chuyện một ông già được đứa con bận việc gọi tới nhờ đưa cháu đi chơi và cho chúng ăn ở McDonald's. Nhìn hai đứa cháu nội ăn *hamburger*, ông nhớ lại thời nhỏ của ông: *"Hồi đó, ông ở dưới quê với bà ngoại. Chiều nào đi học về, cũng bước vào bếp bốc một cục cơm nguội to bằng năm tay rồi ra ngồi ngoài hiên ăn với miếng đường mía màu nâu sậm đen nhỏ bằng ngón chân cái. Vậy mà sao ngon vô cùng! Và ngày nào cũng vậy. Hễ nghe đói – ngoài hai bữa cơm chánh – là cứ vô bếp lục cơm nguội. Lúc nào nấu cơm, bà ngoại cũng nấu nhiều. Bà nấu trong cái nồi đất và không biết nấu cách nào mà khi nguội cơm dính vào nhau chớ không bời rời. Cho nên chỉ cần cầm chiếc đũa bếp xắn xuống một cái là có ngay một cục cơm gọn bân!... Điều quan trọng đối với bà ngoại là phải nấu dư dư ra một chút. "Cho thằng nhỏ nó có cơm nguội nó ăn". Nói như vậy chớ thỉnh thoảng bà cũng cho "thằng nhỏ" một khúc khoai mì hay một củ khoai lang, những thứ không phải hiếm – nhứt là ở vùng quê – nhưng vì nhà nghèo nên những thứ như vậy cũng trở thành hiếm hoi cho lúc đói lòng của "thằng nhỏ".* Cơm nguội được ông ví như một chiếc bánh xe sơ-cua. Bình thường nó nằm bẹp dí trong cốp xe, chẳng ai để ý tới, nhưng khi xe bị xẹp bánh mới biết giá trị của nó. Cơm nguội là thứ chẳng có chi hấp dẫn như tô phở hay tô mì, nhưng khi đói lòng có cũng đỡ lắm. Ông già nhiều trăn trở này tự thấy thân phận mình trong tuổi xế bóng cũng như một cục cơm nguội. *"Trên đường về nhà, ông già lái xe chậm rãi. Hình ảnh cục cơm nguội vẫn còn vương vấn đâu đó ở trong lòng. Bỗng ông thở dài, lẩm bẩm: "Mình bây giờ cũng chỉ là một thứ cơm nguội đối với các con. Tụi nó chỉ phone tới khi nào tụi nó cần". Con đường trước mặt ông sao thấy như dài thăm thẳm".*

Con nhà nghèo ở thôn quê, cơm nguội là thứ ấm lòng. Tác giả Nguyễn Chí Ngoan, trong đoản văn *"Sịa Cơm Nguội của Má"*, kể chuyện bà mẹ tiếc của, lấy cơm thiu, phơi nắng trên những cái sịa, chế thành món cơm ngào đường cho con cái mang tới trường ăn thay bánh kẹo. *"Cơm nguội phơi khô được má làm thành món ăn anh em tôi mang vào lớp thay cho những món quà ăn vặt ở trường mà anh em tôi chẳng bao giờ dám mơ tới. Cơm nguội được má ngào với đường, bỏ vào cái keo nhỏ để anh em tôi ăn lúc đói. Những lúc trời chạng vạng, má lại bắc chảo lên rang cơm nguội với mỡ, đợi đến cơm nở ra, cho thêm ít nước đường vào hòa với những hạt cơm khô. Khi cơm nguội, má thường cho vào một cái keo nhỏ chia cho anh em chúng tôi. Những lúc đó, chỉ có cái bếp lửa nhỏ và mấy cái đầu lúp xúp vào nhau mà bình yên đến lạ".* Đám con khôn lớn không còn cần những hạt cơm khô ngào đường thay cho kẹo bánh ngày xưa. Chúng lên tỉnh theo học và lập nghiệp. Bà má ở quê, vẫn ngào đường cơm khô, không biết có phải vì nhớ tới những ngày có con cái quanh quẩn bên mình không mà vẫn sống với những cái sịa cơm nguội khô. *"Ngày tháng nối tiếp nhau, chúng tôi sải chân ra phố thị. Má vẫn ở lại mái nhà xưa với những chiếc sịa phơi chi chít trên mái nhà. Tôi có dịp về quê là má lại mang mớ cơm nguội phơi khô ra ngào đường, hương vị vẫn như ngày xưa, chỉ khác bên bếp lửa đã thưa vắng bớt những cái đầu chụm lại vào nhau. Tôi nói má đừng phơi cơm nguội nữa. Má cười, má phơi cho mấy đứa trẻ trong xóm. Tụi nó thích món này như bây hồi xưa vậy. Má thường ngào đường với cơm nguội phơi khô cho đám trẻ trong xóm như cách để má đỡ nhớ đàn con còn ôm giấc mơ nơi phố thị. Bếp lửa ngày xưa, má vẫn ngồi với những vụn vặt đời thường, tôi nói má ngào hết mớ cơm nguội còn trong hũ để tôi mang lên chia cho mấy anh, mấy chị. Rời nhà đi, tôi ôm chặt keo cơm nguội ngào đường vào lòng như mang theo cả tấm lòng nhà quê của má. Đoạn đường đi dường như trở nên khó bước, má vẫn còn ở lại nơi thuộc về má với những chiếc sịa, chai lọ, rau ốc vườn nhà... Mà chúng tôi thì chẳng bao giờ dừng lại".*

Thường khi ngồi viết, tôi để chút nhạc nhẹ nhàng, vừa đủ nghe mà không làm rộn dòng suy nghĩ. Tiếng nhạc của Trịnh Công Sơn văng vẳng bên tai. *"Hà Nội mùa thu, cây cơm nguội vàng, cây bàng lá đỏ, nằm kề bên nhau, phố xưa nhà cổ, mái ngói thâm nâu. Hà Nội mùa thu, mùa thu Hà Nội, mùa hoa sữa về, thơm từng ngọn gió, mùa cốm xanh về, thơm bàn tay nhỏ, cốm sữa vỉa hè, thơm bước chân qua".* Chuyện chi vậy? Cây bàng, cây hoa sữa, hạt cốm xanh, OK. Nhưng bộ cơm nguội cũng leo lên cây sao? Nếu không sống ở Hà Nội, ít người biết quả có cây cơm nguội. Thứ cơm nguội treo toòng teng trên cây này có ăn được không? Được. Trái có vị ngọt, ăn rất ngon miệng.

Theo sách vở thì cây cơm nguội là loài có thân gỗ, chiều cao khoảng từ 1 thước rưỡi đến 2 thước. Cành cây nhẵn, mềm và phân ra rất nhiều nhánh. Lá thuôn, dài và có hình mác, mép lá thẳng hoặc hơi cong như những cơn sóng. Trái cơm nguội hình cầu, màu trắng, trông tựa như trái cà pháo

Trái cơm nguội.

nhưng nhỏ hơn.

Thứ hữu ích cho con người nhiều nhất là lá cơm nguội vì đây là vị thuốc trị một số chứng bệnh về gan hoặc thực quản. Phổ thông nhất là trị các bệnh ho kéo dài, tiêu chảy, mẩn ngứa, mề đay, nước ăn tay chân, đau nhức khớp xương.

Tác dụng chữa bệnh của lá cơm nguội, giờ tôi mới biết. Ngày đó chúng tôi chỉ chú ý tới quả cơm nguội. Tôi không nhớ có từng ăn trái cơm nguội hay không nhưng dùng trái cơm nguội làm đạn bắn súng thì có. Theo tài liệu tôi đọc được thì cây cơm nguội là loại cây thấp, nhỏ nhưng trên thực tế có những cây cơm nguội trăm năm có gốc vòng tay người lớn ôm không nổi. Phố Yên Phụ được mệnh danh là "phố cơm nguội" có hai hàng cây hai bên đều tăm tắp, cao lớn, rậm rạp, ánh mặt trời không xuyên qua nổi. Tôi chưa bao giờ viễn du tới phố cơm nguội mà tác giả Hoàng Tiến mô tả nghe rất hấp dẫn: *"Hai hàng cây cơm nguội đã lâu năm, chưa thể gọi là cổ thụ nhưng mỗi gốc một vòng tay người lớn ôm không xuể, phải hàng trăm năm mới có được gốc cơm nguội như thế. Cơm nguội ở đây không giống trong phố, hai hàng cây được trồng đều tăm tắp, lòng đường thì nhỏ nên cành hai bên đã vươn dài đón lấy nhau tạo thành một mái vòm kín lá, không gian bên dưới vòm cây tối hẳn đi, đang đi ngoài nắng bỗng thấy mát mẻ lạ thường. Đôi chỗ còn nhìn thấy bóng nắng xuyên qua kẽ lá, nắng soi xuống mặt đường nhựa hoà với màu xanh của lá thành một màu tươi mát khẽ đưa theo nhịp gió, tựa hồ các sinh vật sống động đang đùa nghịch nhau. Từng chùm quả cơm nguội cũng rung rinh theo lá, lũ trẻ chơi súng phốc thường trèo cây, lấy quả cho vào một đầu súng phốc làm bằng thân tre ngà. "Phọc", âm thanh phát ra từ súng phốc nghe vui tai, từng quả cơm nguội nối tiếp nhau tạo ra âm thanh ấy"*.

Nghe tả thì đẹp thật nhưng tuổi thơ chúng tôi cần chi cái đẹp. Tuổi nghịch ngầm chỉ thích súng ống. Chơi súng kiểu tác giả Hoàng Tiến chưa có thể được gọi là tay chơi học trò. *Trong "Đi Dọc Hà Nội"*, tác giả Nguyễn Ngọc Tiến chơi ma mãnh và thích thú hơn nhiều. *"Cây cơm nguội cũng cuốn hút con trẻ vì lấy quả già nhét vào súng "phốc" rồi ngắm mông bạn gái mà bắn thì thú vô cùng. Tất nhiên, chỉ chọn mông các bạn đú đởn, còn nếu bắn đám con gái "bôn" (viết tắt của từ bolsevik trong tiếng Nga, nghĩa là cách mạng, nhưng được hiểu là nghiêm túc, quy củ, cứng nhắc) lập tức bị báo cáo thầy cô giáo ngay lập tức"*.

Hà Nội ngày rời xa, tôi để lại hai kỷ niệm: phở cơm

nguội và súng cơm nguội. Cùng là cơm nguội nhưng khác nhau. Phở cơm nguội tôi đã thấy là chẳng có chi ngon. Súng cơm nguội cũng đã mai một theo những súng bắn pháo, súng bắn nước thú vị hơn nhiều. Cả hai đã nhạt nhòa trong trí nhớ. Nhưng thỉnh thoảng chúng vẫn trở lại trong tâm khảm, lấy đi một nhịp tim lỡ. Chính những kỷ niệm này là thứ hình như không bao giờ dứt ra khỏi được ký ức chúng ta, nhất là thứ ký ức của tuổi mà các cụ gọi là gần đất xa trời!

11/2020

HARRIS Ở MONTREAL

Cái tên Kamala Harris giờ đã nổi đình nổi đám trên hầu như khắp ngõ ngách của quả địa cầu này. Với danh vị Phó Tổng Thống đắc cử của nước lớn nhất thế giới, bà tạo kỷ lục là người phụ nữ đầu tiên giữ chức vụ này. Không phải chỉ một kỷ lục mà tới ba kỷ lục: người phụ nữ đầu tiên, người gốc da đen đầu tiên và người gốc Nam Á đầu tiên. Hai bà trước, bà Sarah Palin và bà Hillary Clinton, đều mon men bước tới nhưng đã thất bại. Bà Palin ứng cử chức Phó Tổng Thống trong liên danh với Thượng Nghị Sĩ McCain vào năm 2008 và bà Hillary Clinton ứng cử chức Tổng thống vào năm 2016.

Kể cũng lạ! Một nước lớn như nước Mỹ mà sao khắt khe với giới phụ nữ như vậy. Tôi đã mày mò vào từ điển mở *Wikipedia* để tìm xem những nước nào từng có các nhà lãnh đạo là phụ nữ. Và đã tá hỏa khi thấy có tới 160 bà tất cả. Những bà ở những nước quen thuộc như bà Angela Merkel bên Đức, bà Margaret Thatcher và bà Theresa May bên Anh, bà Indira Ghandi bên Ấn độ, bà Golda Meir bên Do Thái, bà Julia Gillard bên Úc hoặc bà Kim Campbell bên Canada chúng tôi. Những nước Á châu, nơi phụ nữ thường bị coi là… phụ, cũng đã có bà Park Geun-hye bên Đại Hàn, bà Corazon Aquino và bà Gloria Maccapagal Arroyo bên Phi Luật Tân, bà Thái Anh Văn bên Đài Loan. Các nước Bắc Âu nhỏ bé cũng có các bà nắm quyền quốc gia, ngay cả nước Iceland chút xíu nằm leo trên Bắc cực cũng có tới hai bà là bà Katrin Jacobsdottir và bà Vigdis Finngobadottir. Tại các nước Phi châu, tưởng chuyện phụ nữ cầm quyền tối cao của quốc gia sẽ chẳng bao giờ xảy ra, vậy mà cũng có. Như bà Janet Jagen của Guyana, bà Mame Madior Boye và Aminata Touré của Senegal, bà Cecile Manorohanta của Madagascar, bà Kamla Porsad Bissessar của Trinidad và Tobago, bà Portia Simpson Miller của Jamaica, bà Catherine Samba-Panza của Cộng Hòa Trung Phi. Nhưng điều thú vị nhất là người phụ nữ đầu tiên trên thế giới giữ quyền Quốc Trưởng lại là tại một nước vô danh tiểu tốt: Tannu Tuva. Quốc gia lạ hoắc này ở đâu, tôi không biết. Tìm trên mạng mới hay đó là một nước nhỏ bé nằm gần Mông Cổ, chỉ hiện diện từ năm 1921 đến 1944 và sau đó bị sáp nhập vào Liên Sô. Bà… số dách này tên là Khertek Anchimaa-Toka, tại vị từ 1940 đến 1944.

Người ta không biết tới người phụ nữ nắm quyền quốc trưởng đầu tiên trên thế giới nhưng người phụ nữ đầu tiên đắc cử chức Phó Tổng Thống Hoa Kỳ thì ai cũng biết. Dân Montreal chúng tôi lại càng biết hơn vì bà đã sống cả tuổi *teen* tại thành phố này. Bà Kamala theo mẹ sang Montreal vào năm 1976, lúc mới 12 tuổi. Từ thành phố Oakland bên California qua Montreal, đứa bé 12 tuổi gặp hai thay đổi lớn: giá băng và tiếng Pháp. Trong hồi ký *"The Truths We Hold: An American Journey"*, bà viết: " Cứ nghĩ tới việc rời miền nắng ấm California vào tháng 2, giữa năm học, tới một thành phố ngoại quốc nói tiếng Pháp bị bao phủ bởi lớp tuyết dày tới 12 *feet* là đã thấy nản, đó là nói nhẹ nhất. Mẹ tôi cố tạo cho tôi cảm tưởng đây là một chuyến phiêu lưu thú vị, mua sắm cho chúng tôi chiếc áo lông vịt và găng tay đầu tiên, làm như thể chúng tôi là những nhà thám hiểm lên miền Bắc vào mùa đông. Nhưng khó cho tôi nghĩ theo như vậy".

Tới Montreal vào tháng 2 là một điều…dại dột. Vì đúng là tháng trọng đông. Lạnh teo người. Dân Montreal chính gốc, những người sanh đẻ tại đây cũng không muốn ở. Họ đi trốn lạnh. Thường họ qua Florida bên Mỹ, nơi quanh năm nắng ấm, mặt trời chói chang. Bên nớ có cả một…bộ lạc dân Montreal chúng tôi, bộ lạc này có tên đàng hoàng: *snowbirds*, những con chim trốn tuyết. Chim ông chim bà dập dìu trên các bãi tắm. Thường họ có nhà cửa tại đây. Còn có hội nữa, hội *"Canadian Snowbird Association"*. Dân số trốn lạnh này vào khoảng 250 ngàn người. Năm nay, vì đại dịch, việc đi trốn lạnh coi bộ nan giải. Ông Sidney Margles, một con chim trốn tuyết từ hai chục năm nay, đã tính toán. Thường thì ông lái xe qua nhưng năm nay biên giới đóng cửa. Đi máy bay cũng được nhưng lỡ ông bạn ngồi bên cạnh húng hắng ho thì phiền lắm. Tiền máy bay, tiền chuyên chở chiếc xe qua để có tí chân chạy không nhỏ. Khoảng 2.800 đô. Nhưng lo nhất *là covid-19*. Tại Florida, dân chúng không kiêng cữ triệt để như dân Montreal, chuyện nhiễm bệnh là chuyện rất gần. Nếu mua bảo hiểm du lịch có tính cả *covid* thì các hãng bảo hiểm chặt đẹp cỡ 200 ngàn đô. Bà Rosa Finestone, một *snowbird* từ hai chục năm nay, lắc đầu chẳng chơi dại: "Tôi không muốn bị bỏ một mình trong một bệnh viện lạ. Ở lại đây, nếu có dính dịch thì cũng còn con cháu, bạn bè và một bệnh viện đã quen từ trước tới nay".

Nếu hỏi người dân Montreal có muốn đi trốn tuyết không thì trăm phần trăm gật đầu liền. Từ ngày nghỉ hưu, tôi cũng bày đặt trốn. Thường tôi qua Cali, nhân tiện ăn tết luôn. Cũng chỉ vài tuần chứ trốn sao được cả mùa đông tuyết giá. Vậy mà Kamala đi ngược đường với tôi, ớn là phải.

Cái ớn thứ hai là tiếng Pháp. Montreal dùng hai thứ tiếng Anh và Pháp. Chuyện này làm dân Việt định cư ở Montreal vừa lợi vừa hại. Hại là cho thế hệ thứ nhất chúng tôi. Nhảy từ ngôn ngữ này qua ngôn ngữ khác, uốn miệng mệt bở hơi tai. Nhưng thế hệ con cháu chúng tôi lại có lợi. Một đứa trẻ tốt nghiệp trung học ở đây hầu như thông thạo cả hai thứ tiếng Pháp và Anh. Đó là một lợi ích nhãn tiền khi đi xin việc làm, nhất là xin việc tại các doanh nghiệp bên Mỹ có liên hệ tới Âu châu, nơi rất ít người nói được tiếng Pháp.

Kamala Harris sang Montreal vào năm 1976, lúc 12 tuổi và ở cho tới năm 1981, sau khi tốt nghiệp trung học, nên cũng có lợi. Một cái lợi phải trả giá. Bắt đầu vào học tại trường tiểu học Notre Dame des Neiges, cô bé đã…bơi. Kamala viết trong hồi ký: "Tôi có cảm tưởng như mình là một con vịt bởi vì suốt ngày ở ngôi trường mới, tôi cứ luôn miệng hỏi đi hỏi lại *'quoi, quoi, quoi'*". "*Quoi*" tiếng Pháp có nghĩa là "cái chi", dùng khi người ta không hiểu người khác nói gì. Ở đây Kamala chơi chữ. Âm chữ *"quoi"* phát âm nghe ra như tiếng vịt kêu!

Kamala Harris và ngôi trường Westmouth High School.

Nhưng rồi mọi chuyện đều qua. Kamala đã tốt nghiệp trường trung học Westmount và thông thạo tiếng Pháp. Có lẽ khi trở về Mỹ, không dùng tới tiếng Pháp nên vốn liếng Pháp văn của Kamala lụn bại dần. Chuyện này cũng thường thôi. Phần lớn các bạn tôi, khi ở Việt Nam cũng học tiếng

Pháp nhưng định cư ở Mỹ lâu ngày, chữ của thầy trả lại thầy hết. Trong một lần tôi chở ông Từ Công Phụng đi chơi phố phường Montreal, ông cố gắng dùng thứ ký ức cằn cỗi còn lại để đọc những bảng chỉ dẫn bằng tiếng Pháp trên đường. Đọc đúng được chữ nào, ông khoái chí cười toe. Báo Le Point có kể lại chuyện ông Đại sứ Pháp ở Mỹ Gérard Arraud gặp bà Kamala Harris tại thủ đô Washington. Hai người nói chuyện bằng tiếng Pháp. Ông Đại Sứ nói: "Tôi gặp bà ta trong một buổi tiếp tân tại tòa Đại sứ. Tôi nhận thấy bà ta nói được chút chút tiếng Pháp của chúng tôi, rất mến nước tôi, rất nhiệt tình và nhiều tính khôi hài".

Thời gian ở Montreal, ba mẹ con nhà Harris sống ở khu Westmount, khu nhà giầu của thành phố.

Thành phố lai Pháp này đã làm ngạc nhiên đứa con gái đến từ Berkeley. Họ ăn thường ngày ở tiệm Murray's, nơi có các cô hầu bàn mặc đồng phục kiểu Pháp, mua sắm đồ đạc trong nhà tại tiệm Pascal, mua bánh tại Select Pastry nơi mà Kamala không bao giờ không mua thêm bánh *mille-feuille*, đi chợ tại Steinberg's. Bốn năm sau khi gia đình Kamala rời khỏi Montreal, tôi tới thành phố này, thì vẫn còn Pascal và Steinberg's. Nhưng vật đổi sao dời, ngày nay tất cả những cái tên này chỉ còn là dĩ vãng. Nhưng chiếc bánh "ngàn lá" *mille feuille* ưa thích của Kamala vẫn còn được ưa chuộng tới ngày nay.

Tại sao đang yên lành ở California, bà Kamala Harris lại theo mẹ qua Montreal? Bởi vì bà mẹ là một chuyên gia nổi tiếng về ung thư vú, nhận qua giảng dậy tại Đại Học McGill, và nghiên cứu tại bệnh viện Jewish General Hospital mà dân ta gọi nôm na là bệnh viện Do Thái. Bà Kamala chịu ảnh hưởng sâu đậm của bà mẹ giỏi giang này.

Cha mẹ của Kamala Harris.

Bà Shyamala Gopalan Harris, mẹ bà Kamala, là người Ấn Độ. Năm 1958, khi được 19 tuổi, bà đã qua Mỹ học. Bà đậu bằng tiến sĩ năm 1964. Bà gặp và kết hôn với ông Donald J. Harris, người Jamaica, qua Mỹ du học năm 1961, tốt nghiệp Tiến sĩ Kinh tế năm 1966, giáo sư Đại học Stanford. Cuộc hôn nhân khá sóng gió đã đưa tới cuộc ly dị vào năm cô con gái đầu Kamala được 7 tuổi. Khi qua Montreal, chỉ có ba mẹ con. Cô em gái của Kamala tên Maya Harris.

Tin bà Kamala Harris làm nên lịch sử khiến các bạn học cũ của bà vui mừng ôn cố tri tân. Ông Hugh Kwok, bạn cùng lớp ở trung học Westmount nói: "Bạn ấy rất dễ thương, dễ hòa đồng, rất tích cực và là người có chí tiến thủ".

Trường trung học Westmount là trường tiếng Anh nên Kamala học thoải mái hơn là khi theo học trường tiểu học tiếng Pháp Notre Dame des Neiges trước đó. Học sinh trường này rất đa dạng: con nhà giầu, trung lưu, nghèo, vài em người Hoa ở Chinatown và cả một số em cá biệt. Một đồng môn của Kamala hồi đó tên Olioff đã cho biết: "Người ta phải kết bạn làm quen với những học sinh từ những nơi mà người ta chưa bao giờ biết đến. Kamala là một trung gian giữa những đồng môn khác biệt khiến chúng tôi có một không khí dễ chịu". Đó là đức tính của Kamala và là những lợi thế cho con người chính trị của Kamala sau này.

Ngôi trường danh tiếng này là nơi đã đào tạo ra nhiều nhân tài cho Montreal. Leonard Cohen là một. Ông là một nhạc sĩ, nhà thơ, nhà văn và trên hết là một biểu tượng cho Montreal. Ông mất cách đây 4 năm giữa sự thương tiếc của dân Montreal. Hiện vẫn còn một bức chân dung khổng lồ của ông được vẽ trên bức tường của một cao ốc nằm ở *downtown* Montreal. Tốt nghiệp trường Westmount vào năm 1951, đúng ba chục năm trước Kamala Harris, Leonard Cohen có câu nói mà dân Montreal vẫn thường nhắc tới: "Hãy hành động như bạn muốn và bạn sẽ sớm trở thành người bạn muốn".

Trevor Williams, bạn cùng lớp với Kamala hồi đó, muốn nhảy lên vì mừng: "Tôi quá vui mừng, hãnh diện và hân hạnh được quen biết Kamala. Tôi chúc mừng cho Hoa Kỳ và toàn thế giới". Theo người bạn này, Kamala là một khuôn mặt năng nổ trong nhiều hoạt động của trường và là một "con bướm xã hội", ý nói là người có thể chơi với mọi người khác. Được đài CTV phỏng vấn bằng điện thoại, ông Williams nói bà bạn xưa là "người thích hợp nhất cho chức vụ này". Ông nói thêm: "Bà là người tranh đấu cho sự công chính tại trường. Nay bà tiếp tục tranh đấu như vậy. Đó là di sản của bà. Có một vài người có thể làm những chuyện thay đổi thế giới. Đó là Kamala. Bà là một người xuất sắc, cực kỳ thông minh. Tôi rất vui mừng cho bà và rất hân hạnh được biết gia đình bà. Một phụ nữ da màu trong vai trò của một phó tổng thống là một điều lớn lao. Tôi có hai con gái và bà là mẫu mực của chúng".

Cũng trả lời phỏng vấn của đài CTV, bạn cùng lớp Dean Smith nói: "Di chuyển từ California tới trường trung học Westmount là một cú sốc với bà. Bà gặp những đồng lứa đến từ Jamaica, vùng Caribbean và xa hơn nữa, từ Ấn Độ và Bangladesh. Bà gặp những người mà bà có thể hòa hợp được. Trông bà trên TV hôm nay vẫn y chang như bà 40 năm trước, vẫn nụ cười đó!".

Anu Chopra Sharma cũng học chung lớp với Kamala ngày đó. Bà nói: "Không những bà chỉ là người cựu đồng môn với tôi. Bà là một phụ nữ như tôi. Thật vui khi tôi có thể nói với con cái là bà giống chúng ta tuy bà có cái tên khác chúng ta. Và chúng ta cũng có thể làm như bà được".

Nhà trường không thể không vui mừng khi có một cựu học sinh leo cao đến như vậy. Westmount High School *tweet* ngay khi bà Kamala Harris được chọn làm ứng viên Phó Tổng Thống của đảng Dân Chủ. Họ "không thể hãnh diện hơn" khi biết tin này. Khi các bác sĩ khoa ung thư của bệnh viện Montreal Jewish General Hospital tụ tập để dự cuộc họp hàng tuần của khoa vào lúc 8 giờ sáng hôm sau, họ dành những phút đầu để nói về chuyện nóng hổi này. Theo bác sĩ giải phẫu Harvey Sigman thì họ đã "nhớ tới mẹ bà ta và những công trình của bà để lại nơi đây". Bà mẹ nhiều ảnh hưởng tới cô con gái đầu đã không còn sống để được hưởng những giây phút huy hoàng của cô con gái. Bà đã mất vào năm 2009.

Các giới chức chính phủ của tỉnh bang Québec dĩ nhiên cũng hòa cùng niềm vui của nhà trường và các bạn học xưa cũ của bà Kamala. Thủ Hiến Francois Legault đã *tweet*: "Tôi chúc mừng Phó Tổng Thống đắc cử, bà Kamala Harris, người đã có một thời tuổi trẻ ở Montreal. Tôi hy vọng sớm được gặp bà. Bà luôn luôn được chào đón tại Québec". Đô Trưởng Montreal, bà Valerie Plante, cũng vui mừng *tweet* sau đó: " Bà Harris đã tạo nên lịch sử bằng cách một lần nữa đập bể cái trần kính".

Thời học sinh tuổi chưa tới đôi mươi là thời mà ký ức con người lưu giữ lâu nhất. Đó là thời của tuổi xuân phơi phới tưởng như có thể thu cả thế giới vào bàn tay, tuổi của mộng mơ, tuổi của ước vọng. Bà Kamala Harris có nhớ tới thời ở Monttreal không? Ông Jeffrey Bernstein, một thương gia, chủ của một xưởng chế tạo nhỏ tại Montreal vừa kể lại trên báo Montreal Gazette ngày 12/11 câu chuyện của ông và bà Kamala Harris. Sáu năm trước, khi bà còn là Chánh Biện

Lý của tiểu bang California, ông Bernstein dính vào một vụ kiện với một đương đơn ở California. Ông tiếp xúc với ông Mark Wainberg là đồng nghiệp trước kia của bà Shyamala, mẹ của bà Kamala, khi bà này còn làm việc tại Montreal. Ông liền gửi một *e-mail* cho bà Kamala, nhắc tới tên ông Mark Wainberg, xin bà giúp đỡ. Sau khi nghiên cứu hồ sơ, bà nhận thấy ông Bernstein bị chèn ép nên nhận giúp ông. Hai tháng sau, chuyện được giải quyết. Ông Bernstein điện thoại cám ơn. Chính bà nghe điện thoại. Khi bà được ông Joe Biden chọn đứng chung liên danh ứng cử, ông liên lạc chúc mừng. "Chúng tôi nói về thành phố Montreal và bà khen đó là một thành phố đáng yêu. Bà cho biết từ ngày đó, bà chưa trở lại thành phố lần nào nhưng rất muốn một ngày nào đó bà sẽ cùng chồng trở lại chốn xưa". Ông Bernstein lập tức mời bà về nói chuyện trong một buổi hội của tổ chức Women of Action vào năm 2018. Bà nhận lời nhưng lịch trình của bà bị thay đổi vào giờ chót nên chuyện trở lại Montreal của bà chưa thực hiện được. Ông Bermstein hy vọng bà sẽ trở lại thành phố này trong một dịp khác.

Montreal đang vào thu, lá trên cây đã vàng đã đỏ. Thành phố vẫn nhịp theo thời tiết. Y như thời gian bà Kamala tới cư ngụ tại thành phố. *Em ra đi nơi này vẫn thế.* Nhưng nay em đã không còn như thế. Có hy vọng chi dân Montreal sẽ được đón ngày trở về của đứa con nuôi nay danh đã vang dội khắp trái đất!

11/2020

HÓT

Nhà báo Mallory Hughes của đài CNN, vừa viết một bài ngắn nhưng có cái tên dài thòong: *"Birds in San Francisco Started Singing Differently in the Silence of the Pandemic Shutdown"*. Bài báo được viết dựa theo một nghiên cứu của năm nhà khoa học, cầm đầu bởi giáo sư Elizabeth P. Derryberry, được phổ biến trên tạp chí Science tháng 9/2020. Chịu khó đọc xong cái tên bài dài thòong này, tôi hăm hở muốn biết cô Vi làm chi với loài chim sau khi đang làm khó loài người. Chim thì phải hót, như người thì phải nói, mắc mớ chi tới đại dịch? Nhưng theo bài báo trên thì tiếng hót của chim ở San Francisco đã đổi khác từ ngày có cô Vi về.

Từ ngày mắc dịch, xe cộ lưu thông trên cầu Golden Gate giảm nhiều, tiếng ồn ít hẳn đi. Trong tháng 4 và tháng 5 năm nay, tiếng ồn chỉ bằng thời kỳ năm 1954. Bản nghiên cứu viết: "Chúng tôi thấy tiếng chim hót nhẹ nhàng hơn khi độ ồn thấp hơn".

Vậy là cô Vi dữ dằn với con người nhưng hiền hòa với chim. Các chú chim trống không còn phải gân cổ lên hót cho bự như trước đây. Chúng biết lợi dụng sự tử tế của cô Vi để đỡ phí sức lao động. Viết tới đây, đầu tôi bỗng nảy ra câu hỏi: chim thì ở rừng, mắc mớ chi mò về thành phố để phải gân cổ vất vả hơn ở rừng. Trong đầu tôi bỗng vang lên câu trả lời của chim: "Người còn muốn lên tỉnh huống chi chim!". Vậy là chim cũng như người, muốn tìm về tỉnh để học văn minh. Chuyện chim "du học" là chuyện thiệt. Một nghiên cứu vào năm 2016 của Đại học McGill ở Montreal chúng tôi đi tới kết luận là chim ở thành phố biết cách "học tập kinh nghiệm" hơn là chim rừng. Chuyện này con người đã có kinh nghiệm từ khuya. Dân trên rừng về thành ngơ ngơ ngáo ngáo nhưng chỉ một thời gian sống ở thành phố đã khôn ngoan không kém chi người thành phố. Tác giả cuộc nghiên cứu, Tiến sĩ Jean-Nicolas Audet, đã theo dõi 53 con chim sẻ ức đỏ trên các khu vực khác nhau ở Barbados, đã viết: "Chúng tôi thấy rằng những con chim sống ở các khu vực đô thị không chỉ giải quyết những vấn đề chúng gặp một cách sáng tạo hơn mà còn có khả năng miễn dịch tốt hơn so với những con chim sống ở nông thôn…Chim sẻ ở Barbados luôn biết rình rập để ăn cắp bánh *sandwich* của con người". Sự khác biệt giữa chim sống ở thành phố và chim sống ở thôn quê ra sao, thí nghiệm cho thấy: chim thành phố bạo dạn hơn, chụp thức ăn nhanh hơn, tìm thực phẩm để trong hũ hoặc trong những ngăn không đóng kín một cách thông minh hơn. Do sống ở môi trường nguy hiểm hơn nên não bộ của chim sống ở tỉnh phát triển hơn.

Bởi vậy nên chúng mới biết rống họng lên để ăn thua đủ với tiếng động của thành thị. Nhưng chim hót để làm chi mà phải cố rống lên như vậy? Chắc không phải cho chúng ta nghe tuy chúng ta vẫn lắng nghe và thưởng thức tiếng chim hót. Chúng hót cho đồng loại của chúng. Tai con người chúng ta chỉ biết phân biệt tiếng hót trầm bổng, líu lo, réo rắt hay véo von và thích thú như nghe nhạc. Chim hót được những cung bậc như vậy là nhờ chúng có minh quản *(syrinx)*. Chỉ có loài chim mới được trời phú cho thứ quý hóa này. Con người hay các loài động vật khác chỉ có thanh quản. Loài chim có diễm phúc có được cả hai: thanh quản và minh quản. Thanh quản có các dây thanh âm phát ra tiếng nhưng minh quản là thứ xịn hơn, có thể phát ra hai nốt âm thanh cùng lúc nên chim hót réo rắt hơn.

Nhưng tai chim thì khác, nhất là tai những nàng chim cái. Giữa loài chim với nhau, tiếng hót không phải là nhạc mà là ngôn ngữ. Tiếng hót của chim cũng giống như tiếng nói của người. Chúng ta nói không chỉ phát ra âm thanh mà mỗi âm thanh chúng ta phát ra đều có một ý nghĩa. Tiếng chim hót cũng vậy, không phải là để giải trí hay "ngứa cổ hót chơi" như Xuân Diệu ngứa tay thơ:

Tôi là con chim đến từ núi lạ

Ngứa cổ hót chơi

Khi gió sớm vào reo um khóm lá

Khi trăng khuya lên ủ mộng xanh trời

Tiếng hót là tiếng nói nên chim cũng học hót như chúng ta học nói. Chúng nghe và bắt chước những con chim khác, nhất là những chim cha chim mẹ của chúng. Trong nhiều loài chỉ có con đực mới biết hót còn chim cái chỉ rủ rỉ rù rì. Tiếng hót trong trường hợp này là tiếng…tán gái. Khi rủ rê con cái, các chú chim đực thường chọn những cành cây cao nhất để cho tiếng véo von bay vang xa nhất. Một số loài khác, đực cái sẽ hót song ca.

Có khi chim hót rất sắc, mạnh, vang vang khẩn cấp, đó là tiếng hót báo động cho đồng loại biết có nguy hiểm xảy ra.

Thứ tiếng hót mà chúng ta thường được nghe là tiếng chiêm chiếp của những chú chim non nằm trong tổ. Đó là tiếng hót diễn tả sự cần giúp đỡ, che chở hay…đói.

Tiếng hót cũng là cách xác nhận chủ quyền lãnh thổ. Chim sẽ cất tiếng hót mạnh mẽ hơn hoặc hót líu lo nhiều cung bậc hơn để đánh át đối thủ. Khi chim muốn xâm lăng lãnh thổ khác, chúng cũng lượng định tiếng hót của đối thủ để hót ngon lành hơn.

Tiếng hót của chim cha chim mẹ cũng là cách nói chuyện với trứng trong tổ. Những chú chim con được học hót từ khi còn nằm trong trứng và nhận biết được tiếng hót của chim cha chim mẹ. Phức tạp hơn, đó là những lời cảnh báo về biến đổi khí hậu, thay đổi môi trường và nhiệt độ khi trứng nở, chim con chui ra tiếp xúc với môi trường mới.

Tiếng hót của chim là ngôn ngữ giao tiếp của chim với nhau nhưng con người cũng khoái nghe như chim. Những buổi sáng mùa xuân, mùa giao phối của chim, nếu nhà chúng ta nằm gần công viên hay những khu rừng cây nhỏ, chúng ta sẽ nghe tiếng líu lo như nghe những khúc nhạc hòa tấu. Chim không gọi nhưng một số nhạc sĩ đã hòa theo tiếng hót để sáng tác những bản nhạc để đời. Bản giao hưởng *"Gol-*

dfinch" của Vivaldi, giao hưởng số 6 của Beethoven đều có những đoạn mô phỏng tiếng hót của chim. Cuốn tiểu thuyết "Tiếng Chim Hót Trên Bụi Mận Gai" (*The Thorn Birds*) của nữ văn sĩ người Úc Colleen McCullough, xuất bản năm 1977, chắc nhiều người trong chúng ta biết, đã được đưa lên màn ảnh và đoạt ba giải Emmy. Nhà soạn nhạc Wagner đã có bản nhạc *Siegfried* dùng trong vở nhạc kịch *opera* được mô phỏng theo cuốn truyện này. Nhưng tìm hiểu và sáng tác nhạc theo tiếng chim hót phải kể tới nhạc sĩ nhạc jazz David Rothenberg. Ông đã bỏ ra nhiều năm để nghiên cứu và viết sách về tiếng hót của chim và dùng các loại nhạc cụ như sáo, kèn để giả tiếng hót giao tiếp với loài chim. Ông thành công tới nỗi khi ông chơi nhạc…chim, các chú chim tụ tới nghe và hòa tiếng hót cùng nhạc.

Mê tiếng hót của chim đến giao tiếp với chim như ông David Rothenberg là hiếm có. Thường thì những người chuộng tiếng chim hót dùng cách dễ dàng hơn là bắt chim về nhốt trong lồng cho chúng hót để giải khuây. Số người mê chim hót này nhiều lắm. Họ thường tụ tập nhau, mang lồng chim ra thi tài hót với nhau, hưởng cái thú so sánh chim anh chim tôi, chim nào hót hay hơn. Hơn thua là người chứ không phải chim. Tôi đã coi được một *video* khá dài chiếu cảnh các tay chơi chim tụ họp nhau tại vườn Tao Đàn. Họ mang lồng tới treo trên cây, ngồi uống trà hay cà phê nghe chim hót. Ông nào có chim hót hay, vác mặt lên hãnh diện dù chẳng ông nào có thể hót lên được một tiếng.

Cái thú được coi là phong lưu này đã nảy sinh ra một tệ nạn: săn bắt chim hót hay. Tại châu Á, tệ nạn này đã tới mức báo động. Nạn bẫy chim đã làm các khu rừng trước kia tràn ngập tiếng chim hót nay im lặng một cách đáng buồn. Giống chim chào mào đầu rơm, một loại chim hót hay đang rất được giá tại Indonesia, Singapore và Việt Nam. Đây là loại chim được mang ra đua tài trong các cuộc thi hót. Sự gia tăng đáng chú ý về những cuộc bẫy chim biết hót như chào mào, chích chòe và một vài loại khác khiến giới bảo vệ thiên nhiên phải vào cuộc. Một cuộc họp quy mô của các nhà bảo vệ môi trường trong Hiệp Hội Quốc Tế Bảo Vệ Thiên Nhiên và Tài Nguyên Thiên Nhiên (*International Union for Conservation of Nature and Natural Resources*) có chủ đề "Khủng Hoảng Chim Biết Hót tại Đông Nam Á" đã được tổ chức tại Singapore vào tháng 9 năm 2015. Hội nghị đã mổ xẻ vấn đề và đúc kết các đề nghị lên các chính phủ liên hệ để ưu tiên bảo vệ 28 loài chim biết hót.

Nghe tiếng chim hót là một thú vui được coi là tao nhã của con người. Nếu cần phải đưa ra một trường hợp cụ thể, tôi phải hài tên ông Luân Hoán ra đầu tiên. Ông này là vua chơi chim trong đám bạn văn nghệ tại Montreal chúng tôi. Tới nhà ông phải coi chừng nếu không bị lồng chim đập vào mặt lúc nào không biết. Ông chơi chim từ Việt Nam qua Canada. Muốn nghe chim líu lo, chỉ cần đứng trước cửa nhà ông sẽ tưởng như đang đứng bên một khu rừng nguyên sinh. Chơi một mình chắc cũng thấy kỳ nên có lúc ông đã đề nghị tặng chim cho tôi để có bạn chơi. Ông làm như Chiêu Hổ tặng Hồ Xuân Hương "cho cả cành đa lẫn củ đa", dụ tôi "cho cả lồng chim lẫn thân chim". Chim thì tôi không cần tuy rất thích nên đã từ chối lời dụ khị của ông. Không biết có phải vì không có bạn cùng chơi chim không mà có lúc ông chán chim. Ông gọi khắp thiên hạ cho hết những chú chim mà tôi thấy được trong nhà ông. Sau đó, vắng tiếng chim, ông buồn, ông bèn nuôi chim giả. Tới nhà ông thấy trên kệ có con chim giả biết hót gục gặc đầu chào khách rất ra dáng con nhà nền nếp. Nhà thơ nuôi chim nên nhất định phải có thơ chim.

> *ôi tiếng hót sao buồn quá đỗi*
> *bởi tình chim hay tại nỗi niềm ta*
> *buồn từ xưa hay sầu vừa bén rễ*
> *trong hồn đời biệt xứ nổi trôi xa*
> *ôi tiếng hót gõ vào tim rất khẽ*
> *sao đành lòng giữ được tiếng thở ra*

Tiếng chim hót thường là vui nhưng khi vào văn thơ lại vương buồn. Tại chim hay tại người? Truyện ngắn đầu tay của Duyên Anh, *"Con Sáo của Em Tôi"*, đăng trên tạp chí Chỉ Đạo ngày đó đã sũng nước mắt tôi. Hai anh em được sinh ra trong một gia đình bị cả bên nội lẫn bên ngoại từ bỏ. Đứa em gái chỉ ước ao có được một con chim sáo. Nhân vật "tôi", đã dày công làm tổ cho một cặp sáo tới đẻ được bốn trứng. Ngày sáo nở, người cậu bất nhân đã tranh hết, chỉ dành cho hai em con sáo còi cọt nhất. Hai anh em gian nan nuôi cho khôn lớn để mong sáo sẽ hót. *"Bây giờ con sáo tập hót. Mắt nó còn viền vàng xinh đáo để. Thỉnh thoảng vắng người nó líu lo đôi tiếng. Hễ có người thì nó câm tiếng. Em tôi cho rằng nó xấu hổ. Một buổi trưa anh em tôi đang thiu thiu ngủ bỗng nghe con sáo kêu hoảng hốt. Em tôi vùng dậy, thấy ở thềm nhà gã mèo hung ác đứng gầm gừ nhìn lên. Em vác guốc ném trúng mèo, nó co đuôi chạy mất. Chúng tôi lo sợ. Mẹ tôi bắt mang lồng sáo ra ngoài hàng, tối mang về. Khách hàng ghé quán mẹ tôi, họ dạy anh em tôi cách tập sáo nói. Họ bóc hộ lưỡi rồi họ che kín mít lồng. Quả nhiên sáo không nhìn rõ ai, hót líu lo. Giọng nó trong vắt mà buồn làm sao. Trưa hè ở bến đò vắng vẻ, tiếng nó gợi cho anh em tôi bao nỗi nhớ nhung thương tiếc".* Ngày tết, mẹ ốm liệt giường, nhà không có chi cúng kiếng đón tết. Đứa em lại thèm miếng thịt ngày tết. Nhà trên của ông ngoại giết heo ăn tết, không cho mẹ con một miếng. Đứa anh định lên quanh quẩn may ra kiếm được chút thịt cho em nhưng tự ái đã giữ chân nó lại. Nó lặng lặng xách chiếc lồng sáo ra bờ ao, giết sáo để đứa em có miếng thịt trong ngày đầu năm. Sau đó đứa em biết được việc làm của anh. *"Em không ngoảnh lại. Tôi biết em ghét tôi lắm. Em đứng dậy, vẫn ôm cái lồng, lững thững đi ra bờ ao. Tôi phải nói thế nào để em tôi hiểu tại sao tôi giết con sáo? Tôi toan giãi bày, nhưng khốn nạn, sự nghẹn ngào rình mò đúng lúc vít chặt lấy cổ họng tôi. Tôi chỉ còn biết ấp úng: "Em ơi, anh xin...". Tôi buông chưa dứt lời, em quay lại nhìn tôi, đôi mắt chớp mau. Bốn con mắt anh em tôi lúc đó mờ đi dưới cái màng sám hối, đau thương. Bộ mặt đau khổ của tôi nói với em nhiều rằng tôi quý con sáo nhưng tôi yêu em. Em tôi chừng hiểu chuyện, em buông đôi tay. Cái lồng và bộ lông con sáo rơi xuống đất. Em chạy xô tới ôm lấy tôi, khóc nức nở".*

Nhà văn vừa bỏ chúng ta ra đi, Nhật Tiến, có một cuốn truyện dài mang tên *"Chim Hót Trong Lồng"* gồm 14 lá thư và những trang nhật ký của một con chim non bị nhốt trong lồng. Con chim non là cô gái không có cha, mẹ làm nghề bán trôn nuôi miệng. Lồng là ngôi nhà nội trú của một trường dòng. Cô bé thơ ngây có lúc viết cho mẹ: *"Má làm nghề điếm phải không má. Chú con Hằng nói chuyện với nó thế. Con hỏi điếm là gì thì nó cũng không biết. Vì chú nó chỉ nói thế thôi. Có thật không má? Sở điếm của má có to không? Má làm chức gì trong ấy? Mà sở điếm thì buôn gì hở má?".* Bà mẹ chết để lại ước vọng mong các sơ giúp nuôi bé trong trường.

Tiếng chim hót trong thơ văn hình như đều là những tiếng hót rã rời. Chim có tâm sự như người không? Chắc rằng không. Nhưng cũng có thể có. Con người không hiểu được tiếng chim, làm sao biết được chim tâm sự gì qua những tiếng hót.

Maya Angelou, một nhà thơ, nhà văn, nhà sử học, nhà báo, giảng viên, nghệ sĩ, đạo diễn kiêm diễn viên Mỹ gốc da màu. Bà có một tuổi thơ dữ dội khiến bà phải im tiếng trong 6 năm trời khi người xâm hại tình dục bà bị giết hại. Sau đó bà đã viết cuốn tự truyện nổi tiếng được xuất bản năm 1969 *"I Know Why The Caged Bird Sings"*. Tôi biết tại sao chim hót trong lồng. Bà biết chi?

> *The caged bird sings with a fearful trill*
> *of things unknown but longed for still*
> *and his tune is heard on the distant hill*
> *for the caged bird sings of freedom.*

Nhà văn Hồ Đình Nghiêm, chỉ trong 30 giây, phóng thơ tiếng Việt:

> *Chim hót qua chấn song đầy sợ hãi*
> *mong mỏi gì tới điều khó tỏ bày*

ngọn đồi ấy vang xa một giai điệu
gửi về chim lồng chật khúc tự do.

10/2020

KHẨU TRANG

Khẩu trang là vật bất ly thân. Ra đường phải nhớ bịt mồm bịt miệng. Nhìn mấy chú cầu nhởn nhơ, ngó lên sủa vài tiếng vu vơ mà muốn đá cho mấy đá. Cái thứ không sủa bi chừ phải rọ mõm. Cái thứ vừa sủa vừa làm vàng cỏ lại bình an vô sự. Từ cuối tháng 9 vừa qua, dân Montreal chúng tôi ra đường mà không bịt mồm bịt miệng là bị phú lít cho *ticket* liền. Luật vừa mới áp dụng đã có 34 trự bị móc túi 400 tiền mỗi trự. Nếu tiếp tục ngoan cố số tiền phạt sẽ lên tới một ngàn đô. Trong số nạn nhân dính chấu này có 5 người bị phạt khi đang tham gia một cuộc tập họp chống mang khẩu trang. Cuộc tập họp được nhóm mang tên *Action Coordination* tổ chức bên ngoài sân vận động Thế Vận Hội Olympic Stadium, nằm gần nhà tôi. Họ dùng mạng xã hội kêu gọi mọi người tham dự. Có 40 người ghi tên. Cuối cùng chỉ có khoảng 20 người xuất hiện. Một ông giấu tên, tự xưng là La Vie (Đời Sống) phát biểu: "Chúng ta tới đây vì tự do. Cuộc sống là đoàn kết chứ không phải chia cách. Một chiếc khẩu trang giấy không thể bảo vệ chúng ta khỏi con vi khuẩn tai hại được, đó là căn bản, theo tôi nghĩ". Ông này còn nói Covid-19 là bịa đặt của chính phủ để kiểm soát dân. Số nhiễm bệnh và tử vong là dối trá, những điều nói trên TV là bịa đặt! Một ông khác, ông này xưng tên đàng hoàng: Jean-Francois Giroux, đi cùng hai con trai 17 và 6 tuổi. Ông mang khẩu trang trong khi hai cậu con không mang. Ông lớn tiếng: "Ngay từ đầu tôi đã biết chính quyền thổi phồng chuyện này. Con vi khuẩn này chỉ làm chết được người già, cần bảo vệ họ thôi. Còn người tương đối trẻ thì an toàn. Vậy cần chi phải đóng cửa các hoạt động xã hội, vi phạm vào quyền tự do của người dân? Chúng ta có cấm lái xe vì có tai nạn giao thông không? Chúng ta đang trở thành một xã hội chết nhát". May mà ông biết đeo khẩu trang chứ không lại bị hao hụt tiền chợ. Phải ghi điểm cho ông này vì ông thuộc loại lương thiện, đeo khẩu trang chính hiệu. Có nhiều người trong đoàn biểu tình *mini* đã ăn gian. Họ mang những khẩu trang bằng nhựa dùng trong dịp lễ Halloween. Nhưng họ cũng chưa siêu bằng một ông tại Manchester bên Anh. Bữa 14/9 vừa qua, ông này ngồi trên xe buýt, quấn một con trăn sống nhăn từ cổ lên tới miệng làm khẩu trang. Mấy hành khách trong xe tưởng ông mang một khẩu trang kiểu cọ hoa hòe hoa sói, nhưng khi thấy con trăn ngọ nguậy, họ phát hoảng. Phát ngôn viên của Sở Giao Thông Vận Tải Đại Đô Thị Manchester phản ứng: "Chính phủ quy định khẩu trang có thể là khẩu trang y tế, khăn quàng cổ hoặc khăn *bandana.* Chúng tôi không cho rằng da rắn có thể được sử dụng như khẩu trang, đặc biệt là khi nó vẫn còn dính liền với thân rắn".

Chuyên gia Adam Hart thuộc Đại học Gloucestershire trả lời báo Metro News: "Dù chưa có nghiên cứu nào về hiệu quả của "khẩu trang trăn" nhưng chắc chắn đây không phải là phương cách hiệu quả để giảm thiểu nguy cơ lây nhiễm Covid-19. Những khoảng trống giữa các vòng cuộn cho phép người đeo dễ thở nhưng cũng cho phép các vi khuẩn đi qua. Nói thẳng ra thì đây là một sự thay thế ngớ ngẩn". Tôi thấy ông chuyên gia này cũng ngớ ngẩn. Chẳng ai, dù chưa là giáo sư đại học, lại phải bàn luận một cách trịnh trọng như vậy. Dùng trăn làm khẩu trang đích thị là không được rồi, chẳng cần giải thích chi cho mệt.

Khẩu trang trăn sống!

Tuy nhà tôi gần sân vận động Olympic nhưng tôi thuộc loại chết nhát nên bữa đó không bén mảng ra nơi gió máy. Tôi vốn rái sợ các ông phú lít nên, nhờ vậy, cái túi chưa bị thủng. Chỉ bị phiền. Vì cái bệnh quên. Cứ tơn tơn mở cửa ra đi, nhấn được vài bước mới thấy gió thổi vào miệng, phải quay về lấy cái bịt mồm đeo vào.

Nhưng cái phiền của tôi chỉ là tôm tép so với cái phiền của các thương gia. Theo thăm dò của…tôi thì số lượng son bán ra sụt giảm rõ ràng. Số vụ sửa mũi cũng đi xuống thê thảm. Không biết số bán của kem đánh răng ra sao vì tính tôi ít thích dí mũi vào chuyện của thiên hạ.

Chẳng phải chỉ thành phố Montreal làm khó dân, nhiều nơi trên thế giới cũng ra tay với những kẻ không bịt mồm bịt miệng. Họ ra tay từ đầu tháng 8 lận. Như bên thủ đô Kuala Lampur của Mã Lai. Theo đạo luật "Phòng Ngừa và Kiểm Soát Dịch Bệnh" thì không đeo khẩu trang nơi công cộng sẽ bị phạt 1 ngàn tiền Mã, tương đương với 236 đô Mỹ. Tại thành phố Salerno bên Ý, đã có ba người bị phạt vì không đeo khẩu trang khi vào các siêu thị và trung tâm thương mại. Số tiền phạt là 1 ngàn *Euro*, tính ra là 1200 đô Mỹ. Thiệt… vô nhân đạo! Bên Đại Hàn coi bộ chính phủ thương dân hơn. Số tiền phạt là 100 ngàn *won*. Nghe thì to tát nhưng chỉ bằng 85 đô Mỹ.

Nhưng "nhân đạo" nhất có lẽ là hình phạt tại Indonesia. Họ không phạt tiền. Người vi phạm sẽ phải đi đào mộ chôn cất các nạn nhân tử vong của Covid-19. Hình phạt nghe ra không đụng tới cái túi tiền nhưng…khủng khiếp. Tôi nghi tác giả hình phạt này là người Việt hoặc có học văn hóa Việt. Các cụ ta ngày xưa thường nói: chưa thấy quan tài chưa đổ lệ. Phạt như vậy thì lệ chan hòa là cái chắc. Tởn tới già!

Muốn không phải rút ví tiền hoặc đổ lệ, ra đường cứ khẩu trang ta mang cho chắc bụng. Tôi có thể tự hào là người dân hiền lành. Ra đường, người ta bảo làm sao, tôi thi hành tức khắc như tên lính trong quân đội. Cứ kỷ luật nghiêm minh như vậy cho đỡ ăn củ. Củ là hình phạt, nói theo giọng nhà binh. Đường phố bây giờ như chiến trường. Chỉ khác một chút. Chiến trường có địch quân trước mặt, đường phố thì địch quân vô hình, chẳng có trước sau, phải trái. Vậy nên ra đường phố bây giờ không chỉ cần có khẩu trang. Tay không cầm súng mà xịt thuốc tẩy liên miên. Vào *shopping mall,* xịt. Tay chưa khô, vào cửa hàng lại xịt. Ra về lại xịt. Vào xe, xịt. Tới nhà, tức tốc vừa hát bài *Happy Birthday* vừa rửa tay xà bông sát trùng. Nhiều cửa hàng, khi vào phải khai…lý lịch: có nóng sốt không, có chóng mặt không, có tiếp xúc với người nhiễm bệnh không, có phải cách ly 14 ngày không, có đi xa về trong vòng 14 ngày không. Thấy người như thấy ma, phải tránh xa ngay ít nhất 2 thước.

Phiền toái nhưng ráng chịu. Hân hoan mà chịu. Nếu không lỡ có nhức đầu đau họng là phải đi *test. Test* mà được tặng cái dấu cộng thì phải cách ly, tự nhốt trong phòng như tù. Nếu không xong nữa thì phải khăn gói quả mướp vào tạm trú nơi nhà thương. Nhà thương nhưng người nhà không được… thương. Nếu *bye bye* cuộc đời thì cứ ra đi thong thả, chẳng được tạm biệt vợ con. Thấy nguồn cơn như vậy thì chuyện đeo cái rọ mồm còn là chuyện hết sức thoải mái. Cứ nghĩ vậy cho đời thêm vui. Mà nhiều người tìm được nguồn vui thiệt.

Khi cái khẩu trang là vật bất ly thân, lại nằm chình ình trên mặt, ai cũng thấy rõ ràng thì tại sao chúng ta không biến chuyện bắt buộc thành chuyện…điệu đàng. Vậy là khẩu trang không chỉ là vật che mồm che miệng mà là một phụ kiện làm đẹp, như đôi bông tai, cái vòng cổ, chiếc khăn choàng hay chiếc cà vạt. Vậy là từ miếng vải chỉ cần có công dụng phòng chống con vi khuẩn, khẩu trang biến thành…mốt. Kiểu này kiểu nọ, màu sắc hài hòa với màu áo hoặc có tí ti mác hàng hiệu, thiên hạ khoe đẳng cấp của nhau qua khẩu trang. Các nhà tạo mẫu không bỏ qua dịp may. Đủ loại khẩu trang xịn ra đời. Cái rằn ri, cái hoa hòe hoa sói, cái lẫn lộn sắc màu, cái nào cũng bắt mắt, dân chơi đua nhau móc túi tiền ra để thể hiện đẳng cấp.

Trước khi nói tới khẩu trang đẳng cấp, thứ dành cho dân đông địa, tôi nghĩ chúng ta cần nói trước về khẩu trang của dân chúng thường thường bậc trung, để so sánh. Ngay những ngày đầu của dịch, tôi vội chạy ra các tiệm thuốc của Walmart, Pharmaprix, Jean Coutu kiếm vài cái phòng thân. Tới nơi nào cũng đụng những cái bảng to đùng loan báo không còn khẩu trang. Lúc đó chuyện bịt miệng có thể phòng được dịch chưa rõ ràng. Hỏi quanh một vòng các bạn quen, chẳng ai thủ được cái nào. Vậy chúng biến đi đâu hết? Người ta kháo nhau là dân Tàu đã vơ vét hết từ khuya để gửi về bản xứ khi bên nớ dịch đã nở rộ. Nhưng bên ni các nhân viên bệnh viện không có đủ khẩu trang để làm việc, chính phủ yêu cầu dành ưu tiên khẩu trang cho những người ở tuyến đầu diệt dịch. Cũng đúng thôi! Vậy là dân chúng không còn chạy đôn đáo mua khẩu trang. Những ngành nghề trước đây có dùng khẩu trang khi làm việc như ngành làm *nail* chẳng hạn, họ còn trữ được trong kho. Một vài người đã tặng cho các nhân viên bệnh viện nhưng một số đã tung ra bán với giá cắt cổ. Một cô bạn tôi chạy đôn chạy đáo đi làm việc thiện: xin hay mua khẩu trang để tặng cho bệnh viện. Có những người tặng không nhưng cũng có những người trục lợi. Họ bán tiền mặt và hẹn các địa điểm giao hàng vào giờ chót để khỏi bị tóm cổ. Cô bạn tôi đành theo luật giang hồ: vừa tự tìm mua, vừa nhờ người mua giùm.

Cái khó ló cái khôn. May khẩu trang dễ ợt, tại sao không tự may. Trên các mạng xã hội, người ta chỉ nhau cách may với kích thước rõ ràng bằng những *video*. Vậy là phong trào may khẩu trang nở rộ. Người ta may tại nhà hay tổ chức những nơi may tập trung đáp ứng được khá đầy đủ nhu cầu cho cả các nhân viên tuyến đầu cũng như mọi cá nhân. Qua cơn bỉ cực tới hồi thái lai, khẩu trang được trang điểm tùy theo mắt thẩm mỹ của các nhà sáng tạo. Ông Luân Hoán là người xí xọn đầu tiên mà tôi gặp. Miệng ông đổi màu liên miên, khi đen khi xám, khi đỏ khi hồng. Ông này coi bộ là triệu phú khẩu trang. Tôi khích tướng: có màu nào dư không xài không hè! Vậy là một ngày đẹp trời, ông tới nhà, giúi cho một gói năm bảy cái đủ màu sắc từ tông nhẹ tới tông gắt. Vậy là có vốn. Cậu em nha sĩ từ Toronto gửi bưu điện cho vài hộp. Bà chị đã từ lâu bỏ máy may nay phủi bụi sản xuất cho gia đình. Vậy là thêm vài cái nữa. Trên xe, nặng khẩu trang, muốn xanh có xanh, muốn đỏ có đỏ, muốn vàng có vàng. Vậy mà khi thấy cô dược sĩ tại nhà thuốc quen mại dzô khẩu trang, cũng bỏ ra mười tiền mua lấy lòng người đẹp. Giá khẩu trang mỗi ngày mỗi đi xuống. Cái giá mười tiền trở thành cái giá cắt cổ. Mười tiền hai cái, rồi mười tiền ba cái. Trình bày như vậy để các bạn so sánh với giá khẩu trang loại có mác có hiệu.

Dân chơi, dù chỉ là để phòng dịch, cũng muốn có tí mác

miếc trên mũi trên miệng để giật le. Con trai một bà bạn tôi có tiệm làm *nail* tìm được nguồn bán khẩu trang hàng hiệu giả mạo bên Việt Nam, đã *order* về bán tại tiệm. Muốn Louis Vuitton, Channel, Gucci, Burberry hay đủ các thứ mác đình đám khác, có hết. Khách hàng tiện tay mua như tôm tươi. Bỏ ra bao nhiêu hết bấy nhiêu. Giá vốn mua có một tiền, bán ra mười tiền. Một lời mười. Chỉ trong ít ngày, bỏ túi vài chục ngàn đô như chơi!

Nhưng đó là thứ giả mạo. Thứ xịn thiệt có giá xịn hơn. Giá bèo nhất là mác của các nhà sản xuất đồ thể thao. Adidas, Nike, Asics, cứ giầy sao bao miệng vậy, có giá chỉ khoảng 20 đô. Reebok trội hơn với giá 30 đô. Cao cấp hơn là Akris và Phillip Lim, The Airinum +Nemen và Collina Strada với giá trăm tiền chẵn một chiếc. Burberry, The XSuit, Balenciaga và Roopa có giá 120 tiền. VPL quất 125 đô. Etsy dùng vải của Gucci có giá 128 đô. Alaia chơi 160 tiền. Supreme có giá 350 đô. Michael Ngo giá từ 110 tới 500 đô. Givenchy giá 590 đô nhưng có luôn mũ dính vào khẩu trang. Thứ cao vời vợi Louis Vuitton chưa tiết lộ giá khẩu trang nhưng tấm che mặt đã có giá 961 đô!

Thú thật là trong nhiều tên tuổi trong giới thời trang kể trên, tôi chưa từng nghe tới tên. Kể cũng quê mùa nhưng cái tên oai nhất là Louis Vuitton thì tôi biết. Thấy mấy bà suýt soa vì cái ví, cặp mắt kính, khăn choàng, manh quần tấm áo LV, tôi cũng biết LV là Louis Vuitton. Kể như vậy cũng văn minh chán.

Nhưng khi đọc tới cái tên Michael Ngo, tôi ngờ ngợ. Chẳng lẽ là dân ta. Vậy là phải…điều tra. Hóa ra đúng thật.

Michael Ngô

Anh chàng này mít trăm phần trăm. Đam mê thời trang ngay từ nhỏ, đầu tiên anh vẽ kiểu cho quần áo anh mặc, sau đó anh nhấn sâu vào nghề. Nhiều diễn viên Hollywood đã là khách hàng của anh. Từ Jennifer Lopez tới Ariana Grande, Maren Morris. Kể từ khi dịch bệnh xuất hiện, anh cùng hai người bạn may khẩu trang để tặng các nhân viên bệnh viện. Khi thấy mọi người thích khẩu trang của anh, anh mới quay ra sản xuất để tung ra thị trường. Hàng bán ào ào, thường khách phải đặt mua và chờ vài tuần lễ mới có hàng, nhưng anh chẳng thu được đồng nào vì tất cả tiền bán anh tặng 100% cho *Los Angeles Regional Food Bank*, một tổ chức chuyên cung cấp thực phẩm miễn phí cho các người nghèo bị ảnh hưởng vì Covid-19. Chỉ trong hai tuần lễ đầu, anh đã tặng tới 12.500 đô. Thường các nhà thiết kế thời trang kể trên không kiếm tiền với mặt hàng này. Họ tặng lại phần lớn tiền bán cho các tổ chức từ thiện. Kể cũng có lòng. Đâu có ai muốn kiếm tiền trên sự đau khổ của người khác.

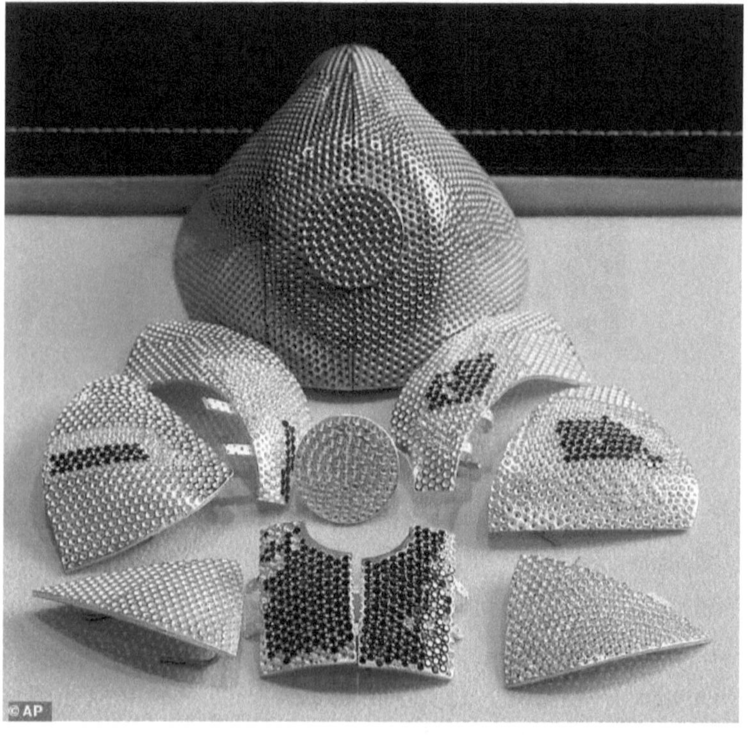

Chiếc khẩu trang trị giá 1,5 triệu USD, đắt nhất thế giới.

Nhưng nhân tâm tùy...mạng mỡ. Có người không kiếm lợi nhuận nhờ đại dịch nhưng cũng có người coi đại dịch như một cơ hội tung tiền ra trình diễn cái tôi. Một đại phú gia người Trung Quốc sống ở Mỹ đã tung tiền ra để mướn công ty Yvel của Do Thái làm một chiếc khẩu trang đắt nhất thế giới. Thứ vài chục hay vài trăm như tôi hài ra ở trên là đồ bỏ. Chiếc khẩu trang đang do ông Isaac Levy thực hiện cho ông đại phú Trung quốc ngông nghênh này có giá sơ sơ một triệu rưởi đô Mỹ! Cái bịt miệng của ông đại phú này được làm bằng vàng trắng có đính 3.600 viên kim cương, được bổ sung bằng các lớp lọc của khẩu trang N99. Nặng tiền nên nó cũng nặng kí. Nặng tới 270 *grammes*, gấp 100 lần khẩu trang y tế thông thường.

Với sức nặng như vậy, chuyện mang nó trên mặt là chuyện bất tiện. Người ta phỏng đoán là nhà tỷ phú có máu đại hán này chỉ muốn làm le chứ đeo điếc chi được. Tôi nghĩ muốn đeo cũng được, chỉ tội nó sẽ kéo cái mặt xuống. Mà chuyện kéo cái mặt muốn nổi đình nổi đám xuống trong khi cả thiên hạ điêu đứng về bệnh dịch có một không hai này cũng hợp lý thôi. Nếu cái khẩu trang huênh hoang này kéo được mặt vị đại gia sát xuống mặt đất thì tốt. Quá tốt!

10/2020

KIM CHI

Kim chi đang là tâm điểm của một cuộc chiến giữa Đại Hàn và Trung Quốc. Chúng ta vẫn đinh ninh kim chi là một món quốc hồn quốc túy của Hàn quốc. Đi ăn tại các tiệm Đại Hàn ở bất cứ đâu, thực khách cũng được dọn ra vài món kim chi ăn chơi dù không *order*. Đôi khi vui miệng, chúng ta gọi Đại Hàn với cái tên là "xứ kim chi". Chuyện hiển nhiên như vậy nhưng từ tháng 12 năm 2020, Trung quốc xưng xưng cho là kim chi là món ăn của Trung quốc. Thiệt nhức cái đầu. Lóng rày hình như Trung quốc muốn thu cả thế giới vào trong tay, không cần biết phải trái. Biển Đông là một thí dụ. Tự dưng đưa ra cái lưỡi bò liếm hết mặt biển dù là biển của các nước khác được công ước quốc tế về biển công nhận.

Hồi nhỏ mỗi khi gặp một tên nhận vơ, chúng tôi lêu lêu bằng câu: *"Nhận vơ là vợ thằng Nhân / Nó cho bú tí nó vần cả đêm"*. Cứ thuận miệng nói vậy chứ thực sự chẳng hiểu chi cả. Tới bây giờ cũng vẫn không hiểu. Đành đoán mò. Có lẽ tác giả câu đồng dao này muốn nhấn mạnh vào cách nói lái: "nhận vơ" thành "vợ Nhân". Người nhận vơ là người gian xảo, đổi trắng thay đen. Của người nhận là của mình. Vậy anh Trung quốc nhận vơ ra sao?

Họ đưa món rau muối ngâm tên *pao cai* của họ ra để xin chứng nhận của Tổ Chức Tiêu Chuẩn Quốc Tế *(International Organization for Standardization),* thường được biết qua cái tên tắt là ISO. Nhưng khi tờ báo "Hoàn Cầu", một tờ báo ngoại vi của đảng Cộng Sản Trung Quốc, đưa tin thì *pao cai* biến thành *kim chi. Pao cai* là một loại rau muối thường thấy trong các món ăn của tỉnh Tứ Xuyên, chẳng ăn nhậu chi tới kim chi của Đại Hàn tuy cả hai đều là thứ rau muối. Kiểu đánh lận con đen này bị dân Đại Hàn giận điên lên. Một dân mạng Đại Hàn viết: "Hoàn toàn vô nghĩa, thật là một tên trộm cắp văn hóa của chúng ta". Một cư dân của thủ đô Hàn Quốc Seoul tên Kim Seol-ha nổi giận: "Tôi đọc được trên truyền thông nói rằng Trung Quốc cho kim chi là của họ, và họ đang xin tiêu chuẩn quốc tế cho nó. Thật là vô lý!". Bộ Nông Nghiệp Đại Hàn vào cuộc: "Thứ mà ISO phê duyệt không liên quan gì tới kim chi. Việc *pao cai* nhận tiêu chuẩn ISO mà không phân biệt giữa kim chi với *pao cai* của Tứ Xuyên là không phù hợp".

Đứng giữa hai làn đạn, ISO bối rối. Phát ngôn viên của tổ chức này, bà Sandrine Tranchard, viết trong một điện thư cho biết ISO chỉ phát triển các tiêu chuẩn thuần túy kỹ thuật dựa trên yêu cầu từ "ngành hoặc các bên liên quan khác". Các ủy ban kỹ thuật của ISO bao gồm các chuyên gia trong ngành, các nhóm người tiêu thụ, các học viện, chính phủ và các tổ chức phi lợi nhuận, chỉ xét về phương diện kỹ thuật. Ủy ban cũng cho biết là Trung Quốc nói họ có quyền với món ăn do họ sản xuất và xuất cảng khoảng 2 triệu tấn mỗi năm sang Đại Hàn. Điều này thì đúng. Các doanh nhân Đại Hàn, vì chạy theo lợi nhuận, đã tận dụng vật liệu và giá nhân công rẻ của Trung Quốc để sản xuất và nhập vào Đại Hàn tới 40% lượng kim chi từ Trung Quốc.

Tuy số lượng kim chi *made in China* nhập cảng vào Đại Hàn nhiều như vậy nhưng dân Đại Hàn phần lớn không mua loại kim chi này vì chất lượng không bảo đảm. Đã có lúc nhiều ký sinh trùng từ chất thải của con người được tìm thấy trong kim chi làm ở Trung quốc. Dĩ nhiên thứ kim chi này giá rẻ hơn kim chi làm tại Đại Hàn. Dân chúng tẩy chay nhưng các nhà hàng, vì ham lời lớn, nên vẫn mua và dọn cho thực khách hoặc bán rẻ tại chợ loại kim chi này. Để bảo vệ người dân, chính phủ đã bắt các cửa hàng phải công khai niêm yết xuất xứ của sản phẩm.

Cuộc "chiến tranh kim chi" này tưởng chỉ là chuyện giữa hai nước, nhưng ông Đại Sứ Mỹ tại Đại Hàn Harry Harris lại nhảy vào. Dĩ nhiên ông đứng về phía Đại Hàn. Sau khi xuất hiện trong một buổi nấu ăn với một đầu bếp Đại Hàn trên truyền hình, ông này *tweet*: "Thật tuyệt vời khi được ở đây, trong ngôi nhà nguyên thủy của kim chi là Đại Hàn!". Liên Hiệp Quốc cũng đã công nhận kim chi là của Đại Hàn từ năm 2013 khi UNESCO ghi ngày hội muối kim chi tên *kim-jang* vào danh sách di sản văn hóa phi vật thể của Đại Hàn.

Kim chi trong tiếng Hàn là *chimchea*, có nghĩa là "rau củ ngâm", đã có vào khoảng ba ngàn năm trước. Hàn quốc có mùa đông rất khắc nghiệt nên dân chúng phải tìm cách bảo quản thức ăn trước khi đông giá xuất hiện. Họ dùng tỏi và ớt để muối lên men các loại rau củ mà thông thường nhất là cải bắc thảo. Kim chi cải bắc thảo là thứ thông dụng nhất. Tôi thích nhất loại kim chi này. Tại các chợ siêu thị Á châu người ta cũng chỉ bán duy nhất loại kim chi này. Đó là thứ kim chi quán quân ăn đứt hơn 200 loại kim chi khác như kim chi giá, dưa leo, củ cải và nhiều loại rau củ khác. Chi mà nhiều dữ thần vậy? Có lần đi dự một buổi tiệc ở Đại Hàn, tôi đã hoa mắt trước một rừng kim chi trên bàn. Mỗi thứ chỉ được đựng trong một cái chén nhỏ, vậy mà kín chiếc bàn ăn lớn.

Kim chi ngày càng phát triển ra nhiều loại. Theo một tài liệu cho biết thì tính đến năm 1827, Đại Hàn chỉ có 92 loại kim chi. Kim chi có vị cay, ai đã từng ăn kim chi chắc đã nhiều lần hít hà với thứ cải muối này. Cứ nhìn vào màu đỏ của kim chi thì biết tại sao. Ớt đó! Trong lần tới Seoul mới đây, khách sạn của tôi nằm gần một khu chợ khá lớn. Trong chợ có một nguyên một khu đỏ rực bán toàn ớt. Ớt khô cũng như ớt bột. Tôi đã nhiều lần đi qua khu đỏ ơi là đỏ này và không lần nào là không hắt hơi. Nhìn vào khối lượng ớt tới hoa mắt này mới biết kim chi là hơi thở của dân Đại Hàn. Chẳng thế mà tại khu Insa-dong của thủ đô Seoul có cả một bảo tàng viện kim chi mang tên *Pulmuone Kimchikan*. Nằm trong một tòa nhà sáu tầng lầu. Bảo tàng cống hiến cho du khách mọi thông tin, kiến thức và hiện vật về kim chi bằng nhiều phương thức khác nhau. Tại tầng 6 của bảo tàng, du khách có thể học cách làm kim chi và tự tay làm món đặc sản này. Khi ra về, họ sẽ mang theo món kim chi do tự tay họ làm như một kỷ niệm khó quên về món ăn quốc hồn quốc túy của dân Hàn. Du khách thì làm sao biết tiếng Hàn để theo các lớp làm kim chi này nhưng họ có thể thuê các máy nghe dịch ra tiếng Anh, Nhật và Trung quốc với giá thuê chỉ một ngàn *won*.

Ngày hội làm kim chi kimjang.

Làm kim chi là một thú vui của dân Đại Hàn. Mùa muối kim chi được gọi là *kimjang*. Đây là một hoạt động tập thể theo từng gia đình, chòm xóm hay dòng họ. Họ không chỉ muối kim chi mà còn biến những giờ làm kim chi thành một cuộc tụ tập vui chơi ca hát, kể chuyện, chọc ghẹo nhau. Một thiếu nữ Hàn, cô Judy Joo, kể lại một buổi làm kim chi với gia đình. *"Đó là một công việc mệt mỏi và tốn thời gian. Một tập thể gồm nhiều thế hệ với sự tham gia của mọi lứa tuổi từ già đến trẻ nỗ lực chung tay ướp muối, nhồi và ủ kim chi trong nhiều ngày. Khi tôi hỏi những người lớn tuổi về kỷ niệm của họ với* kimjang, *họ chỉ mô tả sự ê ẩm cả người và nhức mỏi lưng. Một cô hồi tưởng về việc muối 500 bắp cải, trả lời một cách châm biếm: 'Chẳng khác chi địa ngục'. Tôi nhảy vào để giúp đỡ chỉ trong vài giờ mà đã thấy khá là khó chịu. Kimjang luôn được thực hiện ngoài trời và ngồi lê dưới đất. Tôi không quen ngồi xổm hay ngồi quỳ trong nhiều giờ. Chân tôi ngủ thiếp đi trong 15 phút đầu tiên. Bất chấp sự khó chịu và giá lạnh, tôi nhận thức sâu sắc rằng tôi đang quỳ trên mặt đất linh thiêng. Tôi đã ở thành phố Iksan gần đền Mireuksa nổi tiếng, nơi có lọ kim chi lâu đời nhất được đào quật, có niên đại khoảng 1.300 năm trước. Khu vực này vẫn có truyền thống mạnh mẽ về sản xuất kim chi, kể cả các nhà máy hiện đại trong vùng như nhà máy sản xuất khổng lồ Pulmuone-Nasoya, do nơi đây có đất đai màu mỡ, sản xuất các loại rau củ có chất lượng để làm kim chi. Kim chi là một món ăn quốc dân của người Hàn, vừa là niềm vui vừa là niềm tự hào. Người Hàn ăn kim chi trong mỗi bữa ăn. Họ còn ráng gói theo khi đi du lịch nước ngoài. Tôi đã từng cảm thấy xấu hổ khi mẹ tôi mang theo món ăn hôi hám này. Tôi nhớ mình co rúm lại mỗi khi mẹ sốt sắng lấy ra một gói kim chi, như thể đó là một loại thực phẩm cứu đói khẩn cấp khi chúng tôi đi du lịch. Lúc đó tôi từ chối ăn một cách bướng bỉnh dù trong thâm tâm tôi cũng rất thèm".*

Cô Judy Joo là con dân đất kim chi, nếu có vui mừng chen lẫn tự hào về truyền thống làm kim chi tại quê hương cô thì cũng phải thôi. Người dì của cô, đã 70 tuổi, vẫn cặm cụi làm kim chi hàng năm trong khi chỉ việc ra chợ mua cho đỡ vất vả. Được hỏi, bà cười và trả lời: "Bởi dì là người Hàn quốc!".

Một số loại kim chi.

Cô Phạm Thị Kiều Tiên đích thị là người Việt Nam. Cô chỉ tới Đại hàn sau khi lấy chồng người xứ kim chi. Cô này là một *Youtuber*, quay phim cảnh làm kim chi ở nhà chồng cho mọi người coi. Cô giải thích: *"Ở Hàn quốc bây giờ sắp vào mùa Trung Thu. Lúc đó người ta sẽ đổ xô đi mua và vật giá sẽ leo thang. Vậy nên mình phải làm kim chi sớm vì giá rau còn rẻ".* Theo cô Kiều Tiên cho biết, bước trộn gia vị, nêm nếm cho vừa là yếu tố vô cùng quan trọng quyết định chất lượng của kim chi. Ngoài ra ớt là thành phần chính yếu. Không có ớt thì không ra kim chi.

Cô Kiều Tiên mới qua Đại hàn nên chắc không biết là thoạt kỳ thủy kim chi không có ớt. Kim chi xuất hiện tại Hàn quốc vào thời đại Baekje, từ năm 18 trước công nguyên tới năm 660 sau công nguyên. Khi đó kim chi chỉ được làm bằng muối ướp rau củ. Sau đó người ta mới thêm vào gừng và tỏi. Tiếp đến là *jeotgal*, cá lên men. Tới thế kỷ 16 ớt mới được thêm vào. Thứ cay cay này tuy sanh sau để muộn nhưng dần dần lấn át để ngoi lên hàng đầu vào khoảng thế kỷ 18. Chất lượng của muối biển và bột ớt là bí quyết để tạo nên một món kim chi ngon. Mà phải là muối biển và bột ớt của Đại hàn chứ không phải thứ nhập cảng từ Trung Quốc.

Thứ kim chi ngon nhức răng mà tôi được thưởng thức là kim chi được ăn tại tư gia của Đại sứ Việt Nam Cộng Hòa tại Seoul. Rất đậm đà, ngọt ngào và để dư vị trong miệng. Khi đó, năm 1971, Đại sứ là Trung Tướng Phạm Xuân Chiểu. Bà Đại sứ cho biết đây là kim chi làm tại nhà. Ngoài rau củ, kim chi được ướp thêm tôm, cá, nghêu sò và các hải sản khác. Thấy mấy cô gái giúp việc toàn là người Hàn, tôi nghĩ có lẽ đây là thứ kim chi chính cống Hàn quốc nhưng có bàn tay Việt Nam chỉ đạo! Nghe bà Đại sứ sai bảo các cô bằng tiếng Hàn rành rẽ, tôi khen với ông Đại sứ tài nói tiếng Hàn của bà. Ông cười nói: "Anh chưa nghe bà ấy nói tiếng Đan Mạch, hay hơn nhiều!".

Kim chi là món ăn ngày nay đã phổ biến khắp thế giới. Tôi cũng là đệ tử của kim chi. Chỉ phiền một nỗi là đệ tử này ăn cay rất yếu. Món ăn có kim chi tại các tiệm Đại hàn rất đa dạng. Bánh bao nhân kim chi, kim chi cuộn cơm, *spaghetti* kim chi, thịt ba chỉ xào kim chi, lẩu kim chi, bánh xèo kim chi, cơm kim chi. Kể sơ sơ như vậy. Kim chi là một thứ lang chạ, cặp kè với nhiều món. Món tôi thích nhất là cơm kim chi nhưng luôn luôn phải dặn nhà hàng cho ít cay thôi. Ít thì ít nhưng cái lưỡi cũng tê rần. Nhưng là cái tê khoái khẩu.

Trở lại cuộc chiến kim chi giữa Trung quốc và Đại Hàn, nếu phải chọn phe, bạn sẽ theo phe nào? Dĩ nhiên là theo phe Hàn. Đó là chính nghĩa. Thứ quốc hồn quốc túy của người ta từ bao ngàn năm nay bỗng chốc Trung quốc muốn phỗng tay trên, coi sao đặng. Nhưng tôi còn có lý do khác nữa. Đó là nghĩa đồng bào. Dĩ nhiên tôi chẳng dây mơ rễ má chi với con dân xứ kim chi nhưng ít nhất cũng là đồng bào với ông Tổng Thống đầu tiên của Đại Hàn Dân Quốc (*Dae Han min guk*). Đó là Tổng Thống Lee Sung Man mà ta gọi là Lý Thừa Vãn.

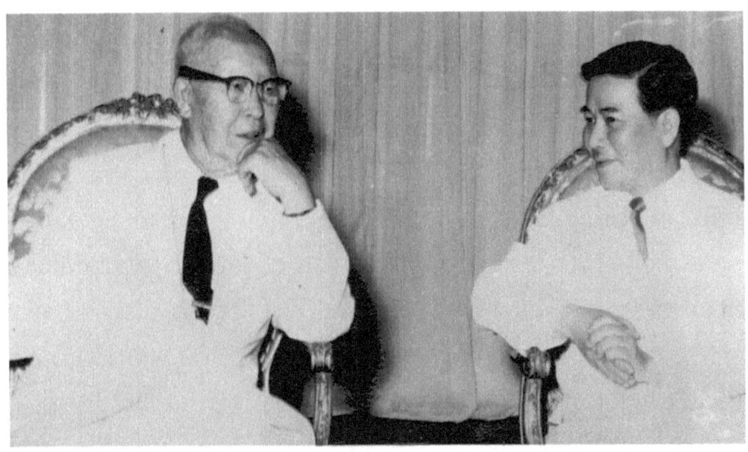

Tổng Thống Lý Thừa Vãn hội kiến với Tổng thống Ngô Đình Diệm năm 1958.

Năm 1958, trong chuyến công du chính thức tới thăm Sài Gòn, Tổng Thống Lý Thừa Vãn đã hội kiến với Tổng Thống Ngô Đình Diệm và ông đã công khai cho biết tổ tiên của ông là người Việt. Ông làm Tổng thống ba nhiệm kỳ, từ 15/8/1948 đến 26/4/1960. Là một người trí thức có bằng Tiến sĩ Chính Trị Học tại Đại học Princeton và Harvard, ông đã dẫn Đại Hàn qua cuộc chiến tranh Nam-Bắc và xây dựng đất nước khi hòa bình trở lại. Khi ông tuyên bố tổ tiên ông là người Việt Nam, dân chúng Sài Gòn ngày đó đã ngỡ ngàng. Nhiều người không tin, tưởng đây là một cử chỉ ngoại giao của một chính khách lão luyện. Sau đó, tòa Đại Sứ Đại Hàn tại Sài Gòn đã xác nhận: "Tổng Thống Lý Thừa Vãn là hậu duệ đời thứ 25 của Kiến Bình Vương Lý Long Tường, con của vua Lý Anh Tông nước Đại Việt. Lý Long Tường cùng gia quyến đã vượt biển sang tới Cao Ly vào đầu thế kỷ thứ 13 để tránh quốc nạn". Sử Việt còn ghi Hoàng tử Lý Long Tường sanh năm 1174, là con thứ của vua Lý Anh Tông. Năm 1226, khi nhà Lý bị Trần Thủ Độ dùng thủ đoạn soán ngôi vua, Lý Long Tường đã bí mật về Kinh Bắc, vái lậy tạ biệt lăng miếu Đình Bảng, tới Thái miếu thu gom các bài vị và đồ tế khí rồi trở lại Đồ Sơn. Sau đó Hoàng tử đã cùng 6 ngàn gia thuộc qua cửa Thần Phù, Thanh Hóa, chạy ra biển Đông trên ba hạm đội. Sau một tháng lênh đênh trên biển, đoàn thuyền gặp bão lớn phải ghé vào Đài Loan. Tại đây, con trai của Lý Long Tường là Lý Long Hiền ốm nặng. Khi Lý Long Tường quyết định lên đường đi tiếp, phải bỏ con trai ở lại cùng 200 gia nhân. Theo một nguồn tin thì Tổng Thống Lý Đăng Huy của Đài Loan cũng thuộc dòng dõi Lý Long Hiền. Nguồn tin này cần phải được nghiên cứu thêm. Trên đường đi tiếp, đoàn thuyền của Lý Long Tường lại gặp bão và bị dạt vào Trấn Sơn, huyện Bồn Tân, tỉnh Hoàng Hải nằm ở phía tây Cao Ly.

Năm 1231, quân Mông Cổ tiến đánh Cao Ly qua hai mặt thủy và bộ. Mặt thủy đánh vào tỉnh Hoàng Hải, nơi tá túc của gia tộc Lý Long Tường. Ông lãnh đạo gia thuộc và dân binh, sát cánh cùng quân triều đình đánh bại đối phương. Khi ra trận ông cưỡi ngựa trắng nên dân chúng gọi ông là "Bạch Mã Tướng Công". Năm 1253, quân Mông Cổ lại đánh Cao Ly. Địch quân thắng lợi lớn khiến nhiều tướng Cao Ly bỏ mạng tại trận tiền. Lý Long Tường tới yết kiến Thái Úy Vi Hiển Khoan, người nắm quyền quân sự cao nhất, để dâng kế sách "Binh Pháp Đại Việt". Kế sách này đã được mang ra huấn luyện cho binh lính và dân chúng Cao Ly. Sau 5 tháng kháng chiến ròng rã của dân chúng Cao Ly, quân Mông cổ phải rút lui. Vua Cao Ly phong cho Lý Long Tường tước "Hoa Sơn Tướng Quân" (*Hwasan Sanggun*). Núi Hoa San nằm tại nơi cư ngụ của Lý Long Tường. Ông thường hay lên đỉnh núi, rơi lệ nhìn về phương Nam!

Tổng Thống Lý Thừa Vãn là hậu duệ của một thuyền nhân Việt Nam đã làm rạng danh dân Việt tại nơi ngụ cư. Có một ông tổng thống Đại Hàn gốc Việt thân tình ruột già như vậy, dĩ nhiên tôi phải đứng về phe Đại Hàn trong trận chiến kim chi. Mà dù không có mối quan hệ này, tôi cũng vẫn đứng bên cạnh dân Đại Hàn. Ai mà ưa được anh Đại Hán ngổ ngáo cả đời chỉ thích nhận vơ!

03/2021

LY DỊ KIỂU 2020

Ly dị là thứ đồ cổ. Người ta biết chia ly từ hồi nảo hồi nào, lâu lắm rồi. Thế Lữ đã từng thơ:

Anh đi đường anh, tôi đường tôi,
Tình nghĩa đôi ta có thế thôi.
Đã quyết không mong xum họp mãi.
Bận lòng chi nữa lúc chia phôi?

Vậy thì năm 2020 có chi khác mà phải kiểu này kiểu kia? Khác chứ. Vì năm 2020 có hai sự kiện nổi bật: Covid-19 và bầu cử Tổng Thống tại Mỹ. Bầu cử tại Mỹ cũng là chuyện "đến hẹn lại lên", cứ bốn năm là "tay cầm lá phiếu tự do, bâng khuâng không biết bầu cho người nào", có chi mà đặc biệt? Đặc biệt chứ, vì năm nay chuyện bầu cử có khác. Nhưng nói chuyện con Covid trước.

Cuộc sống kể từ khi có con dịch vật Covid tới đã thay đổi. Người ta phải sống và nghĩ khác trước. Cái khác này khiến nhiều người không thích ứng được. Khi hai người chung giường chung chiếu bỗng nhiên lâm vào một tình thế mới, khác nhau cả chuyện lớn lẫn chuyện nhỏ, chuyện bai bai nhau sẽ nhảy sộc tới.

Trường hợp của cô Sophie Turner ở Suffolk, Anh, là một điển hình. Cô là một *social worker* ở Suffolk và có cuộc sống khá êm ả với chồng. Nhưng khi dịch tới, cô bị căng thẳng đầu óc, ảnh hưởng tới cuộc hôn nhân. "Tôi bị căng thẳng hơn mỗi ngày, ngày nọ qua ngày kia, và hai vợ chồng quyết định thử nghiệm sống ly thân một thời gian. Nhưng ngay sau đó, chúng tôi nhận ra rằng việc ly thân sẽ phải kéo dài hơn dự tính". Cuối cùng, hai người phải quyết định thực sự cắt đứt cuộc hôn nhân của họ. Họ nghĩ đó là điều tốt nhất cho cả hai. Cô dọn nhà về ở gần bố mẹ và chị gái. "Tôi nghĩ tia hy vọng cuối đường hầm của đại dịch là nó đã giúp chúng tôi nhận ra rằng chúng tôi thực sự cần phải làm việc này. Nếu không, chúng tôi vẫn ở chung phòng, vẫn không nói chuyện với nhau. Chúng tôi hạnh phúc hơn khi là bạn bè và chúng tôi không thấy bực mình vì những chuyện nhỏ nhặt".

Chuyện của cô Sophie Turner chỉ là một trong những chuyện "anh đường anh tôi đường tôi" đang xảy ra trên khắp thế giới. Công ty luật Stewarts ở bên Anh cho biết số vụ tham vấn về ly hôn tăng tới 122% từ tháng 7 đến tháng 10 so với cùng thời gian năm ngoái. Tại Mỹ, một trang *web* chuyên về hợp đồng pháp lý nhận thấy số vụ ly hôn năm nay tăng 34% so với cùng kỳ năm ngoái. Tại Thụy Điển, Trung Quốc các cặp vợ chồng cũng chọn xa nhau nhiều gấp bội năm ngoái.

Luật sư Carly Kinch của công ty luật Stewarts nói trên, cũng lấy làm lạ về sự gia tăng những vụ ly dị. Bà tìm hiểu và tìm ra vài nguyên nhân. Trước đây, các cặp vợ chồng phải đi làm, thời gian họ gặp nhau không nhiều. Cuộc sống của họ phần lớn diễn ra ngoài gia đình. Nay, vì thất nghiệp hay làm ở nhà, họ đụng chạm nhau hầu như suốt ngày, những khác biệt rõ nét hơn. Bà Kinch nói: "Tôi không nghĩ rằng lý do khiến mọi người ly hôn nhất thiết đã thay đổi. Thường luôn có dòng chảy ngầm về những bất đồng giữa vợ chồng. Với dịch bệnh, những bất đồng này trở thành trọng tâm, rõ ràng hơn so với bình thường". Chuyện sống nhiều bên nhau khiến những bất đồng được xé to ra không là chuyện bất thường. Theo kinh nghiệm của nhóm luật sư Stewarts, trước đây, sau mỗi kỳ nghỉ lễ lâu dài như dịp lễ Giáng sinh chẳng hạn, số vụ ly dị sau đó có gia tăng. Với dịch bệnh, nhóm luật sư này nhận ra một yếu tố mới: các bà chủ động xin ly hôn nhiều hơn. Tới 76% so với 60% của năm trước. Tại sao vậy? Họ lý giải là vì các bà nhận thấy rõ hơn sự thua thiệt của mình. Khi hai vợ chồng cùng đi làm, chuyện bất công trong phân chia việc nhà giữa hai vợ chồng không bộc lộ rõ ràng khi người đàn ông thường ở sở làm và ngoài đường nhiều hơn. Nay cả hai đều chỉ quanh quẩn ở nhà, các ông quen thói, ít quan tâm tới việc săn sóc con cái hay làm những việc nội trợ. Ngày trước khuất mắt không sao, nhưng nay sờ sờ trước mặt, khiến các bà ngứa mắt. Bà Kinch lý giải: 'Tôi nghĩ rằng một số các bà bước vào phong tỏa với suy nghĩ rằng: 'Đây chẳng phải là chuyện tốt hay sao! Chúng tôi sẽ có nhiều thời gian hạnh phúc bên nhau. Và người bạn đời của tôi, vốn thường có mặt ở thành phố hoặc sở làm, sẽ có mặt ở nhà và sẽ giúp tôi được nhiều hơn'. Nhưng tôi thấy chuyện không xảy ra như vậy, thực tế khác quá xa so với suy nghĩ của các bà".

Nhà trị liệu tâm lý của Anh Ronen Stilman cũng đồng quan điểm: "Ngày càng có nhiều người thấy họ bị kẹt trong tình huống đang xảy ra trong gia đình. Giống như một cái nồi áp xuất không để chút hơi nào thoát ra ngoài. Cuối cùng nắp nồi có thể bị bật lên và quan hệ vợ chồng tan vỡ!".

Nhưng các nhà phân tích cho rằng kinh tế mới là nguyên nhân chủ yếu trong các vụ ly dị. Tiền không vô thì tình ra đi. Nạn nhân thông thường nhất là các cặp vợ chồng mới cưới chừng vài năm trở lại. Họ chưa tạo được sự miễn dịch với những lên xuống của cuộc sống. Giáo sư Glen Sandstrom, nhà nhân khẩu học Thụy Điển nổi tiếng, giải thích: "Số lượng các cuộc ly hôn có xu hướng gia tăng trong thời kỳ kinh tế đi xuống. Thu nhập giảm làm tăng nguy cơ căng thẳng tâm lý, kết quả là chuyện lo lắng tiền bạc đã bào mòn tình vợ chồng dẫn tới những vụ ly hôn". Nạn thất nghiệp gia tăng, tiền không vô đã đành, nhưng thất nghiệp còn có ảnh hưởng tâm lý, nhất là nơi người chồng. Đang là người lo gánh vác chuyện tiền bạc trong gia đình, bỗng một ngày đẹp trời bị mời ra khỏi nơi làm việc, cái *check* hàng tuần không có, buồn chán dẫn đến thương tổn tự ái. Từ đó sanh ra bẳn gắt với vợ con, gia đình xào xáo. Nếu không khéo chịu đựng thì chuyện ly dị tới rất nhanh. Giáo sư Glen Sandstrom dự đoán: "Nếu cú sốc kinh tế lan rộng khiến tỷ lệ thất nghiệp gia tăng mạnh, nhiều cuộc hôn nhân sẽ gánh chịu. Nhưng điều ngược lại cũng có thể xảy ra nếu các quốc gia phục hồi nền kinh tế nhanh hơn dự kiến trong năm 2021".

Chuyện khác biệt thứ hai trong năm 2020 là chuyện bầu

cử Tổng Thống Mỹ. Bầu cử ở Mỹ nhưng hầu như cả thế giới nhảy xổ vào. Việt Nam ta nhảy vào kỹ nhất. Cả Việt Nam trong nước lẫn ngoài nước. Kể cũng vui! Việt Nam trong nước chẳng ăn nhậu chi, Việt Nam ở hải ngoại nhưng ngoài nước Mỹ cũng chẳng ăn nhậu chi, Việt Nam tại Mỹ có lá phiếu nhưng chỉ là một thiểu số thảm hại, cũng chẳng ăn nhậu chi mấy. Vậy mà già trẻ lớn bé ồn ào chia phe ăn thua nhau đủ. Ăn thua giữa bạn bè, ăn thua trong gia đình, ăn thua trên Facebook và các mạng xã hội khác. Ông Võ Ngọc Ánh, cư ngụ tại Tacoma, tiểu bang Washington, kể lại: "Tuần trước tôi bị một người anh thân tình sống cùng thành phố nói lời chia tay và xóa bạn với tôi trên Facebook. Lý do, anh đã nhiều lần nhắc: 'Thôi, em đừng viết gì về ông Tổng Thống của anh nữa'. Nhưng tôi vẫn không làm theo. Đây không phải lần đầu tôi bị người khác ngưng nói chuyện, hủy kết bạn sau khi tôi viết về Donald Trump, dù trước đó chúng tôi khá thân nhau ngoài đời, hợp nhau về nhiều chủ đề từ chính trị, lịch sử, văn hóa, xã hội đến niềm tin. Trên mạng xã hội Facebook, tôi có bạn ở khắp vùng, miền, quốc gia, khác tôn giáo, không cùng cách thức đấu tranh, chẳng chung sở thích. Trước đây vẫn trao đổi với nhau về nhiều vấn đề để học hỏi lẫn nhau. Nhưng khi biết tôi suy nghĩ về Trump khác họ, đã có không ít người ngừng tương tác, hủy bạn".

Tôi ở Canada, tay không có phiếu bầu, bạn bè tôi cũng vậy. Vậy mà tôi đã hai lần bị hai ông bạn thân, cũng ở Canada, điện thoại tới "gây sự" với tôi. Nguyên do là ông Trump. Ông này là một hiện tượng vô tiền khoáng hậu. Người ưa cũng nhiều mà người không ưa cũng lắm. Ưa hay không ưa là người dân Mỹ, có quốc tịch Mỹ, nhưng người ở Canada như tôi, ở Úc, Pháp và nhiều nước khác, ngay cả ở Việt Nam, cũng chia rẽ nhau vì thích hay không thích ông. Họ đứng bên tả hoặc bên hữu chứ ít ai lai vãng ở giữa. Bên nọ trừ khử bên kia. Cha mẹ, anh em, chú dì, cô cháu, tuy chẳng ăn cái giải gì, nhưng phùng mang trợn mắt cãi nhau, thậm chí còn không nhìn mặt nhau. Tác giả Stephanie Lai kể trên tờ Thời Báo Los Angeles chuyện một cô cháu gốc Việt đến thăm họ hàng tại quận Cam. Khi chú của cô lên tiếng ủng hộ ông Trump thì, từ phòng bên cạnh, đám con của chú hét lên vì bất mãn. Cũng vẫn trên tờ Thời Báo có viết về trường hợp cô Kim Nguyễn, 29 tuổi, sống tại thành phố Garden Grove, thường im lặng khi người lớn nói chuyện chính trị. Nhưng năm nay, cô không thể im lặng được nữa. Cô phải giải thích cho bố mẹ rõ về những gì xảy ra ở nước Mỹ cho người da màu. Những bậc trưởng thượng, vốn không tiếp xúc nhiều với người dân và báo chí bản xứ, a dua nhau về lập trường chính trị. Trong các gia đìnhViệt Nam tại Mỹ không hiếm cảnh bố mẹ đi một đường, bày con đi một nẻo. Hai thế hệ khác biệt nhau khiến cảnh tranh cãi xảy ra hàng ngày, đưa tới chỗ tình gia đình rạn nứt, chẳng ra làm sao. Cô Cindy Nguyễn, học sinh lớp 12 trường trung học Westminster, nghe hiểu tiếng Việt nhưng không đủ chữ mẹ đẻ để tranh luận với cha mẹ. Cô nói với báo Thời Báo Los Angeles: "Tôi biết họ đang nói gì bằng tiếng Việt nhưng không phải lúc nào tôi cũng có thể đáp lại họ. Tôi không thể nghĩ ngay đến những từ khó như "bình đẳng" bằng tiếng Việt".

Rạn nứt tình gia đình trong cộng đồng người Việt vì

cuộc bầu cử năm 2020 là chuyện khá phổ biến. Không biết có những cuộc ly dị vì những rạn nứt này không? Người Việt chúng ta không quen vạch áo cho người xem lưng trong những trường hợp này. Nhưng tôi nghĩ là có. Nhiều hay ít, chúng ta không rõ vì những chuyện coi là tế nhị này, những cặp vợ chồng Việt ít nói ra. Người Mỹ bộc trực hơn. Có chi nói nấy. Già hay trẻ cũng vậy. Bà Gayle McCormick, 77 tuổi, đã ly thân với ông chồng 81 tuổi tên William vì ông bỏ phiếu cho ông Trump. Bà nói: "Tôi nghĩ di sản này của Trump sẽ mất một thời gian dài để phục hồi". Sau khi ly thân, bà dọn qua Vancouver, trong khi ông vẫn ở Alaska.

Bà Carole Catherine bất ngờ khi biết ông chồng bỏ phiếu cho ông Trump vào năm 2016. Nói với đài CNN, bà cho biết: "Lúc đó tôi mới biết. Rồi tôi nghĩ, kiểu này chắc chắn hai đứa sẽ gặp phiền phức". Hai người yêu nhau từ thời còn học trung học. Trong 11 năm chồng vợ, họ chẳng bao giờ cãi nhau. Nhưng từ khi ông bỏ phiếu cho Cộng Hòa, bà cho Dân Chủ, hai người thường xuyên đụng độ vì quan điểm khác biệt. Bà tìm đồng minh bằng cách lập ra trên Facebook một nhóm mang tên *"Wives of the Deplorables"* (Làm Vợ Kẻ Đáng Trách) vào tháng 10 năm 2019. Thành viên của nhóm là những người vợ trên khắp nước Mỹ theo đảng Dân Chủ nhưng có chồng theo đảng Cộng Hòa. Thực ra chuyện khác biệt chính kiến cũng không sao. Dân Mỹ có truyền thống tôn trọng ý kiến khác biệt của người khác, ngay cả giữa vợ chồng. Nhưng từ ngày ông Trump xuất hiện, sự tương tác dân chủ này bỗng mất tiêu. Các bà trong nhóm "Làm Vợ Kẻ Đáng Trách" tha hồ…trách. Một bà viết: "Giữa chúng tôi bây giờ có bức tường lớn ngăn cách chưa từng có. Chúng tôi cưới nhau được 45 năm và tôi rất ngưỡng mộ chồng. Trừ chuyện này. Tôi có bạn bè theo đảng Cộng Hòa mà tôi vẫn yêu quý. Nhưng khó mà ở chung với một người trước đây tôi tưởng có cùng quan điểm". Một bà khác tâm sự: "Tôi không còn muốn sống với chồng nữa. Tôi không muốn sống với người không thể đồng cảm với người khác. Có lẽ tôi gay gắt nhưng tôi thấy vợ chồng mà không có những lúc tâm sự thân mật tình cảm và đồng quan điểm với nhau thì thật trống rỗng. Tôi muốn có người bạn đời cùng đi chung, cùng phản đối và cùng quan điểm". Bà Gretchen Wisehart và chồng là dân hoạt động chính trị thứ thiệt. Chồng bà, ông Tom Ellis, là đại cử tri của Pennsylvania bỏ phiếu cho ông Trump vào năm 2016. Hai vợ chồng này rất vui: cả hai đã từng ứng cử các chức vụ địa phương, bà đại diện đảng Dân Chủ, ông đảng Cộng Hòa. Khi ông là đại cử tri thì hai người mới đính hôn, chưa cưới. Họ suýt bỏ dở cuộc tình vì cuộc bầu cử năm đó. Ông Ellis nhớ lại: "Ba ngày liền cô ấy không thèm nói chuyện với tôi. Cuộc bầu cử đó thật căng thẳng. Nhưng cuối cùng chúng tôi quay lại và cưới nhau. Và bây giờ, chúng tôi vẫn tranh cãi ầm ĩ về chính trị!". Khi vô tình biết nhóm "Làm Vợ Kẻ Đáng Trách", bà Gretchen la lên: "Đây! Bộ lạc của mình đây rồi. Những phụ nữ ở trong nhóm sẽ hiểu mình!".

Theo một cuộc thăm dò của hãng Reuters/Ipsos từ ngày 27/12/2016 tới 18/01/2017, trên 6426 người ở toàn thể 50 tiểu bang Mỹ, thì tỷ lệ người xích mích với gia đình và bạn bè về quan điểm chính trị tăng 6% so với một cuộc khảo sát trước đó vào tháng 10 cùng năm. Kết quả cho thấy có tới 16% không thèm nói chuyện với người nhà hoặc bạn bè khác chính kiến, 13% đã cạch mặt họ và 17% hủy kết nối trên mạng xã hội.

Trang của những người hẹn hò OkCupid cho biết, kể từ cuộc bầu cử năm 2016, có tới 64% các thành viên ghi rõ quan điểm chính trị trong phần tiểu sử của họ. Thành viên của trang eHarmony "trắng trợn" hơn khi có tới phân nửa ghi rõ thích hoặc không thích Trump. Phân minh hơn, trên các trang hẹn hò này, các cô các cậu tụ thành từng nhóm không úp mở: *"For Conservatives Only"* hoặc *"TrumpSingles"*. Có tới 83% bạn trẻ không ưa Trump dứt khoát cho biết không muốn hẹn hò với những anh chị phò Trump trong khi có 59% phò Trump dứt khoát không chơi với những người chỉ trích Trump.

Tất cả vì "hiệu ứng Trump". Chưa có một Tổng Thống nào của Mỹ làm phân chia một cách rốt ráo hai phe ưa và ghét mình như ông. Người ưa thì yêu mến, sùng kính. Ông bạn tôi ở Canada, chẳng ăn nhậu chi tới ông *tonton* này, nhưng mỗi khi nhắc tới ông đều cung kính: "Ngài Trump". Người ghét thì chê bỏ, thậm chí khinh miệt ông. Gọi ông là một hiện tượng chẳng sai chút nào.

Thiệt khổ! Từ ngày có Trump về!

02/2021

NGỒI

Sau 1975, trước các trụ sở công an, bà con Sài Gòn được mục kích một quang cảnh diễn ra hàng ngày. Khoảng tan giờ làm buổi chiều, công an áo vàng ngồi chơi nhìn ông đi qua bà đi lại trước mặt. Họ ngồi theo hàng dài, người nọ sát người kia. Lối ngồi của họ khá lạ với dân miền Nam: ngồi xổm! Hầu như bộ đội miền Bắc vào đều có lối ngồi mà dân Nam gọi là ngồi kiểu nước lụt như vậy. Trong Nam không có kiểu ngồi đó. Mấy bà bán hàng rong trong Nam, những người phải ngồi tùy tiện khi có khách hàng gọi mua, cũng có chiếc ghế đầu nho nhỏ gài vào gánh hàng hay gác trên xe đẩy. Khi cần họ lấy chiếc đòn thấp này ra để kê bàn tọa.

Dân di cư như tôi không lạ với kiểu ngồi này. Ngày nhỏ, ở vùng quê, tôi thấy người ta ngồi xổm lia chia. Đi làm ruộng, những khi nghỉ để hút thuốc lào, ăn củ khoai hay tán dóc, ngồi trên các bờ ruộng, ghế đâu mà ngồi. Cứ...xổm hết. Gặt lúa về, đập lúa thì đứng, nhưng khi nghỉ cũng ngồi xổm.

Sàng sẩy cũng ngồi xổm. Tá điền ngồi ăn cơm cũng ngồi xổm trên nền đất. Hễ ngồi là chỉ có một tư thế xổm. Không biết có phải vì vậy mà thế ngồi xổm được liệt vào loại nhà quê, dân thành thị không chơi kiểu quê mùa này, trừ trẻ em.

Trẻ em, dù ở thành thị hay thôn quê, đều quen ngồi xổm khi chơi đùa. Các em gái, khi chơi ô ăn quan, rải ranh, chơi chuyền đều có thế ngồi xổm. Các em trai cũng vậy. Chơi khăng, đánh đáo, chơi quay, khi chơi thì phải đứng nhưng khi nghỉ chờ tới lượt chơi thì cũng...xổm. Đó là thế ngồi để dễ di chuyển nhanh. Tới lượt là đứng phóc dậy nhanh như điện. Không nhanh mất thời gian chơi uổng chết.

Ngồi xổm là kiểu ngồi quê mùa. Nhưng nhiều người có muốn quê mùa cũng không được. Thử đố mấy anh Tây anh Mỹ ngồi xổm coi, họ chịu chết. Khoảng thập niên 1990, một anh người Pháp sang Hà nội làm việc. Anh này rất bình dân, thường kết bạn với người Việt. Anh phàn nàn chuyện chi anh cũng bắt chước bạn Việt được, từ hút thuốc lào tới ăn mắm tôm, nhưng ngồi xổm thì chịu. Anh không ngồi xổm được vì anh là dân da trắng mắt xanh. Giản dị vậy thôi. Các nhà nghiên cứu Nhật Bản đã thí nghiệm với một số người tình nguyện thuộc mọi lớp tuổi. Họ đo chiều cao, cân nặng, chỉ số BMI đến biên độ của các khớp xương, độ dài dây chằng và độ dẻo của cơ bắp. Cuối cùng họ đã tìm ra nguyên do khiến các anh chị mắt xanh mũi lõ không ngồi xổm được. Đó là khớp mắt cá chân! Dân châu Á có khớp mắt cá chân có thể gấp tới 70 độ nên ngồi xổm dễ dàng trong khi dân Tây phương chỉ gấp được có 30 độ nên, nếu cố gắng ngồi xổm, họ phải kiễng trên mũi chân. Kiễng như vậy rất mỏi, không chịu được lâu dài. Vậy ngồi xổm là món quà Thượng Đế ban cho dân Á châu da vàng. Dân da trắng kính nhi viễn chi nên đặt tên cho kiểu ngồi xổm là *Asian-squat*. Hơn thua cái ngồi xổm đâu có chết anh Tây nào. Nhưng khổ nỗi kiểu ngồi xổm là kiểu ngồi có lợi cho sức khỏe nhất. Tiến sĩ Bahram Jam, nhà sáng lập viện Giáo Dục Trị Liệu Vật Lý Cao Cấp *(Advanced Physical Therapy Education Institute)* ở Ontario, Canada, cho biết trong mỗi khớp xương của con người đều có chất nhờn để làm trơn, giúp chúng ta tránh được chứng đau xương khớp khi về già. Muốn có chất nhờn này, chúng ta phải tập luyện xương cốt. Ngồi xổm là một cách hiệu quả để bổ sung chất dịch nhờn này.

Các anh chị tây đầm không biết ngồi xổm, vậy là thua thiệt. Muốn khỏi thua thiệt, phải luyện tập ngồi xổm. Bác sĩ Erica Matluck, sáng lập viên của *Seven Senses Integrative Medicine & Holistic Coaching* ở New York phát biểu: "Đối với cơ thể con người, nếu giữ lâu ở một vị trí đều phải trả giá. Ở phương Tây ngày nay, chúng ta ngồi ghế quá nhiều, vì vậy sẽ tốt hơn nếu chúng ta chịu khó ngồi xổm nhiều hơn". Khi làm việc tại các công tư sở, thường 8 tiếng một ngày, chúng ta chễm chệ trên ghế. Điều này không tốt cho sức khỏe. Hàng ngày, tôi ngồi viết bài cũng lâu bằng thời gian mọi người làm việc tại văn phòng. Ngồi lâu, dù trên ghế nệm êm ái, chúng ta sẽ cảm thấy nhức mỏi. Nếu chúng ta đeo chiếc đồng hồ điện tử, tới thời gian được ấn định, đồng hồ sẽ tự động rung nhắc chúng ta nên đứng dậy cho giãn gân cốt. Chiếc đồng hồ tôi đeo, khi báo đứng dậy thường rung rung như cào vào tay và trên mặt đồng hồ hiện lên hình người rảo bước đi. Nếu đang mải mê đánh máy cho kịp một ý tưởng, chúng ta sẽ rất khó chịu khi bị nhắc đứng dậy. Cái anh te te tái tái bước đi trên mặt đồng hồ lúc đó trông thật dễ ghét. Đứng dậy đi quanh phòng, pha tách cà phê hay uống ly nước là điều tốt. Nhưng tốt hơn là nên tập ngồi chồm hổm. Bà Jessica Gilbert, huấn luyện viên thể dục ở California, cũng đồng ý như vậy: "Chúng ta nên ngồi xổm nhiều hơn vì nhiều lý do. Điều đầu tiên và quan trọng nhất là hầu hết mọi người đều gặp khó khăn khi cơ mông không hoạt động. Cơ mông bị nhức mỏi có thể gây ra chứng đau thắt lưng, đau đầu gối, ảnh hưởng tới sức khỏe của bạn".

Trong các bài tập thể dục hay *yoga*, có một bài gọi là "động tác *squat*". *Squat* có nghĩa là "ngồi xổm". Bà Jessica Gilbert giải thích: "Bài tập *squat* trong tập *gym* và *squat* truyền thống ở mỗi quốc gia nhìn chung khá giống nhau nhưng độ sâu, phạm vi chuyển động và cách áp dụng thì khác nhau. Cả hai bài tập *squat* dạng này đều có lợi vì nếu bạn đang ngồi xổm khi nâng tạ trong phòng *gym*, bạn sẽ cảm nhận rõ rệt được sức mạnh của cơ mông thay đổi như thế nào". Một huấn luyện viên khác, Matluck, đồng ý: "Sở dĩ việc có nhiều bài tập thể dục và *yoga* ngồi xổm đều có lý do của nó. Ngồi xổm giúp tăng sức mạnh và sự ổn định của chân, giúp máu lưu thông, làm ấm cơ thể và cải thiện sự săn chắc của các bó cơ mà không áp lực quá lớn lên khớp xương".

Dân Á châu chúng ta ngồi xổm một cách thành thạo, chẳng phải tập luyện chi, trong khi dân Âu châu muốn ngồi xổm phải tập tành khó nhọc. Không biết có phải vì ganh tức hay không mà dân mũi lõ cho lối ngồi xổm của dân mũi tẹt là thứ ngồi hèn yếu của loại nô lệ. Ngồi cho oai vệ phải là ngồi ghế. Ghế càng cao càng oai. Khi người Pháp qua chiếm và biến nước ta thành thuộc địa, mỗi khi có lễ lậy, khán đài có ghế trên cao là dành cho các quan tây đầm. Nhà thơ Tú Xương thời đó đã cực tả cái thân nô lệ của người mình. *Trên ghế bà đầm ngoi đít vịt / Dưới chân ông Cử ngỏng đầu rồng.* Bà đầm có bộ "đít vịt" vì hồi đó chưa có *gym* hay *yoga* cho bà tập *squat*. Các bà ngày nay muốn có bộ mông thon thả, hấp dẫn đều phải khổ công tập tành.

Ghế không chỉ là chỗ để ngồi mà còn chứng tỏ uy quyền. Ông này giữ ghế này, bà kia giữ ghế kia. "Ghế thì ít, đít thì nhiều" nên tranh dành, hất cẳng nhau chiếm lấy cái ghế. Tiếng Anh *"chair"* là ghế nhưng khi ghép thành *"chairman"* lại có nghĩa là "chủ tọa". Vậy người chủ tọa là người "tọa" cao nhất. Anh ngồi xổm làm chi có ghế mà tọa nên để cái bàn tọa lơ lửng trên mặt đất.

Anh tây ngồi ghế, anh ta ngồi xổm. Vậy là anh ta chẳng cần ghế, hơn đứt đuôi. Bạ đâu ngồi đó. Như mấy anh công an từ ngoài Bắc vào Sài Gòn. Thứ ngồi đầy quốc hồn quốc túy đó, dân Sài Gòn không quen mắt. Chắc mắt dân Sài Gòn bị hư nên có cái nhìn thiếu lập trường như vậy. Nhưng khi vào phòng vệ sinh, làm công việc giải tỏa, thì dân Sài Gòn cũng ngồi xổm kiểu…dân tộc. Nhà xí của chúng ta là thứ xí xổm. Vậy nên khi làm công việc thuận theo thiên nhiên, chúng ta cũng ngồi xổm. Năm 1973, gia đình tôi cất nhà mới, nhà xí vẫn là xí xổm, nằm tách riêng ra khỏi các phòng. Muốn giải tỏa, phải bước qua một đoạn sân trống. Trời mưa, vớ tạm cuốn báo che đầu, thật tiện đôi đường. Vừa che mưa, vừa có cái để đọc, vừa có giấy lau. Mấy anh tây làm ngược lại. Đã ghế thì chỗ nào cũng phải kiểu ngồi ghế, ngồi giải tỏa cũng ngồi như ngồi ghế. *Toilet* sát sạt với phòng ngủ. Phòng ngủ chính *master bedroom* thì *toilet* nằm ngay trong phòng ngủ. Nhà càng sang càng sát bồn cầu!

Cho tới khi nào thì dân ta bắt chước dân tây, thay xí xổm thành xí ngồi? Có lẽ từ khi người Mỹ ồ ạt vào miền nam Việt Nam. Các nhà cho Mỹ thuê phải có nhà xí theo kiểu Tây phương. Đâu có bắt các anh chị Mỹ nhập gia tùy tục được. Dân ta thấy kiểu ngồi này "phẻ" hơn nên đua nhau sửa xí xổm thành xí ngồi. Khi tôi trở về thăm nhà thì gia đình tôi cũng đã sửa hết hàng loạt nhà cầu. Muốn kiếm cái xí xổm coi bộ không dễ. Có lẽ phải ra bờ sông.

Ngày mới di cư vào Nam, năm 1954, gia đình tôi mua được căn nhà tôn vách ván ở Vĩnh Hội, bên kia cầu Ông Lãnh. Điều đặc biệt là hầu như toàn thể nhà cửa ở khu này không có nhà cầu tại nhà. Mọi người đều ra mấy cái cầu dựng ở bên sông. Cầu chỉ là những chiếc hộp trống tuếch trống toác, che sơ sài bằng mấy mảnh ván cao chỉ vài chục phân chung quanh. Phía trước che thấp hơn để có thể bước qua được. Phía trong là hai khúc gỗ chắc chắn nằm chừa ra một kẽ hở ở giữa. Người xử dụng ngồi xổm, hai chân đặt trên hai khúc gỗ, mặt quay ra phía trước. Một chiếc cầu bằng ván giản dị nối từ đất liền ra nhà cầu đặt trên sông. Qua cầu ván, tới hai dẫy nhà cầu nằm ở hai bên, một bên dành cho nam giới và một bên dành cho nữ giới. Nam nữ thụ thụ bất thân. Khi hành hiệp chuyện thầm kín càng phải bất thân hơn. Phái nam chúng tôi, vốn dòng dõi anh hùng, nên mỗi anh một nắm giấy, hiên ngang rủ nhau đi cùng một lúc cho vui. Vừa đỏ mặt tống xuất vừa trò chuyện râm ran, cái thú này ngang ngửa với cái thú "thứ nhất quận công, thứ nhì ỉa đồng" của người xưa. Thành phẩm thi nhau lao xuống sông làm mồi cho cá. Theo một ước tính vào năm 2014, tại đồng bằng sông Cửu Long còn có tới 34 triệu người sử dụng nhà cầu trên sông.

Cầu xổm trên sông nước ở miền Nam Việt Nam.

Phải vào Nam tôi mới biết có kiểu xí cộng đồng như vậy. Nhưng mới đây, khi đọc được trên mạng bài *"Cầu Tõm ở Việt Nam với Hàng Trăm Chuyện Giở Khóc Giở Cười"*, tôi mới biết là ở miền Bắc cũng có loại xí xổm như vậy. Nhưng thứ xí Bắc kỳ này có cái tên khá gợi hình: cầu tõm! Rất tiếc bài viết không đề tên tác giả. Tiếc vì bài này rất…phiếm. Theo tác giả thì vùng có nhiều cầu tõm là vùng Hà Nam, Ninh

Bình và Nam Định. *"Cầu tõm thì có khắp nơi trên mảnh đất hình chữ S này, nhưng có lẽ nhiều nhất là ở tỉnh Hà Nam, điển hình và phổ biến nhiều nhất là ở huyện Bình Lục. Nói gì thì nói cũng phải có dẫn chứng. Khoa học đàng hoàng hẳn hoi nhá: Bình Lục là đất chiêm trũng , nhiều ao chuôm, sông ngòi. Rất thích hợp làm "cầu tõm". Cụ Nguyễn Khuyến hồi trai trẻ có cái thú rất nhã là đi câu. Cụ Khuyến sinh thời ngụ tại Bình Lục, Hà Nam. Quanh nhà cụ toàn ao chuôm. Cứ đi câu là xổ ra thơ. Dẫn chứng cụ thể, cấm có sai, không có ao chuôm chắc cụ đâu có ra thơ : "Ao thu lạnh lẽo nước trong veo / Một chiếc thuyền câu bé tẻo teo". Hồi đó gần như nhà nào ở Bình Lục cũng có cái cầu tõm. Cầu tõm được bắc từ bờ ao bằng mấy cây tre đực, điểm cuối của cầu tõm được quây bằng cót ép, rơm lúa, lá chuối. Nhà nào có con gái thì cẩn thận đan bằng phên tre, đính áo mưa ni - lông màu, nhằm mục đích không cho bọn giai xóm dâm đãng nhìn ngó. Cả nhà cùng mấy cô gái cứ bình tĩnh ung dung ra ngồi cho mát.... đến khi khuôn mặt đê mê mãn nguyện, cũng là lúc bên dưới hàng đàn cá trôi, trắm, chép .... đủ loại tranh nhau đớp tồm tộp."*

Đã nói dân da vàng có khiếu ngồi xổm nên những thứ như cầu sông, cầu tõm không chỉ ở Việt Nam mới có. Tác giả Thiên Hương cho biết tại đảo Jeju bên Đại Hàn cũng có thứ nhà cầu mát mẻ này. Có một điều khác biệt là thành phẩm của thứ cầu này không phải để nuôi cá mà là nuôi heo! Heo này là loại heo đen rất thịnh hành ở Jeju và được dùng làm sính lễ hay đãi ăn trong các tiệc cưới. *"Ở Hàn quốc, hầu hết những người trong độ tuổi 40 trên đảo Jeju vẫn còn nhớ nhà vệ sinh truyền thống, được ví như một phiên bản "cầu tõm".*

Thực chất, những nhà vệ sinh này được kết hợp với chăn nuôi lợn đen, đặc trưng của Jeju. Do đó, cầu tõm ở Hàn Quốc còn được gọi vui là "nhà vệ sinh phân lợn". Cầu tõm ở các làng quê Jeju đã được sử dụng cho đến năm 1990, với thiết kế tách rời khu nhà ở. Những chiếc cầu tõm này không có mái và được xây dựng thấp, xung quanh chuồng lợn cũng không có hàng rào. Các mặt bên được bao bọc bởi bức tường đá xếp chồng lên nhau, hai tảng đá lớn được đặt phía trên cho mọi người có thể ngồi và giải quyết nhu cầu. Trên mặt sàn, người dân thường trải rơm để giữ vệ sinh cho những con lợn. Khi rơm mục nát, nó được sử dụng làm phân bón cho cây trồng. Mùi phân từ các chuồng lợn thường khiến ngôi nhà gần đó cũng bị ảnh hưởng ít nhiều. Tuy nhiên, những người lớn ở nông thôn đã quen sống cả đời với điều này".

Một đất nước văn minh nhất Á châu nhưng tới giờ này vẫn dùng xí xổm là Nhật Bản. Những ai đã ghé qua các phi trường ở Nhật đều phải tham dự một cuộc đánh đố khi muốn đi vệ sinh. Họ có hai loại nhà vệ sinh: loại ngồi xổm và loại ngồi cao. Có phi trường phân biệt bằng cách để hình vẽ bên ngoài cánh cửa. Cứ nhìn hình thì không phải là họa sĩ cũng biết thứ nào ra thứ nấy. Nhưng cũng có phi trường làm thót tim hành khách hơn khi chẳng hình hiếc chi. Muốn biết phải mở cửa ngó vô. Tôi đã vài lần ghé các phi trường Nhật nên rất rành rẽ vụ này. Nhưng tại các khách sạn thì chỉ có một loại cầu ngồi trong phòng. Những khách sạn nơi tôi ở đều là thứ dành cho khách ngoại quốc, không biết tại các khách sạn dành cho dân nội địa Nhật tới thuê có khác không. Có thể khác vì dân Nhật vẫn thích ngồi xổm hơn. Họ thích vậy

Chuồng heo đen tại đảo Jeju, Đại Hàn.

cũng có lý do. Theo nghiên cứu của các nhà khoa học thì trong ba tư thế đại tiện, ngồi xổm, ngồi bệ xí thấp và ngồi bệ xí cao thì ngồi xổm là tư thế ngồi tốt nhất. Đó là tư thế ngồi tự nhiên giúp con người tránh được các bệnh trĩ hay đau ruột thừa. Khi ngồi cầu xổm, trực tràng được mở hoàn toàn, đồng thời giảm áp lực cho bàn tọa, tránh xảy ra trường hợp tê chân. Ngược lại, khi ngồi bàn cầu ngồi, trực tràng không mở ra hoàn toàn, giống như một ống bị thắt nút khiến chất thải trong ruột không được xả ra thông suốt.

Xí xổm kiểu Nhật

Ngồi xổm trong nhà vệ sinh là thế ngồi tốt nhưng nếu ngồi xổm bên ngoài nhà vệ sinh có tốt không? Khi ngồi xổm, trực tràng được mở hoàn toàn, thông suốt. Nếu ngồi trong nhà vệ sinh, anh trực tràng thẳng băng là điều tốt. Nhưng nếu ngồi xổm bên ngoài nhà vệ sinh, anh trực tràng thẳng băng này sẽ làm cho khí trong ruột dễ dàng tuôn ra. Bầu không khí sẽ vẩn độc. Nếu khí đi chui không gây tiếng nổ thì mặt mày có thể tỉnh bơ, đâu ai biết phát xuất từ trực tràng nào. Nhưng lỡ nộ khí hung hăng phát ra tiếng nổ phụ, thủ phạm chẳng chối được thì mặt mũi cũng phiền. Và cứ tưởng tượng nếu thủ phạm là một thiên kim tiểu thư mặt hoa da phấn!

02/2021

ÔNG ĐỊA

Ông Địa là người mang lại cái Tết cho mọi người. Giữa tiếng trống tiếng chiêng nhộn nhịp, ông nhảy múa với khuôn mặt không bao giờ tắt nụ cười. Tôi chưa bao giờ thấy ông Địa không cười. Nụ cười của ông không chỉ là nụ cười cứng ngắc trên mặt nạ mà còn hiển hiện trong bộ quần áo xanh đỏ lộn xộn, cái bụng phệ cố hữu và, nhất là điệu nhảy tung tăng với chiếc quạt bên những chú lân và những tràng pháo đang nhoáng lửa nổ vang lừng.

Trong đoàn lân ngày tết, "nhân vật" nổi bật nhất dĩ nhiên là lân. Ngày xưa chỉ có một cặp lân, con đực là kỳ, con cái là lân. Ngày nay lân cũng như người, bị nạn nhân mãn nên có cả bày lân. Con xanh con đỏ, con trắng con vàng, hoa cả mắt. Bên cạnh lân là ông Địa. Ông này thờ chủ nghĩa độc thân nên xưa hay nay cũng vậy, cứ mình ên múa lung tung. Trẻ em thường khoái ông Địa. Nhạc sĩ Vũ Hoàng có bài hát "Bé Thương Ông Địa" nói lên sự yêu mến này:

Ơi ông Địa có cái bụng ngộ ghê,
Cầm cái quạt ông nhảy múa say mê.
Ơi ông Địa có gương mặt thật duyên
Ông mãi cười như không biết mỏi miệng.
Đi xem múa lân hay là xem múa rồng,
Em thích nhất ông Địa vì ông Địa rất vui.
Ông Địa không dám trèo cao như lân như rồng
Ông đứng múa dưới đường trông mặt thấy mà thương.

Tuổi thơ của thế hệ chúng tôi ngoài Bắc hình như không có ông Địa. Ngoài Bắc chỉ có múa sư tử chứ không có múa lân. Mà chỉ múa vào dịp tết Trung Thu chứ không múa vào Tết Nguyên Đán. Sư tử không có sừng như lân và ít nhảy nhót như lân. Thời chúng tôi, đầu sư tử rất giản dị do một em bé đội lên múa nhì nhằng sơ sơ. Phía sau là cái đuôi bằng vải đỏ do một em khác nắm, dùng hai tay phất phất lên chứ không phải một người chui vào trong như múa lân. Cái trống cũng nhỏ xíu được một em đeo bằng cái giây tròng lên cổ, vừa đi vừa gõ, chiêng là cặp chũm chọe do một em khác đập vào nhau. Múa sư tử như một niềm vui giản dị ngày rằm tháng tám chứ không rực rỡ và nhộn nhịp như múa lân.

Coi ông Địa phe phẩy chiếc quạt giỡn với lân không phải là chuyện giỡn chơi khơi khơi mà có ngọn ngành đàng hoàng. Theo truyện cổ dân gian thì lân là một con quái thú từ dưới biển lên quấy nhiễu dân lành. Ông Địa đã chế ngự được con lân quái vật này và biến nó thành một con vật ăn chay, hiền lành, tu tâm dưỡng tính. Từ đó mỗi năm ông Địa đều dẫn lân đi chúc tết mọi người. Dân chúng khắp nơi đã chào đón và thưởng cho lân bằng cách treo rau xanh, giấy đỏ khi

Múa sư tử.

lân tới nhà. Từ ngày di cư vào Nam, tôi đã qua nhiều cái Tết. Ngày nhỏ, chạy theo coi múa lân một cách thích thú. Khi có con, chất hai bé lên chiếc xe *vespa*, chạy khắp Sài Gòn Chợ Lớn, tai nghe thấy tiếng trống ở phía nào là vội ào tới coi. Lân của ngày xưa ăn rau xanh nhưng lân sau này hình như chán ăn chay. Người ta vẫn treo cây rau theo tập tục để thưởng cho lân nhưng trong rau có tiền. Khi lân chộp được cây rau xanh đã nhảy cẫng lên vui mừng nhưng lại xé nát rau, vứt xuống đất, tiền thì ngậm vào miệng. Chẳng lẽ lân lại sa đọa? Mà nếu lân có sa đọa thì cũng phải thôi. Vì chúng bắt chước theo con người!

Ông Địa chỉ dẫn lân đi chúc tết mọi người vào dịp Tết, hết Tết ông về ngồi nơi bàn thờ. Vì ông là một vị thần. Khi đi ăn uống hay mua sắm, chúng ta thường gặp bàn thờ ông Địa nơi các cơ sở thương mại. Bàn thờ là nơi tôn nghiêm, thường được đặt trên cao nhưng bàn thờ ông Địa lại ngồi bệt dưới đất. Vì ông là thần đất. Chuyện ông ngồi trên bàn thờ không phải dễ dàng, cũng phải kiện cáo mới đặt được

Ông Địa giữa đoàn lân

cái bàn tọa nơi ngồi mát ăn bát vàng này. Ngày xưa, bàn thờ này dành cho ông Tà chứ không phải ông Địa. Theo chuyện "Ông Tà Kiện Ông Địa" của tác giả Nguyễn Hữu Hiếu trong cuốn "Truyện Kể Dân Gian Nam Bộ" thì ngày xưa dân Nam Kỳ lục tỉnh thờ ông Tà chứ không phải ông Địa. Nhưng ông Tà là dân thích đi du lịch nên bỏ dân đi hoài, chẳng được việc chi. Dân gian tức khí nên chuyển bàn thờ ông Tà ra bờ mương, ruộng vườn hay mé sông lạnh giá. Họ thay thế ông Tà bằng ông Địa nơi bàn thờ trong nhà. Khi trở về, ông Tà tức tối mang vụ truất phế này ra đình làng, kiện lên Thành Hoàng. Thành Hoàng đã nắm được hồ sơ nên xử vụ này dễ ợt. Thành Hoàng phán là "hùm bắt được hùm ăn, sấu bắt được sấu ăn", ông Địa có công theo sát dân tình nên được thờ ở trong nhà, còn ông Tà vốn thích ngao du sơn thủy nên thờ ở ngoài ruộng rẫy. Nghe phán quyết, ông Địa khoái chí tay xoa bụng, tay phe phẩy quạt, vỗ vai ông Tà nói: "Tà cũng đừng buồn. Địa với Tà cùng màu da màu máu. Dù ở trong nhà hay ngoài ruộng rẫy thì cũng cùng ở trên mảnh đất này, chúng ta đều là anh em bè bạn. Tà hãy cùng tôi hòa thuận, cùng hợp nhau giúp đỡ độ hộ dân chúng làm ăn, gìn giữ đất đai". Ông Tà nghe thấy chí lý nên đổi giận làm hòa. Từ đó mới có câu: "Ông Địa giữ nhà, ông Tà giữ ruộng".

Từ khi được ngồi trong nhà, không biết có phải sợ ông Tà dành lại bàn thờ không mà ông Địa ngồi miết, không chịu đứng dậy tập thể dục thể thao nên cái bụng bự ra. Tôi suy bụng ta ra bụng…ông Địa nói vậy nhưng thực ra cái bụng ông Địa chàng ràng ra như vậy không dính dáng chi tới thể dục thể thao cả. Trong cuốn "Văn Học Dân Gian Bạc Liêu", tác giả Nguyễn văn Thanh cho biết cái bụng trống của ông Địa có sự tích đàng hoàng. Ngày xưa có một bà góa tính tình chua ngoa, cay nghiệt nhưng có cô con gái đẹp đẽ, hiền dịu. Mỗi khi cô gái này làm chuyện chi không vừa ý bà, bà luôn mắng: "Hà Bá đ. mày!". Ông Địa biết chuyện, đi kiếm Hà Bá chọc: "Nè Hà Bá, anh tốt phước quá! Ở đây ngày nào cũng có người muốn hiến con gái cho anh đó. Mà lại con gái đẹp đẽ nết na chớ!". Hà Bá nghe thấy khoái quá, bắt ông Địa đưa tới nhà cô gái. Tới nơi, trời còn sớm. cô gái ngủ chưa dậy, chỉ có bà mẹ đang quét sân. Giữa sân có con chó nằm ỳ cản trở công việc của bà. Bà đuổi thế nào nó cũng không đi. Tức khí, bà trở cán chổi, đập lia lịa con chó và luôn mồm mắng: "Hà Bá đ. mày!". Nghe vậy, Hà Bá tức quá, nhìn qua ông Địa. Ông Địa đang ôm bụng cười. Nghĩ ông Địa chơi mình nên

Hà Bá giơ chân đạp ông Địa té lăn cù xuống mương. Ông Địa không dứt được cơn cười dù té xuống nước nên vẫn há miệng uống đầy một bụng nước khiến cái bụng chè bè ra như vậy! Thiệt oan ơi ông Địa!

"Oan ơi ông Địa" là câu đầu môi chót lưỡi của dân gian miền Nam. Nhưng chuyện oan ức của ông Địa không phải là chuyện trên mà là một chuyện dân gian khác. Tại một làng kia có một bến sông. Dân làng thường tới đây gánh nước, giặt giũ. Cạnh bến sông có một ngôi miếu thờ ông Địa. Một ngày kia, có một cô gái thường ra bến sông bỗng bị to bụng. Luật lệ trong làng rất nghiêm khắc, phạt nặng cha mẹ những cô gái chưa chồng mà chửa. Cha mẹ cô gái này tra hỏi cô để tìm ra tác giả của cái bụng hầu bắt cưới cho khỏi nhục gia phong. Cô gái khai đêm đêm cô ra gánh nước bị ông Địa dụ dỗ nên có thai. Ông Địa tức quá, ai ăn ốc cho ông phải đổ vỏ. Để phòng thân nên từ đó về sau, chuyện trai gái dù giấu kín đến đâu cũng bị con mắt thần của ông soi ra và bá cáo cho cả bàn dân thiên hạ biết hầu tránh bị oan ức. Câu "oan ơi ông Địa" từ đó mà ra.

Ông Địa là người hiền lành chân chất lại rất bình dân. Lúc nào cũng cười hề hề rất sảng khoái. Ông Địa của miền Nam khác với ông Địa ở các vùng miền khác. Dân Nam có hình tượng ông Địa quấn khăn rằn, tay cầm quạt mo, tay cầm điếu thuốc coi rất bình dân. Ông lại là người dễ dãi nên muốn cúng tế gì ông cũng gật đầu tất. Chén chè, ly cà phê, điếu thuốc, cái bánh bao hay nải chuối đều được ông OK. Có điều muốn cúng ông thì phải nếm trước. Dân Nam thường bẻ ăn một trái chuối trước khi cúng. Chuyện này cũng có sự tích.

Có một lần ông Địa bị ngộ độc nên sợ không dám dùng đồ dân cúng. Vậy nên người cúng phải ăn trước để chứng minh là đồ cúng không có… hóa chất. Các nhà nghiên cứu có ý kiến khác. Sở dĩ dân gian ăn đồ cúng trước để biểu thị tính dân dã của ông Địa. Đó là một cử chỉ thân mật dành cho một ông thần luôn ngồi bệt dưới đất.

Chuyện cúng kiếng này, ông Địa cũng bị gạt vì bản tính xuề xòa tin người. Có một anh lái buôn cầu ông Địa cho buôn may bán đắt sẽ cúng kiếng trả công. Lần đầu anh hứa nếu chuyến buôn chót lọt sẽ cúng ông một "con hai chân". Ông Địa nghĩ rằng anh ta sẽ cúng con gà con vịt chi đó. Anh trúng chuyến buôn nhưng không muốn mất tiền mua đồ cúng, hẹn chuyến sau. Chuyến buôn sau nếu chót lọt anh sẽ cúng một "con bốn chân". Ông Địa chắc mẩm sẽ được cúng con heo, con bò chi đó. Nhưng anh ta lại lật kèo một lần nữa, hẹn chuyến sau chót lọt nữa sẽ cúng một "con tám chân". Lần này anh cúng thiệt. Đó là con cua rẻ òm! Thua trí anh lái buôn nhưng ông Địa không giận. Bản tính ông như vậy. Hể hả, tươi cười, bình dân. Vậy nên khi dân làng rượu chè, bài bạc quá lố, có ai chê trách thường mang ông Địa ra bào chữa: "Chơi mát trời ông Địa luôn!".

Một vị thần bình dân, tốt bụng như vậy, phải được dân gian quý mến. Người ta đua nhau thờ cúng ông Địa để cầu mong mọi sự hanh thông. Không chỉ những người làm ăn buôn bán lập bàn thờ ông Địa mà trong nhiều tư gia, người ta cũng thờ ông thần quá gần gũi thân mật này. Trong tâm thức dân gian, ông Địa được coi như một vị phúc thần. Ngoài việc bảo vệ đất đai, ruộng vườn ông còn là vị thần dẫn dắt ông Thần Tài mang của cải, tiền tài tới cho gia chủ. Vậy nên người ta thường thờ hai vị thần này chung một bàn thờ. Nhiều người còn coi ông Địa như một vị thần độ trì cho mọi người lương thiện, ngay thẳng. Các vị tu sĩ của các đạo giáo vốn khuyên người ta ăn ngay ở lành cũng khoái ông Địa. Hiểu như vậy thì ông Địa còn có sứ mạng tâm linh.

Nhưng tôn giáo có công nhận ông Địa không? Được các Phật tử hỏi về việc chúng sinh có được phép lập bàn thờ ông Địa hay không, thầy Thích Phước Hải dẫn giải như sau: *"Rải rác trong các kinh điển Phật giáo đôi khi cũng có đề cập đến các vị Thần. Như Kinh Địa Tạng cũng có nêu ra rất nhiều vị Thần. Tuy nhiên, theo Phật giáo, Quỷ Thần cũng là một trong nhiều loài chúng sinh. Cho nên, Phật dạy người Phật tử không được quy y với các vị Quỷ Thần. Người Phật tử, sau khi quy y Tam Bảo, trong nhà chỉ nên thiết lập một bàn thờ Phật và nếu có thờ thêm, thì cũng chỉ thờ tổ tiên, ông bà, hay cha mẹ mà thôi. Ngoài ra, không nên thờ bất cứ vị Thần nào khác. Vì thờ như thế, là trái với lời Phật Tổ dạy. Đã chống trái lại, tất nhiên, là mình đã có lỗi rồi. Nếu là Phật tử, thì chúng ta nên lưu tâm về vấn đề nầy. Có thế, thì chúng ta mới xứng danh mình là người Phật tử chân chính tu học Phật vậy"*.

Bên Thiên Chúa Giáo dĩ nhiên cũng bác bỏ việc thờ cúng thần linh. Linh Mục Phanxicô Xaviê Ngô Tôn Huấn trả lời như sau: *"Chính vì mục đích tôn thờ một Thiên Chúa duy nhất mà người Công Giáo không được phép tôn phục bất cứ thần linh nào khác ngoài Thiên Chúa ra. Nói rõ hơn, không được phép trưng ảnh tượng bất cứ thần linh nào dù là của tôn giáo khác hay theo truyền thống dân gian như ông thần tài, ông công, ông táo, ông địa v.v...trong nhà hay nơi buôn bán, dịch vụ thương mại. Vì trưng bày như vậy có nghĩa là tin tưởng vào quyền năng của một ai ngoài Thiên Chúa là nguồn duy nhất của mọi ơn phúc và uy quyền trên mọi tạo vật và vũ trụ. Nói khác đi, trưng các ảnh tượng kia là vô tình hay cố ý xúc phạm đến Thiên Chúa là Chủ Tể của mọi loài, mọi vật mà ta phải thờ lạy theo đúng niềm tin Công Giáo".*

Ngày xưa, khi chưa có khoa học, người ta chưa giải thích được những hiện tượng thiên nhiên như sấm chớp, động đất, bão tố…, người ta phải đặt ra các vị thần để con người có chỗ dựa vào, cảm thấy an toàn hơn. Nhưng khi khoa học tiến bộ, con người vững tin hơn, các vị thần rơi rớt dần. Nhưng tín ngưỡng dân gian vẫn dung dưỡng một vài vị phúc thần mà họ tin là mang điềm lành tới cho họ. Ông Địa là vị thần ở lại với con người lâu nhất. Có lẽ vì ông gần gũi với con người nhất. Nhưng ít ai có lòng với ông Địa bằng ông Nguyễn văn Hai, người có biệt danh "Ông Hai thờ ông Địa".

Tới khu vực chợ Thủ Đức, hỏi nhà "ông Hai thờ ông Địa" là dân địa phương sẽ tận tình chỉ dẫn liền. Năm nay đã 87 tuổi nhưng ông vẫn còn minh mẫn kể lại cơ duyên đưa ông tới với tượng các vị thần: "Trước đây Thủ Đức chỉ là một huyện xa thành phố nên xung quanh nhà tôi toàn cánh đồng hoang vắng Tới năm 1997, sau khi quy hoạch, nhà tôi nằm trên mặt đường vị trí đẹp. Gần đây có người trả giá lô đất hơn trăm tỷ nhưng tôi không bán mà để dành làm nơi thờ cúng các bức tượng bị bỏ". Khoảng ba chục năm trước, ông Hai làm nghề chạy xe ba gác. Tình cờ vào một buổi chiều, khi chạy xe về nhà, ông thấy một tượng Bà Chúa Xứ bị sứt mẻ đặt ở trước cửa nhà nên ông

Ông Nguyễn văn Hai và dàn ông Địa tại nhà.

mang vào, lấy xi-măng sửa lại để thờ. Sau đó, mỗi sáng, ông thấy trước cửa nhà đầy những tượng cũ kỹ hoặc sứt mẻ người ta mang đến, ông đều mang vào sửa sang lại, đặt lên bàn thờ. Hiện ông đã có trên một ngàn tượng, phần lớn là tượng ông Địa. Khu đất rộng hai ngàn thước vuông của ông Hai là một gia tài nhiều người mơ ước. Ông cương quyết: "Mảnh đất này người ta đã từng trả 110 tỷ đồng (4 triệu 730 ngàn đô Mỹ) nhưng tôi không bao giờ bán. Sau này nếu tôi mất, tôi sẽ để lại cho các con và chúng sẽ tiếp tục thu nhặt, thờ cúng các tượng Phật và ông Địa này".

Ông Hai chạy xe ba gác này thật đáng nể. Coi tiền bạc như pha. Một lòng với ông Địa. Thiệt là dân chơi "mát trời ông Địa" luôn!

01/2021

PHỞ, CHUYỆN CHỮ NGHĨA

Tại vùng Rosemère của Montreal chúng tôi đã có thêm một tiệm phở: Pho King Bon. Cái tên lai căng vì chủ nhân là một anh tây, anh Guillaume Boutin, năm nay 41 tuổi. Tiệm khai trương vào tháng 9 năm 2020. Anh này khoái chữ "pho" nên đặt tên các thức uống *cocktail* của nhà hàng cũng bằng cái tên "pho". Đọc trong thực đơn chúng ta thấy có các tên: Pho Kyu, Pho Kme, Pho Kit, Pho King Good. Nghe ngây ngô và không dính dáng chi tới phở của chúng ta. Nhưng nếu đọc lệch những cái tên này, chúng ta sẽ vô tình chửi thề bằng tiếng Anh. Một món khác, bún thịt nướng, được nhà hàng chỉ dẫn phát âm thành *"bonne tite noune"*, một cụm từ tiếng lóng trong tiếng Pháp chỉ bộ phận sinh dục nữ.

Thấy món phở bị xúc phạm, cộng đồng người Việt phản ứng mạnh mẽ. Anh Khôi Nguyên bình: "Việc tôn vinh văn hóa và ẩm thực Việt khi bạn không phải người Việt Nam là điều đáng quý. Nhưng đây hoàn toàn không phải cách

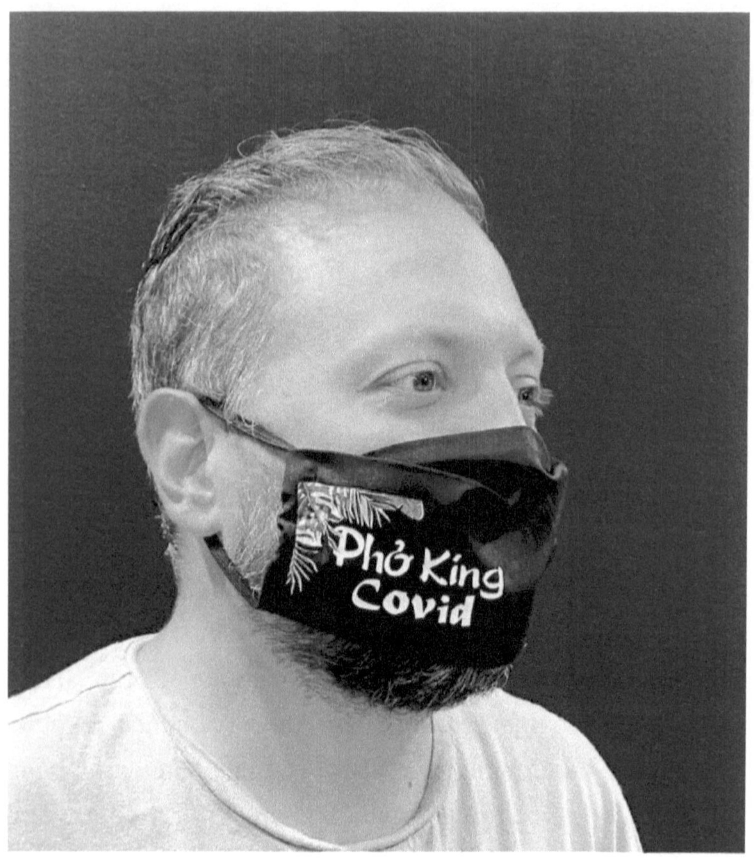

Anh Guillaume Boutin, chủ nhân tiệm Phở King Bon

đứng đắn để làm việc đó. Càng đọc những cái tên, tôi càng cảm thấy ngôn ngữ của đất nước mình bị đem ra chế nhạo". Một người khác, Lê Kim, viết: "Tôi bị sốc vì cách chơi chữ không phù hợp này. Nó không hề bày tỏ lòng kính trọng với văn hóa Việt Nam như những gì quán ăn này cố nói với mọi người. Tôi thấy điều này vô cùng phản cảm và thực sự muốn nhận được lời xin lỗi công khai từ phía họ". Quá quắt hơn, một món *cocktail* pha bằng rượu *whisky* và cà phê Việt Nam được đặt tên là món "Viet Kong". Cô Kim Nguyễn đã phản ứng như sau: "Đặc biệt xúc phạm tới những người có thân nhân trước đây đã chiến đấu trong chiến tranh Việt Nam. Ông tôi đã bị giam tù trong 5 năm khi chiến tranh chấm dứt".

BIG JO-ANIS En ton honneur... Jaggermeister, sauce au poisson, crème, grenadine, sirop d'anis étoilée, lime	4$	**PHO'S GROSSES BOULES** Jamieson, liqueur d'abricot, purée de pêche	6$
JAGER BOMB Red bull, Jaggermeister	5$	**LICHI MWA LKU** Vodka, canneberges, Soho et tabasco	7$
SAKÉ BOMB Red bull, Saké	5$	**PHO-BEE** Jack Daniel's au miel servi avec tranche de bacon	7$
STING-HER Crème de menthe blanche, cognac	5$	**VIET KONG** Whiskey Japonais et café vietnamien	8$

Bảng thực đơn của tiệp Pho King Bon.

Cô Kim Nguyễn đã làm hơn nữa. Cô đã thảo một thỉnh nguyện thư phản đối và đã thu được hơn 6 ngàn chữ ký yêu cầu tiệm phải đổi tên những món ăn uống. Phản ứng lại, anh Guillaume Boutin nói với đài CBC anh không muốn làm thương tổn ai mà đây chỉ là một "sáng kiến thương mại". Nhưng áp lực của cộng đồng Việt Nam tại Montreal bằng cách tẩy chay và cho điểm nhà hàng chỉ 1 sao đã khiến tiệm Pho King Bon phải nhượng bộ. Họ đưa ra thông báo: "Nhà hàng Pho King Bon xin lỗi tất cả những ai cảm thấy bị xúc phạm vào lối chơi chữ của chúng tôi. Chúng tôi không có ý xấu đằng sau sự hài hước trong cách đặt tên này". Họ hứa sẽ sửa lại tên trong thực đơn trong vòng 2 tuần lễ.

Cô Kim Nguyễn.

Chữ "Phở" của chúng ta đã được người ngoại quốc biết tới. Chẳng cần phải dịch chi mà tây tầu đều hiểu đó là một món ăn ngon và phổ biến của Việt Nam. Từ điển danh tiếng Merriam-Webster của Mỹ đã có ghi danh từ "phở" này từ năm 2014. Họ định nghĩa phở nguyên văn như sau: *"a soup made of beef or chicken broth and rice noodles"* Một món ăn nước được làm từ nước dùng thịt bò hay thịt gà và sợi bánh được làm từ gạo. Từ điển nổi tiếng Oxford của Anh có danh từ "pho" từ năm 2007. Họ định nghĩa như sau: *"A type of Viet-namese soup, typically made from beef stock and spices to which noodles and thinly sliced beef or chicken are added"*. Một loại súp Việt Nam nấu bằng thịt bò và gia vị thêm vào sợi bánh và thịt bò hoặc thịt gà xắt lát. Năm 2017, từ điển Larousse của Pháp định nghĩa chữ "Phô" như sau: *"Bouillon de bœuf agrémenté de nouilles de riz, de fines tranches de viande et de diverses herbes aromatiques. (Cuisine vietna-mienne.)"*. Súp thịt bò thêm vào sợi bánh làm bằng bột gạo, thịt thái mỏng và các loại rau thơm (ẩm thực Việt).

Từ "phở" danh giá như vậy, Tây Mỹ chi cũng phải biết tới, nhưng xuất xứ từ đâu ra, là một mớ bòng bong. Trong bài "Đi Tìm Xuất Xứ của Phở", tác giả Đào Hùng viết : *"Theo những người lớn tuổi đã sống dưới thời Pháp thuộc, thì phở vốn là tên gọi trại chữ "phẩn" (đọc là fen, theo âm Bắc Kinh) của người Trung Hoa. Vào thời xa xưa, ở Hà Nội, có những chú Khách gánh hàng đi bán, cất tiếng rao bằng tiếng Quảng Đông: "Ngưu nhục phẩn ơ...", đọc là "ngầu dục phơn". Cách rao của người Tàu hay người ta cũng giống nhau, nghĩa là những từ đầu thì rao nhỏ, đến từ cuối thì cất cao giọng, người đứng xa chỉ nghe có mỗi từ cuối cùng là "phơ...ơ...", nên người Việt gọi thành phở. Đấy là một cách giải thích. Tôi chưa dám khẳng định là hoàn toàn chính xác, vì thế hệ xưa còn sống, nay cũng đã trên 90 tuổi, vậy mà chưa thấy ai viết ra để chứng minh điều này"*. Món "ngưu nhục phẩn" quả có bán tại Hà Nội ngày xa xưa đó, nhưng ngày nay đã mai một. Tuy nhiên tại Quảng Đông vẫn còn bán món này. Cách làm như sau : thịt bò thái mỏng, ướp với các thứ gia vị gồm hành, tỏi, gừng, ớt khô, xì dầu, đậu đen lên men có vị chua, lòng trắng trứng gà. Từng đó thứ gia vị bỏ vào thì còn gì là phở! Cách nấu cũng khác. Ngưu nhục phấn rưới nước sốt chua ngọt trên bánh phở, còn phở Việt Nam chan nước dùng lõng bõng, hai trường phái khác hẳn nhau.

Trường phái thứ hai quả quyết chữ "phở" xuất xứ từ tiếng Tây. Tác giả Nguyễn Xuân Quang hài ra bài của tác giả Nguyễn Phát trên "Ẩm Thực Vỉa Hè" như sau : *"Tác giả Nguyễn Phát viết theo lời kể của ông Võ Văn Côn nguyên là Chef Bếp Việt của Vua Bảo Đại thì vào năm 1910, nhiều thanh niên Việt Nam đi lính Pháp. Họ phải sang mẫu quốc để phục vụ một thời gian, trong số đó có một người từng làm phụ bếp cho Toàn quyền Saigon tên Huỳnh. Đơn vị ông Huỳnh đóng quân ở Marseille và ông được giữ chức Bếp trưởng của binh đoàn toàn lính người An Nam. Sáng nào ông Huỳnh cũng ra lệnh đốt bếp lò thật sớm bằng cách hô to: "Feu! Feu!" có nghĩa là nổi lửa lên để nấu súp thịt bò cho binh sĩ ăn điểm tâm với bánh mì khô. Thấy binh sĩ người Việt bỏ ăn sáng hơi nhiều vì chán món súp bò của Pháp nên ông Huỳnh bèn nghĩ ra một món mới. Ông dùng gia vị bằng hương liệu Á châu và thay bánh mì bằng "bánh tài phảnh" mua của người Tàu ở Khu Chinois. Món ăn được hưởng ứng nhiệt liệt và ngay cả người Pháp cũng ăn và gọi là món Feu. Khi hồi hương một vài cựu quân nhân Pháp gốc Việt này nấu món Feu thành Phở bán".*

Môn phái thứ ba dựa vào tên chữ Nôm của ta. Tác giả Nguyễn Xuân Quang luận bàn: *"Tác giả Vương Trung Hiếu, trong bài "Nguồn-Gốc-của-Phở" chứng minh hai nguồn gốc Tầu và Tây ở trên là không vững. Ông dựa vào chữ nôm phở: "Theo những tự điển mà chúng tôi tham khảo, từ phở xuất hiện trong phở lở gồm có ba chữ (嗯 và 啵 đều thuộc bộ khẩu; 頗, thuộc bộ hiệt); còn từ phở trong bánh phở bò có một chữ (普, thuộc bộ Nhật, âm Hán Việt là phổ); riêng từ phở với nghĩa là món phở thì gồm hai chữ Hán ghép lại: mễ 米 + phả 頗...Bây giờ, xét về ngôn ngữ, chúng ta xem thử những chữ Nôm phở (嗯, 啵, 頗, 普) có liên quan gì với chữ Hán phấn 粉 trong ngưu nhục phấn không, đặc biệt là chữ phở trong món phở? Xin thưa, chẳng có liên quan gì cả. Tóm lại, chữ Nôm phở hay phở bò cho thấy rằng người Việt xưa rất chủ động trong cách dùng từ, mục đích nhằm khẳng định rằng "phở" là một món ăn hoàn toàn Việt Nam, chẳng dính dáng gì tới ngưu nhục phấn của Trung Quốc".*

Tôi cũng cho là chữ phở là tiếng Việt ròng. Nếu hỏi bằng chứng thì tôi sẽ cười trừ vì tôi đâu có nghiên cứu nghiên kiếc chi đâu. Nhưng tôi tin như vậy vì tôi theo đạo...phở. Đã tin thì cứ nhắm mắt mà tin. Nhưng tôi cũng có thể nói đại khái "phở" là từ thuần Việt vì nó là một thứ lê la ngoài vỉa hè rất bình dân. Thời buổi ban đầu của phở, chúng ta chỉ có phở gánh chứ phở đâu có ngồi chễm chệ trong tiệm có bàn ghế đàng hoàng như ngày nay. Phở xuất hiện từ khi nào ở Hà Nội, chuyện vẫn còn mù mờ. Tới năm 1940, Thạch Lam còn viết : "Phở là một thứ quà đặc biệt của Hà Nội, không phải chỉ riêng Hà Nội mới có, nhưng chính là vì ở Hà Nội mới ngon.

Đó là quà có thể ăn suốt ngày của tất cả các hạng người, nhất là công chức và thợ thuyền. Người ta ăn phở sáng, ăn phở trưa và ăn phở tối. Phở bán gánh có một vị riêng, không giống như phở bán ở hiệu. Các gánh phở có tiếng ở Hà Nội đều được người ta đặt tên và tưởng nhớ: phố Ga, phố Hàng Cót, phố Ô Quan Chưởng, phố Cửa Bắc". Mỗi gánh phở đều được đặt tên theo đặc điểm của anh hàng phở : phở trọc, phở bê-rê, phở mũ dạ, phở cao. Khoảng thập niên 1930 hay đầu thập niên 1940, phở mới lui vào trong nhà. Chưa hẳn là tiệm vì đó chỉ là sự kéo dài và mở rộng chỗ đứng của những gánh phở. Vào tiệm rồi phở vẫn là thứ chân đất với những cái tên cụt ngủn : phở Phúc, phở Lộc, phở Thìn, phở Gù, phở Tư Lùn, phở Sứt. Có một anh hàng phở ở dốc Hàng Kèn đội cái mũ giống như mũ của phi công thì đặt tên là phở Tàu Bay. Thứ phở trên trời này rất ngon nên nổi tiếng nhất. Nguyễn Tuân có nhắc tới ông hàng phở này: *Cái mũ tàu bay trên đầu ông bán phở thời Tây xưa đã thành cái tên một người bán phở trứ danh của thủ đô sau này"*. Khoảng năm 1950, tại Hậu Hiền, một thị trấn nhỏ bên bờ sông Nông Giang, gần làng Ngô Xá, cũng xuất hiện một tiệm phở mang tên Tàu Bay. Phở Tàu Bay này có thơ quảng cáo gắn ngoài tiệm.

Những ai qua phố Hậu Hiền
Hễ có đồng tiền đến phở Tàu Bay
Giá tuy đắt đắng đắt cay
Ngon chẳng đâu tày, nức tiếng gần xa.

Mang danh phở Tàu Bay nên bay lung tung. Sau di cư, phở Tàu Bay trụ ở đường Lý Thái Tổ, Sài Gòn, rất nổi tiếng trong giới chuộng phở. Sau di tản, phở Tàu Bay lại bay qua

Mỹ trụ tại Santa Ana. Trong khi đó, tại đường Lý Thái Tổ Sài Gòn lại nảy sinh ra tới hai tiệm phở Tàu Bay nằm sát nách nhau tại địa điểm cũ đường Lý Thái Tổ. Từ cái mũ tàu bay của anh hàng phở gánh, cái tên Tàu Bay cứ loạn xà ngầu, biết tàu bay nào là thật, tàu bay nào là giả. Chữ nghĩa mà dính tới cái thứ biết bay nó lung tung như vậy. Tàu bay này có lẽ là một thứ khu trục cơ nên bắn nhau loạn xạ.

Tung tích phở Tàu Bay kể cũng loạn xạ thiệt. Sau năm 1975, vẫn tại địa điểm cũ trên đường Lý Thái Tổ, bỗng nảy ra hai tiệm phở Tàu Bay nằm kề cận nhau. Một bên ghi "Phở Tàu Bay, Tiệm Cũ, *Since* 1954. Không Chi Nhánh". Một bên ghi: "Phở Tàu Bay Chính Gốc". Đau cái đầu! Biết bên nào là chính gốc. Một bên nhân viên mặc áo vàng. Một bên người phục vụ mặc áo đỏ. Hai màu đối chọi nhau chan chát. Nhiều người muốn biết phở Tàu Bay cũ trước năm 1975 là tiệm nào. Họ vào tiệm coi xem bên nào có người xưa. Và họ đã gặp chủ nhân cũ là ông Phạm Đình Khang tại tiệm bên cạnh tiệm cũ. Vậy là ông đã bị đánh bật ra khỏi cứ địa! Tác giả Lưu Trân viết trên báo Thanh Niên: *Tôi cũng không ngoại lệ, và để tìm được câu trả lời cho những thắc mắc lẫn tò mò, tôi đánh liều hỏi "người cầm đầu" của phe "áo đỏ", ông Phạm Đình Khang (68 tuổi) cho biết: "Quán nào cũng là phở Tàu Bay chính hiệu cả". Dường như thấy được dấu chấm hỏi càng lúc càng to đùng của tôi, ông liền giải thích thêm: "Bố tôi ngày xưa bán phở trên phố Bà Triệu, ông tên Phạm Đình Nhân nên người ta gọi là phở Nhân. Rồi hồi đấy có mấy ông lính tặng bố tôi cái mũ ca-lô, ông cụ quý lắm cứ đội suốt. Mấy người khách đến ăn thấy giống mũ phi công hay đội nên gọi bố tôi là ông tàu bay, rồi cái tên phở Tàu Bay cũng ra đời từ đó". Năm 1954, ông Nhân đem theo vợ, con, cùng hương vị phở Tàu Bay từ miền Bắc di cư vào Nam. Lúc bấy giờ chỉ có một quán phở duy nhất nằm trên đường Lý Thái Tổ... Năm 1975, sau khi bố tôi mất thì mấy người bà con bên nội của tôi từ ngoài Bắc mới vào trong Nam này lập nghiệp, quán kế bên là của họ đấy. Thật ra cùng là người thân trong dòng họ cả nên tôi cũng không khó chịu gì khi có người mở quán cạnh tranh. Người nào ăn phở ông cụ tôi xưa giờ thì thích ghé đây, không thì người ta ghé bên kia, vậy thôi".*

Hai tiệm Phở Tàu Bay trên đường Lý Thái Tổ, Sài Gòn, sau 1975.

Giờ mới rõ tiệm phở cũ trước năm 1975 của ông Khang là phe áo đỏ, tiệm phở mới sau 1975 do bà con từ Bắc vào mở là phe áo vàng. Đỏ hay vàng đều là mầu cả nhưng tôi thấy hơi tréo ngoe. Màu sắc đâu phải chữ nghĩa nên chúng ta tạm cho qua.

Nhưng một người không cho qua. Đó là tác giả Mai Xuân Vỹ. Trong bài "Tô Phở Ngày 30 Tháng Tư", ông viết : *"Tôi ngày ấy chỉ là cậu học trò nhỏ ngày ngày đạp xe ngang qua tiệm phở ngửi mùi thơm từ tiệm bốc ra. Hiếm họa năm thì bảy lượt tôi mới có chút tiền còm mẹ cho để đường hoàng bước hẳn vào tiệm kêu tô phở. Thành thật mà nói, tôi không tài nào nhớ được cái hương vị của phở Tàu Bay ngày xưa. Tôi nghĩ tôi ăn lại đúng cái hương vị cũ qua khuôn mặt của ông chủ quán. Ông chính là nhãn hiệu cầu chứng tại tòa của phở Tàu Bay gia truyền Saigon xưa!"*.

Ông bước vào một tiệm cầu may, tiệm…áo đỏ, và gặp lại khuôn mặt quen thuộc của ông Khang. Hàn huyên, ông được ông Khang kể lể sự tình tại sao chiếc Tàu Bay bị phân đôi : *"Ông kể quán bắt đầu "lộn xộn" kể từ khi ba người con từ miền Bắc vào nhận họ hàng vào những năm 80. Và kết quả ông Khang là người thua cuộc. Theo cả nghĩa đen lẫn nghĩa bóng. Bố ông di cư vào Nam năm 54 mang theo tiệm phở. Và ông mặc nhiên là người miền Nam, phía thua cuộc. Những người anh em của ông từ bên kia vĩ tuyến 17 vào dành được phần nhà sát hẻm, khiến ông trở thành người thua cuộc lần thứ hai. Ông kể bằng cái giọng Bắc quen thuộc của những người di cư tôi từng biết vào những năm xưa ở Bảy Hiền, ở xứ đạo Nam Hà trên đường Lê Văn Duyệt. Giọng ông đều đều trải đời với cái nhẫn của kẻ thua cuộc. Tôi nhìn ông cảm khái. Có chút chạnh lòng khi nhớ lại những tháng ngày sau 75 tôi cũng bị đối xử phân biệt vì là con cái của Sĩ quan Việt*

Nam Cộng Hòa. Người Cộng sản đối xử với những người thua cuộc không phân biệt già trẻ lớn bé. Tôi tuy là trẻ con nhưng lại là con của phía những người thua cuộc. Ông Khang, may mắn hơn tôi, bố ông chỉ bán phở. Nếu không chắc cũng tàn đời trong trại cải tạo rồi".

Chuyện chữ nghĩa tới đây sinh ra nhức nhối. Phía miền Nam, phía miền Bắc, phía thắng cuộc, phía thua cuộc. Vết thương của đất nước chưa hết tuôn máu. Màu đỏ chát chúa như vẫn còn vương vấn đâu đây làm ông Mai Xuân Vỹ nhớ tới chữ nghĩa của Trần Dần thời Nhân Văn Giai Phẩm. *"Tôi đi giữa nắng Saigon ngày 30 tháng tư. Tôi thấy phố. Tôi thấy cờ. Nhưng tôi không thấy mưa sa như người Trần Dần năm xưa. Chỉ thấy tràn căng mầu nắng chan hòa. Thứ nắng khỏe mạnh của xứ nhiệt đới. Nắng. Nắng chói kinh thành. Nắng chói lọi Saigon thành phố phương Nam một thời là kinh thành của Việt Nam Cộng Hòa cũ".*

03/2021

RƯỢU ĐẾ

Rượu là thứ quen thuộc với giới viết lách chúng tôi. Hiếm tay cầm bút mà miệng không nuốt rượu. Rượu như là một chất keo sơn gắn bó chặt chẽ.

Rượu mời ta rót cho ta.

Bạn gần không tới, bạn xa chưa về

Rót nghiêng năm tháng vào ly

Mắt nheo bóng xế, tay che tuổi buồn

Đó là lời buồn với rượu của Thanh Nam. Rượu của Thanh Nam cũng như rượu của chúng tôi không phải là rượu đế. Có thể là *whisky, cognac* hay cái thứ chưa được gọi là rượu nhưng vẫn tiếm danh rượu là bia. Bia không phải thứ nước uống của Mai Thảo. Phải là *cognac.* Mỗi khi có dịp qua Cali, tôi vẫn thủ một chai *cognac* chai mờ tặng Mai Thảo. Dù sao tôi cũng là người tới từ Montreal, nơi có họ hàng với Pháp, quê hương của *cognac.*

Có người cho rượu là chất nước giải buồn. Trong phim

bộ Đại Hàn, nhân vật dù nam hay nữ, cứ thất tình là mượn rượu xua đuổi nỗi buồn. Thất tình dĩ nhiên là buồn, buồn quá mạng đi chứ, nhưng chẳng thất tình cũng nhiều khi buồn. Như bị nhốt trong nhà vì Covid! Buồn chán, cô đơn, căng thẳng, thất nghiệp, tương lai âm u mờ tối khiến tay vớ chai rượu xua đi nỗi chán chường. Bệnh viện Keck của *University of Southern California* vừa cho biết là trong năm 2020 số bệnh nhân nhập viện vì đau gan liên quan đến rượu tăng 30% so với năm 2019. Tương tự như vậy, các bệnh viện của các Đại học *University of Michigan, Northwestern University, Harvard University* và hệ thống bệnh viện *Mount Sinai Health System* ở thành phố New York cũng cho biết số bệnh nhân nhập viện vì đau gan liên quan đến rượu đã tăng tới 50% kể từ tháng 3 năm 2020, tháng Covid bắt đầu tác yêu tác quái ở Mỹ và khắp nơi trên thế giới.

Rượu với tôi cũng là loại tri kỷ. Ở Việt Nam thì bia làm chuẩn. Qua tới bên đây, vang đỏ tiếm quyền của bia. Chẳng phải vì tôi phụ bạc bia nhưng căn bệnh *gout* của tôi bị ông lang tây Trang Châu cấm cửa với bia. Đóng một cánh cửa, ông mở cho tôi cánh cửa khác. *"Toa uống vang đỏ được!"*. Từ đó, tôi lên đời, thay bia bằng vang đỏ. Khi Covid lò dò đến, trong nhà chẳng còn chai rượu đỏ nào, ra ngoài thì ngại con vi khuẩn tàn bạo bám theo, vậy nên còn chai *cognac* để dành đã lâu, tôi mang ra xử. Covid chưa hết, *cognac* đã không còn. Nhìn trong bếp thấy có chai rượu nấu ăn, định mang ra chơi tiếp nhưng bị rầy rà nên thôi. Không biết rượu nấu ăn, cũng 45 độ cồn, có uống được không, tôi chẳng dám đùa. Đúng là dân chết nhát. Ngày còn ở Việt Nam, ông bác tôi, dân nghiện rượu thứ thiệt, chuyên uống rượu đế, có lần bí quá đã uống tới cồn 90 độ! Tôi đã lè lưỡi thán phục vì lúc đó tôi chỉ chơi toàn bia. Sau 1975, kẹt lại, bia cũng leo lên hạng quý phái, chúng tôi toàn chơi bia tươi nhạt phèo. Có lần uống bia mà chua miệng, Khánh Giang, chàng ký giả bợm rượu, đã kéo tôi đi nhậu rượu đế. Rượu đế hồi đó bán lềnh khênh, góc đường nào cũng có. Rượu trong veo, nghe nói có pha thuốc rầy, nhưng khi uống nhắm mắt nên có pha hay không, cần chi biết. Lần đầu đổ "nước mắt quê hương" vào miệng, tôi say nhè, đi đứng không vững. Khánh Giang dìu tôi về nhà, ngồi mãi không đứng lên nổi. Từ đó cạch tới già!

"Nước mắt quê hương" là tên khác của rượu đế. Cái tên nghe chất ngất tình tự dân tộc này được lính miền Nam trước đây rất khoái. Tại sao gọi là "nước mắt quê hương", tôi cũng không biết. Thôi thì nghe lời xúi "cái gì không biết cứ vào *google*", tôi gú-gồn. Tác giả Phùng Annie Kim lý giải như thế này: "*Có những bài vè nói về dân nhậu khi say tưởng mình là con ông trời,* "nhìn lên cây bưởi còn non / mấy thằng uống rượu là con Ngọc Hoàng", *cho nên theo tôi, Ngọc Hoàng ngán ngẩm vì ở thế gian tham nhũng tràn lan, đạo lý suy đồi, tình người điên đảo, giới trẻ Việt Nam bây giờ nhậu nhiều quá, sáng say chiều xỉn thành một thứ quốc nạn. Cám cảnh vì tương lai đất nước, dân tộc nên* "Ngọc Hoàng ngồi tít ngai vàng / Thấy con uống rượu hai hàng lệ rơi". *Có lẽ vì thế rượu đế còn có tên gọi rất văn chương là* "nước mắt quê hương" *chăng?*".

Thầy thì ghi lại như vậy nhưng tôi nghĩ bốn chữ "nước

mắt quê hương" có từ thời xưa, rất thịnh hành trong giới lính tráng, nên nguồn gốc có lẽ phải xưa hơn. Có lẽ tác giả Nam Sơn Trần văn Chi có lý hơn khi lý giải: *"Xưa trong thời chiến tranh, cái sống cái chết đến với bao thế hệ thanh niên miền Nam bất cứ lúc nào, gặp nhau hôm nay rồi ngày mai không còn gặp lại! Chính sự thể đó đã đưa thanh niên tới những quán nhậu, tìm đến rượu đế, rượu thuốc nhiều hơn. Rượu vào lời ra, kể chuyện người yêu, chuyện mẹ già, chuyện tình đời và chuyện chiến tranh. Bao chàng trai trẻ mềm môi, chảy nước mắt bên ly rượu. Không biết khóc vì rượu hay vì thân phận, hay vì cả hai? Rượu đế gọi là "nước mắt quê hương" có từ đó và được lưu truyền cho tới nay"*.

Tôi vốn có tính sắc mắc nên lại thắc mắc: thế còn tại sao gọi là rượu đế? Muốn rõ ngọn ngành phải trở lại từ thời Pháp thuộc. Năm 1858, khi người Pháp đặt chân tới Việt Nam, việc sản xuất rượu vẫn được tự do. Nhà cầm quyền bảo hộ chưa sản xuất rượu công nghiệp. Họ khuyến khích người dân nấu rượu để thu thuế. Nhưng khi nhà cầm quyền bắt đầu sản xuất rượu bằng những nhà máy quy mô, họ cấm dân nấu rượu. Nếu lén lút nấu, coi như rượu lậu. Họ phân phối rượu do công ty sản xuất, gọi là rượu ty, về mỗi vùng theo dân số. Các quan chức tại địa phương ép người dân tiêu thụ rượu. Họ ấn định số rượu phải mua khi trong nhà có ma chay, cưới hỏi hoặc khi mỗi làng hay mỗi huyện, tổng, xã có những ngày hội dân gian. Quan chức địa phương cứ theo quy định mà thi hành. Nhưng cấm thì cấm, người dân vẫn lén lút nấu rượu và lén lút mua bán với nhau. Rượu lậu có nồng độ cao, cay và thơm hơn rượu ty, nên dân chúng ưa chuộng hơn.

Vì sản xuất lén lút nên rượu lậu phải giấu trong những lùm tranh, lùm đế xa nhà. Mỗi khi lính đoan đi ruồng bắt, người ta phải bê từng nồi rượu ra ngoài đồng ruộng, vùi trong đồng cỏ hoang dại mọc toàn cây đế, một loại cỏ như cỏ năng, cỏ lác, cỏ tranh hay lau sậy mọc cao lút đầu. Tên gọi rượu đế phát xuất từ loài cỏ đế này và chỉ dùng trong Nam.

Rượu lậu ngoài Bắc được gọi là rượu ngang vì rượu được tiêu thụ theo kiểu đi ngang về tắt. Tôi đọc được trên mạng một trong những kiểu tiêu thụ rượu…ngang. Chẳng biết hư thực ra sao. Thôi thì cứ kể ra đây, coi như chuyện vui. Có thì vui thiệt, không có thì coi như một chuyện tiếu lâm. Đằng nào cũng vui. Các cô thôn nữ trong vùng sản xuất rượu quầy gánh hàng đi bán rong. Hàng của cô gồm rau trái, hoa quả, trứng gà, trứng vịt rất vô tội. Nhưng những bậc mày râu đã quen với việc mua rượu, nhác thấy bóng các cô, xà vào mua thứ rượu ngang một cách…hiên ngang. Rượu đâu mà cô bán? Rượu trong ngực cô. Họ làm hai cái bao mềm lớn bằng trái bưởi, miệng bao là một cái ống nhỏ và dài. Họ nhét hai trái rượu vào ngực, hai cái ống được bẻ kín vào bên trong. Khi có khách mua rượu, cô bật cái vòi ra cho khách ngậm miệng vào hút. Uống rượu kiểu này có cái thú như uống sữa. Nhưng các cô tính tiền khách bằng cách nào. Tính từng hụm. Chỉ cần nghe khách nuốt ực một cái là các cô đếm. Mỗi cái ực là đơn vị tính tiền. Càng ực nhiều càng móc hầu bao nhiều. Cách bán rượu này được gọi là "rượu ực"! Không biết có phải câu ca dao: *còn trời còn đất còn non / còn cô bán rượu anh còn say sưa,* là để chỉ vào trường hợp này không?

Rượu đế được từng gia đình sản xuất nên chất lượng

khác nhau. Cũng như chúng ta mua bánh chưng ngày tết, người này gói ngon, người kia gói không ngon. Tốt nhất là cứ mua chỗ quen thuộc cho chắc ăn. Rượu của vùng này hay vùng khác chất lượng khác nhau cũng vậy. Cách nấu rượu thường na ná giống nhau nhưng khẩu vị của dân nhậu khác nhau. Dân nhậu thường chia ra hai miền rượu: rượu đậm và rượu lạt, còn gọi là rượu cao độ và rượu thấp độ. Dân sành điệu có tiếng lóng riêng: rượu miệt trên và rượu miệt dưới, lấy phà Mỹ thuận làm ranh giới. Từ phà Mỹ Thuận ngược lên Mỹ Tho, Gò Công, Long An, Tây Ninh, Sài Gòn là miệt trên. Từ phà Mỹ Thuận xuống tới Cà Mau, U Minh là miệt dưới. Rượu của dân miệt dưới gần giống như rượu của dân xứ Quảng ngoài Trung: màu trắng đục gần bằng nước vo gạo, độ nhẹ và thoang thoảng mùi hèm. Vì độ rượu nặng nhẹ nên cách đong rượu của hai miệt cũng khác nhau. Miệt dưới đong từng lít hay can nhựa loại 20 lít. Miệt trên đong bằng xị. Khi uống cũng có phong cách khác nhau. Dân miệt dưới uống đế bằng chén ăn cơm hoặc ly lớn, thứ dùng để uống nước ngọt. Miệt trên uống bằng ly nhỏ.

Dân nhậu, dù miệt trên hay miệt dưới, đều phải công nhận thứ đế xuất sắc nhất là đế Gò Đen thuộc tỉnh Long An. Dân Gò Đen có kinh nghiệm nấu rượu từ cả trăm năm trước. Họ dùng nếp và men gia truyền nên rượu có vị mà các vùng khác không có được. Nếp là loại hạt tròn, mẩy, có mùi thơm, trắng đục đều, được trồng tại địa phương. Nếp ngon được nấu thành cơm nếp, để nguội rồi rắc men. Men được mài bằng rễ thảo mộc hoặc men bí truyền được chế từ các vị thuốc bắc như quế khấu, đinh hương, trần bì, quế chi, đại hồi cộng thêm với nhãn lồng, trầu hương. Rượu ra lò thường được cho vào hũ sành, bít kín, ngâm xuống ao khoảng trăm ngày mới vớt lên uống. Rượu Gò Đen chân truyền phải được nấu bằng nước lấy tại Gò Đen, trong khí hậu của Gò Đen mới là rượu đúng cách. Đó là chuyện ngày xưa, ngày nay rượu Gò Đen đã trở thành rượu thương mại, nhạt phếch, mất gần hết hương vị đặc trưng của vùng đất này.

Đế hay nước mắt quê hương là thứ dân miệt vườn đi xa thì nhớ. Có đĩa mồi ngon trên mâm cơm là cái bụng ước chi có chút đế Gò Đen thứ thiệt. Hai vợ chồng ông Võ Đắc Danh qua Mỹ thăm con, bị dịch Covid níu kéo không cho về. Bà Thúy Dư vốn gốc nông dân miệt Đầm Cùng, Cà Mau, ra chợ mua rau, tiền Mỹ tính ra tiền Việt Nam, sót ruột không muốn mở ruột tượng. Bà quyết định tự trồng tự ăn, biến khu vườn tại nhà ở Torrance, California, thành một vườn rau gồm cả

Nhậu để miệt trên với ly nhỏ.

tím, khổ qua, mướp, đậu rồng, bông bí, đậu bắp, rau đắng, dưa leo, hành lá. Ngoài những thứ thông thường này, bà còn trồng cả ngải bún, lá cẩm là những thứ đặc sản của miền Tây. Rồi chao, mẻ, bà gây được hết. Theo yêu cầu của nhiều bà con, bà chỉ dẫn cách trồng trên trang Youtube mang tên "Nhật Ký Covid Mỹ", được *YouTube* trả tiền. Tiền này bà mang về làm cầu cho dân chúng ở Việt Nam. Tưởng chỉ kẹt lại ít ngày tại Mỹ, ai ngờ giáp năm vẫn chưa có lối về. Sẵn vườn nhà đầy đủ các loại rau củ quả, bà Thúy Dư trổ tài nấu những món ăn Việt Nam. Bà còn hào phóng phổ biến cho mọi người cách nấu giản dị và thơm ngon. Ông Hai Lúa Võ Đắc Danh được thưởng thức đủ món ngon quê nhà tại Mỹ. Ăn ngon phải đi với rượu ngon, *whisky, cognac* sẵn đó nhưng ông lại thèm nước mắt quê hương. Đào kép phải đúng tuồng mới đã cái miệng! Thiệt là một mơ ước khó thực hiện.

Nghe tréo ngoe như vậy nhưng coi bộ cũng không tréo ngoe lắm. Vì dân ta đã sản xuất được rượu đế ngay tại Mỹ. *Đế made in USA!* Không phải thứ thủ công lẹt bẹt mà máy móc hiện đại đàng hoàng. Đó là lò rượu *"Su Ti Craft Distillery"* tại vùng Dallas-Forth Worth, tiểu bang Texas. Cái tên nghe không ra tiếng Việt nhưng đó là tiếng Việt. Hai ông chủ của lò rượu đế này tên Đinh Trọng Súy và Ngô Thời Tiến. Họ cắt hai cái tên Súy và Tiến thành "Su Ti". Chắc cho Mỹ dễ đọc. Anh Súy sang Mỹ từ năm 1975 khi còn nhỏ. Anh là dân Nam Định, gia đình di cư vào Nam năm 1954. Mẹ anh sinh trưởng trong một làng làm rượu, cả làng biết nấu rượu, nên bà cũng biết nấu chất cay này. Anh còn nhỏ nên hoàn toàn mù tịt về cách làm rượu đế. Qua Mỹ, anh học và ra trường làm kỹ sư ngành viễn thông.

Năm 2011, anh Súy quen một anh bạn gốc Cái Răng, nhà ở Cần Thơ, có nghề nấu rượu. Anh tò mò học hỏi và bắt đầu thử nghiệm cất rượu lấy. Anh thử tay nghề như vậy vì khi đi dự tiệc anh hay nghe mấy ông già thắc mắc sao cứ phải uống rượu Tây hoài, không tìm đâu ra rượu đế. Anh lên mạng tìm hiểu thêm về các loại men, gạo và phương cách nấu rượu của nhiều dân tộc khác nhau. Khi thực hành, anh mua đủ các thứ men của Việt Nam, Âu châu và Mỹ để thí nghiệm. Cũng phải mất vài năm tìm tòi các loại men và gạo, anh mới tạm nấu được thứ rượu vừa ý. Khi đi dự tiệc, anh mang rượu tự chế tới mời mọi người uống và cho ý kiến. Nhiều người khen ngon khiến anh nức chí. Một trong những người khuyến khích anh nên theo đuổi đam mê của anh chính là anh Ngô Thời Tiến. Anh Tiến là kiến trúc sư hành nghề tại Dallas và là anh em cột chèo với anh Súy.

Hai anh em cột chèo quyết định hùn vốn xây lò rượu tại Forth Worth vào năm 2016. Bước đầu họ gặp khó khăn vì luật lệ khắt khe của liên bang, tiểu bang và thành phố. Họ kiên nhẫn từng bước và cuối cùng lò rượu ra đời.

Rượu đế Ông Già làm tại Mỹ.

Nhờ con mắt kiến trúc sư của anh Tiến, lò rượu được xếp đặt rất hợp lý, gọn gàng và mỹ thuật trong một diện tích chỉ vỏn vẹn 2 ngàn *square feet*. Sản phẩm đầu tay của lò là "Rượu Đế Ông Già" và rượu mạnh "Lion 45", một thứ *whisky* Việt Nam. Rượu đế "Ông Già" được làm từ một loại gạo thơm đặc biệt Jazzmen của miền Nam Lousiana. Nhờ loại gạo này mà rượu có một hậu vị rất thơm. Men Việt Nam có nhiều mùi thuốc Bắc nên, để rượu có thể phổ biến với người bản xứ, họ dùng men của Mỹ cho rượu "Ông Già" và một thứ men mới của Âu châu cho "Lion 45". Anh Súy tiết lộ về kỹ thuật làm rượu của anh. Rượu cất xong sẽ được nếm thử và đo nồng độ. Mỗi vụ rượu được đánh số và ghi ngày tháng cẩn thận. Chỉ những vụ nào đạt đúng tiêu chuẩn về hương vị cũng như nồng độ mới được mang ra bán. Vì luật liên bang quy định rượu mang ra bán phải có phòng chứa riêng và phải nộp thuế trước nên phải cẩn thận trước khi quyết định tung ra thị trường. Trong tương lai lò rượu sẽ làm thêm rượu nếp than.

Mấy ông bạn nhậu của tôi nghe tới rượu để *made in USA* đã khoái chí tử. Anh nào cũng nôn nóng hỏi rượu bán ở đâu và giá có mắc không. Rượu bán ở...lò rượu. Vì mới chỉ là lò nấu rượu lẻ nên hai thứ rượu "Ông Già" và "Lion 45" chưa được phép gửi các hãng chuyên chở mang đi bán được. Muốn mua rượu chỉ có cách quá bộ tới lò rượu, tiền trao rượu lấy. Giá khá mềm: từ 35 đô tới 45 đô một chai tùy theo vụ. Trong khi khách hàng vẫn phải thân chinh hoặc nhờ bè bạn tới mua ngay tại lò rượu, lò rượu tặng chúng ta thơ...tạ lỗi:

Tết ta cho đến Tết tây
Tiệc tùng cưới hỏi lấy chi làm quà?
SuTi nức tiếng "Ông Già"
Uống ly rượu đế chạy ba quãng đồng!

02/2021

GÓP CHUYỆN.

Sau khi tôi phổ biến bài "Rượu Đế", nhà văn Lương Thư Trung, tức Hai Trầu, một người rất am hiểu và có nhiều vốn sống với ruộng vườn miền Nam, đã gửi mail cho tôi, nói thêm cho rõ về thứ chất cay "quốc hồn quốc túy" của chúng ta. Xin cám ơn anh Lương Thư Trung và mời các bạn đọc thêm.

Sự thật về mấy chữ "Nước mắt quê hương"trong cách gọi "rượu đế"

Thưa bạn,

Trong bài phiếm về "Rượu đế" của nhà văn Song Thao mới phổ biến ngày 08.03.2021, tác giả có viết:

"Nước mắt quê hương" là tên khác của rượu đế. Cái tên nghe chất ngất tình tự dân tộc này được lính miền Nam trước đây rất khoái. Tại sao gọi là "nước mắt quê hương", tôi cũng không biết. Thôi thì nghe lời xúi "cái gì không biết cứ vào google", tôi gú-gồn. Tác giả Phùng Annie Kim lý giải như thế này: "Có những bài vè nói về dân nhậu khi say tưởng mình là con ông trời, "nhìn lên cây bưởi còn non / mấy thằng uống rượu là con Ngọc Hoàng", cho nên theo tôi,

Ngọc Hoàng ngán ngẩm vì ở thế gian tham nhũng tràn lan, đạo lý suy đồi, tình người điên đảo, giới trẻ Việt Nam bây giờ nhậu nhiều quá, sáng say chiều xỉn thành một thứ quốc nạn. Cám cảnh vì tương lai đất nước, dân tộc nên "Ngọc Hoàng ngồi tít ngai vàng / Thấy con uống rượu hai hàng lệ rơi". Có lẽ vì thế rượu đế còn có tên gọi rất văn chương là "nước mắt quê hương" chăng?".

"Thấy thì ghi lại như vậy nhưng tôi nghĩ bốn chữ "nước mắt quê hương" có từ thời xưa, rất thịnh hành trong giới lính tráng, nên nguồn gốc có lẽ phải xưa hơn. Có lẽ tác giả Nam Sơn Trần văn Chi có lý hơn khi lý giải: "Xưa trong thời chiến tranh, cái sống cái chết đến với bao thế hệ thanh niên miền Nam bất cứ lúc nào, gặp nhau hôm nay rồi ngày mai không còn gặp lại! Chính sự thể đó đã đưa thanh niên tới những quán nhậu, tìm đến rượu đế, rượu thuốc nhiều hơn. Rượu vào lời ra, kể chuyện người yêu, chuyện mẹ già, chuyện tình đời và chuyện chiến tranh. Bao chàng trai trẻ mềm môi, chảy nước mắt bên ly rượu. Không biết khóc vì rượu hay vì thân phận, hay vì cả hai? Rượu đế gọi là "nước mắt quê hương" có từ đó và được lưu truyền cho tới nay".

Theo chỗ tôi được biết thì "nước mắt quê hương" trong thực tế hổng phải như hai tài liệu mà nhà văn Song Thao vừa trích dẫn như vậy. Cách nấu rượu đế còn gọi rượu trắng, hồi đời xưa (khoảng mấy năm 1945-1960) hoặc mấy năm sau này (1983-1992), mà tôi có chứng kiến mấy đứa cháu trong xóm có xây lò nấu rượu với vật liệu là gạo hoặc nếp. Lò thì chụm bằng trấu với cái nồi bằng đất rất lớn có thể đựng được nhiều gạo nấu thành cơm rượu. Khi cho cơm đã ủ men rượu tới chu kỳ cơm có mùi rượu, người ta mới cho vô cái trách này với lượng nước vừa đủ để nấu; nếu muốn rượu ngon, nồng độ cao thì đổ nước ít; nếu muốn lấy rượu nhiều thì đổ nước nhiều, dĩ nhiên nước nhiều thì rượu phải lạt, ít ngon.

Hệ thống lò là cái trách đặt lên trên lò, đậy nắp kín và có ống nhựa từ cái nắp ăn thông qua một lu nước lạnh để khi hơi rượu bốc lên thì sẽ thoát ra theo ống nhựa này, hơi rượu gặp nước lạnh nó sẽ đông lại thành nước và nhểu ra ở cuối đầu ống nhựa này thành từng giọt, từng giọt và người ta dùng chai lít để hứng những giọt rượu này vừa chảy ra từng giọt nhểu xuống chai, khi đầy chai người ta lấy chai khác hứng tiếp tuần tự cho tới khi nào rượu hết chảy xuống thì thôi. Trường hợp lò rượu xây bên cạnh cái mương hoặc hồ nước, người ta chuyền cái ống nhựa này nằm trong nước nhằm làm lạnh hơi rượu như khi nó nằm trong lu nước vừa kể. Rượu vừa hứng ra này dân quê gọi là rượu gốc. Sau đó, người ta mới lấy rượu gốc này pha thêm nước thành rượu bán cho các tiệm, hoặc cho các khách hàng trong xóm; thường các lò ưa bỏ mối nơi các tiệm; ngoài ra cũng bán lẻ nhưng bán để lấy lòng tình chòm xóm thôi chứ bán lẻ thì khó gom vốn và hổng gom vốn được thì việc nấu rượu tiếp theo bị trở ngại vì hụt vốn! Thường một giạ nếp, nấu rượu cách này có khi chỉ được chừng mười lít rượu là được nhiều rượu rồi, dân quê gọi là rượu ngợi, tức là trúng rượu; còn nếu hứng rượu xuống chai mà ít hơn thì dân quê gọi là rượu thất, tức là nhiều gạo mà ít rượu.

Vì gạo và nếp đối với dân quê là hột ngọc của trời để nuôi sống con người, là hình ảnh tiêu biểu của quê hương sống bằng nghề làm ruộng, cả một giạ gạo (40 lít) nếu nấu cơm ăn thì có khi ăn được no cả gia đình cũng lâu lơ lâu lắt, nếu biết nhín nhút, có khi ăn được gần cả tháng trời nhưng khi đem ủ men nấu rượu thì lúc chưng cất rượu mình chỉ hứng từng giọt từng giọt giống như nước mắt của những hạt cơm hạt nếp tiếc cho đời mình từ chỗ số nhiều hữu ích mà giờ lại chỉ còn nhểu xuống từng giọt từng giọt như nước mắt vậy, thiệt là quá uổng, quá tiếc! Do vậy mà bà con ví von gọi những giọt rượu vừa hứng được đó giống như những giọt nước mắt nên họ gọi rượu trắng hay rượu đế là "nước mắt quê hương" là từ thực tế như vậy. Còn nghĩa thứ hai của nhóm chữ "quê hương" trong "nước mắt quê hương" là nhằm ám chỉ rượu của chính người dân quê mình nấu ra, làm ra, để đối lại với rượu của các hãng Tây sản xuất, hoặc của ngoại quốc làm ra.

Vài hàng xin nói lại cho rõ về rượu trắng, rượu đế, về "nước mắt quê hương" là vậy, chứ hổng phải vì "Ngọc hoàng khóc con" hay vì chiến tranh mà "bao chàng trai trẻ mềm môi, chảy nước mắt bên ly rượu."

Houston, ngày 10.03-2021

LẠI GÓP CHUYỆN

Rượu vào lời ra, các cụ nói cấm có sai! Sau khi bài "Rượu Đế" của tôi được phổ biến, nhà văn Lương Thư Trung, tức Hai Trầu, một dân quê miền nam chính hiệu, đã có bài góp ý, tôi đã post trên FB. Nay nhà văn Trần Doãn Nho, hiện ở Dallas, gần lò rượu SuTi, đã tới tận nơi quan sát. Anh gửi cho tôi ít hàng và vài tấm hình do chính anh chụp tại lò rượu SuTi. Lại xin post lên đây cho "rộng đường dư luận"!

Chào các anh Song Thao, LTTrung, và các anh chị,

Nhân các anh bàn chuyện rượu đế, tôi xin giới thiệu một rượu đế thứ thiệt 100%, không phải nước mắt quê hương Việt Nam, nhưng mà nước mắt quê hương...Hoa Kỳ, vì nó được sản xuất tại Hoa Kỳ. Cụ thể hơn, sản xuất tại thành phố Kennedale, Texas (thuộc khu Dallas-Arlington-Fort Worth), cách nhà tôi 1 dặm, lái xe chừng 2 phút do hai anh Đinh Trọng Súy và Ngô Thời Tiến lập ra. Tôi ghé lại đây uống thử, nói chuyện với hai chủ nhân vào đầu tháng 12/2020 và mua về mấy chai để dành. Một chai rượu đế Ông Già 40%, giá 45 đô. Tuyệt!

Mời các anh xem tờ báo địa phương giới thiệu tiệm rượu và một vài hình ảnh tôi chụp nhân ghé thăm quán lần đầu tiên.

Trần Doãn Nho

Nhà văn Trần Doãn Nho tại lò rượu SuTi.

THIẾU VÀ THỪA

Thông thường ra thì chúng ta có một vợ một chồng. Ông nào có hơn con số trên là chuyện đáng tự hào. Vậy thì muốn cho sự việc cân cái thì các sản phụ phải tạo thăng bằng: có một thằng cu phải có một cái hĩm. Nhưng chuyện cân đối này không bao giờ có. Các bà cứ nhắm mắt sản xuất, bất cần thằng hay con. Từ đó nảy sinh ra chuyện thừa thiếu. Các bà gây ra nhưng lỗi tại các ông. Trời đã sinh ra sự phối hợp giữa trứng và tinh trùng để tạo ra một sinh linh trên cõi đời. Sinh linh đó có thể là nam hay nữ. Mà nam hay nữ là do cái con loăng quăng của các ông có nhiễm sắc thể X hay Y. Trứng của các bà luôn giữ vững lập trường chỉ có X. Nếu X của các ông gặp X của các bà thành XX thì lòi ra thị mẹt. Nếu Y của các ông hội ngộ với X của các bà thành XY thì ra thằng cu. Vậy trăm tội đều do các ông. Ý trời là *half and half* cho cân xứng nhưng chẳng hiểu các ông làm ăn lóng ngóng ra sao để chẳng bao giờ có con số cân đối cả. Tội rành rành mà còn đổ hô các bà không biết nặn cho ra thằng cu nối dõi tông đường. Đổ tội xong hân hoan kiếm bà khác với hy vọng bà này biết sanh tốt hơn!

Hai nước có số dân đông nhất địa cầu là Trung Quốc và Ấn Độ mất cân xứng nặng nề. Theo tài liệu của Liên Hiệp Quốc thì tại Trung Quốc, vào năm 1989, tỷ lệ sanh trai gái là 111 đực rựa trên 100 bé gái. Tới năm 2000 cán cân trai gái nghiêng mạnh hơn: 117/100. Nghĩa là thừa đứt đi 17 anh. Nghe ra con số này không lớn nhưng tính trên dân số thì không nhỏ. Theo con số thống kê của bộ Nội Vụ Trung Quốc thì hiện nước này có 240 triệu người độc thân. Dự báo đến năm 2030 thì 33, 3% số đực rựa trong nước sẽ bơ vơ, chẳng thể có được một cô vợ cho ấm giường.

Ấn Độ khá hơn chút đỉnh. Năm 1991, tỷ lệ trai gái là 106/100. Tới năm 2001 tăng lên thành 108/100. Theo kết quả điều tra dân số vào năm 2005 thì đất nước cà-ri có 566 triệu đàn ông so với 536 triệu các bà. Chênh lệch 30 triệu. Các anh đực rựa tại hai nước đông dân này sẽ chẳng chịu ngồi yên. Họ sẽ xông pha vượt biên tìm cái gối ôm. Thế giới sẽ náo động vì tranh chấp "tài nguyên".

Việt Nam ta, với dân số 86,5 triệu người, đứng hàng thứ 13 trên thế giới. Năm 1979, tỷ lệ sanh trai gái là 105/100. Hai chục năm sau, năm 1999, tỷ lệ này tăng lên thành 107/100. Năm 2006, tăng nữa, 110/100. Năm 2007, lại tăng, 112/100. Đó là số liệu do Tổng Cục Dân Số và Kế Hoạch Hóa Gia Đình đưa ra tại hội nghị chuyên ngành được tổ chức tại Sài Gòn vào ngày 12/11/2008. Theo tính toán của Tổng Cục này thì tới năm 2030 sẽ có khoảng 3 triệu anh đực rựa không tìm ra được vợ. Hiện Việt Nam là quốc gia duy nhất trong nhóm 15 quốc gia Đông Nam Á có tình trạng mất quân bằng giới tính nặng nề nhất.

Đó là sự chênh lệch tự nhiên do trời đất tạo nên. Sự chênh lệch này đã ngược lại trước đây, khi chiến tranh còn tràn lan trên đất nước. Miền Bắc, kẻ gây chiến, đã đưa hầu như toàn thể thanh niên vào tham chiến ở miền Nam khiến có nạn gái thừa trai thiếu. Trong cuốn truyện dài "Chốn Vắng" của Dương Thu Hương, bà kể chuyện anh chàng thợ chụp hình cà thọt, không phải đi B, làm mưa làm gió giữa bày con gái thiếu trai. Nhà cầm quyền, chẳng biết có phải muốn giải quyết tình trạng trai thiếu gái thừa hay không, mà cổ động phong trào lấy phế binh. Họ tập trung các cô gái lại cùng với những chiếc cáng của các phế binh nằm như bất động. Đây là đoạn nhà văn Dương Thu Hương viết về nhân vật tên Hiền nhận "chồng". *"Dạ...Em vui lòng..." Miên thấy chị lắp bắp đáp lại. Sau đó người ta khiêng cáng lên một chiếc xe jeep. Hiền dắt Miên theo. Chiếc jeep đưa họ về tận làng. Người phế binh đã tháo khớp hai bên háng và cánh tay trái. Tay phải cụt tới nửa cùi chỏ. Anh giơ chiếc cùi chỏ ấy lên, lúc chạm vào Hiền, lúc chạm vào Miên, thay cho cử chỉ vuốt ve hoặc tỏ bày tình thân thiện. Trên chuyến xe đó, họ mới nói với nhau những lời đầu tiên. Kỷ niệm tuy xa nhưng chẳng phai mờ. Cho tới ngày cha mất và mấy chị em phải rời xa làng ra đi Miên thường vẫn sang chơi với Hiền. Người con gái ấy đã chấp nhận cuộc sống lứa đôi theo tinh thần tuẫn đạo: "Này Miên, hôm nay anh ấy đã ăn được bát cơm. Khi nào anh ấy ăn thêm được lưng cơm nữa là chị yên tâm. Ông lang bên xã Lý Hòa chiều qua sang chơi thăm bệnh bảo chị rằng cái đó còn nguyên. Mai rày chị cũng kiếm được đứa con". Một lần Hiền mừng rỡ khoe với Miên như thế. Lúc ấy, Miên còn nhỏ, chị chưa thể hiểu rõ tường tận câu chuyện giường chiếu của Hiền. Sau này, tưởng tượng tới cảnh ấy, Miên vẫn thường rùng mình xót xa cho người hàng xóm".*

Trong Nam, những trang thanh niên khoác chiến y giữ làng giữ nước, chẳng phải đi chinh chiến nơi xa như thanh niên miền Bắc, nên chuyện vợ chồng không long đong vất vả nhiều. Các binh sĩ vẫn lập gia đình, vẫn có thể sống với vợ con trong các trại gia binh. Tuy nhiên cuộc chiến tự vệ cũng mang lại những mất mát, bỏ lại những người vợ trẻ, những góa phụ tuổi đời chưa bao nhiêu. Nhà thơ Trần Mộng Tú là một góa phụ như vậy. Khoảng lễ Phục Sinh, tháng 4 năm 1969, chị lập gia đình. Chỉ chừng ba tháng sau, ngày 30 /7, anh nằm xuống. Chị được tin khi đang xem những tấm hình chụp đám cưới được mang sang Mỹ rửa vừa được gửi về. Trên mộ chồng, chị ghi bốn câu thơ:

> *áo cưới chàng may còn mùi vải*
>
> *rượu hồng thiếp uống còn cay môi*
>
> *xa nhau một phút ngàn thu vắng*
>
> *nỗi buồn này biết làm sao nguôi*

Chiến tranh qua đi. Như một cơn ác mộng không nên có. Chiến trường trả về những trang thanh niên phần nhiều còn lơ ngơ một mình. Tỷ lệ trai gái đảo ngược lại. Trai thừa gái thiếu. Thiếu một phần vì lẽ tự nhiên nhưng phần khác vì chúng ta mất đi "tài nguyên" khan hiếm này. Đất nước sau chiến tranh được trao vào tay những người thiếu khả năng điều hành. Cuộc sống của dân chúng lầm than. Toàn dân trần thân chịu cảnh thiếu cơm thiếu áo. Những quốc gia có cuộc sống sung túc hơn đã vớt đi những thiếu nữ tới tuổi cập kê về cho những thanh niên đang cần vợ của họ. Vậy là có cả một phong trào rộng lớn "xuất cảng" gái Việt. Đài Loan, Trung Quốc, Đại Hàn là những chỗ trũng cho dòng nước "cô dâu" Việt tràn vào.

Theo thống kê của bộ Công An Việt Nam, từ năm 2008 đến nay, trung bình mỗi năm có khoảng 18 ngàn công dân Việt Nam kết hôn với người nước ngoài. Khoảng 78% phụ nữ kết hôn với ngoại nhân có hoàn cảnh gia đình nghèo khó, trình độ học vấn thấp và không công ăn việc làm.

Trong các bài báo trong nước, những cô gái lấy chồng nước ngoài vì kinh tế này được gọi là "cô dâu". Tôi thấy cách dùng từ này không chính xác. Những người con gái khốn khổ này đâu có lấy chồng, họ bán mình để tìm một tương lai sáng sủa hơn, ít nhất thoát được tình trạng nghèo đói cho chính họ và hy vọng cứu vớt gia đình họ. Có hai ổ "cô dâu" chính, một ở ngoài Bắc và một ở đồng bằng sông Cửu Long.

Riêng khu vực đồng bằng sông Cửu Long, trong 10 năm, từ 2008 đến 2018, có tới 70 ngàn phụ nữ lấy chồng nước ngoài. Cù lao Tân Lộc, Thốt Nốt, Cần Thơ, là nơi có nhiều cô gái đẹp, nay đã trở thành "Đảo Đài Loan" và "Đảo Hàn Quốc". Nhà báo Phạm Ngọc Dương kể lể sự tình: *"Phải nói rằng con gái cù lao Tân Lộc rất đẹp. Không hiểu đất đai màu mỡ, khí hậu mát lành thế nào mà cô nào cũng cao ráo, trắng hồng. Con gái cù lao Tân Lộc đẹp nổi tiếng đến nỗi mấy ông Đài Loan sang đây chỉ nhất nhất yêu cầu "cò" tìm vợ người Tân Lộc cho dù tốn kém thế nào. Thế nên, những ngày "sốt" gái lấy chồng Đài Loan, "cò" từ mãi Sài Gòn tìm về cù lao Tân Lộc đông lắm. Bức xúc trước tình trạng có thể hết nhẵn con gái, đám thanh niên Tân Lộc kéo ra đầu làng, ngay chân bến phà, gác từ sáng đến tối. Đám thanh niên tuyên bố, nếu có bất kỳ kẻ lạ nào bước chân lên cù lao sẽ đẩy xuống... sông".* Tôi muốn dừng lại ở chuyện cù lao Tân Lộc như một điển hình của phong trào lấy chồng Đài Loan và Hàn Quốc. Chuyện thanh niên trong làng quyết giữ…bờ cõi là chuyện sống chết. Phóng viên Thái Bình của báo Công An Nhân Dân, khi về Tân Lộc làm tin, đã suýt bị xô xuống sông Hậu vì bị thanh niên trong làng tưởng là "cò". Trước đây Tân Lộc được mệnh danh là "hòn đảo ngọt" vì nghề làm đường rất phát đạt. Thời hoàng kim, những năm 1993-1994, Tân Lộc đã có tới 240 cơ sở nấu đường,150 lò nấu rượu mật và cả ngàn mẫu đất trồng mía. Khi kỹ nghệ làm đường tại miền Nam tiến tới thời máy móc hiện đại hơn, Tân Lộc hỏng cẳng. Cả xã lao đao, 1500 công nhân lò đường thất nghiệp, máy móc thô sơ được bán tháo với giá sắt vụn. Cuối năm 1994, ông chủ lò đường tên Phương một thời làm ăn phát đạt nhất làng, mang nợ ngập đầu. Ông bỏ xứ lên Sài Gòn làm thuê làm mướn sinh sống và kiếm tiền trả nợ. Ông gặp một bà chuyên mối lái cho các cô gái lấy chồng ngoại quốc tỉ tê khuyên ông nên kiếm chồng ngoại cho bầy con gái đẹp đẽ của ông. Nghe bùi tai, ông về bàn với vợ và quyết định gả hai cô gái xinh đẹp cho trai Đài Loan. Người dân trong xã bất bình rủa xả ông mang con đi bán cho ngoại nhân. Ông cắn răng chịu nhục. Nhưng khi hai cô con gái gửi tiền về, ông phất lên, trở về Tân Lộc xây nhà lầu và hai vợ chồng hàng năm được qua Đài Loan thăm con, thì dân làng đổi thái độ. Cơn sốt lấy chồng Đài Loan lan lây nhanh chóng trong làng. Từ năm 1995 đến 2005, mỗi năm có tới vài chục cô gái lên…máy bay hoa về nhà chồng nơi xứ sở xa xôi. Năm cao điểm có tới 130 cô rời xóm làng. Đài Loan là đất…khởi nghiệp nên tính đến nay đã có 700 cô đi Đài Loan. Ngoài ra gái xinh Tân Lộc đã được tung ra Hàn quốc, Trung quốc, Mỹ, Canada, Bỉ, Áo, Pháp, Nhật. Thiệt là một làng quê quốc tế! Các cô tấp tểnh tự bán mình hăng say đến nỗi có nhiều trường hợp dở khóc dở cười. Phó Công An xã Tân Lộc, anh Lê văn Út, kể lại một trường hợp. Bé Trần Thị Kim Xuân, cư ngụ tại ấp Phước Lộc, được cha mẹ dẫn tới trụ sở công an để xin giấy xác nhận hầu có thể xin hộ chiếu ra nước ngoài. Xuân có thân hình phốp pháp, phổng phao, xinh xắn, nhưng mặt non choẹt. Thấy nghi, công an mở cuộc điều tra. Kết quả cô bé mới 14 tuổi nhưng cha mẹ lấy giấy khai sanh của cô chị 18 tuổi đã có chồng và hai con tráo cho cô em. Chuyện công an điều tra ra thì đã muộn. Trước đó, cha mẹ bé Xuân đã đưa con lên Sài Gòn tổ chức đám cưới với một ông Đài Loan đã 60 năm cuộc đời. Cả hai đã hưởng trăng mật đã đời. Nhưng chuyện lên máy bay về xứ lạ bị khựng lại khi có kết quả điều tra. Mụ cò Nguyễn thị Mạnh bị bắt giam. Bé Xuân bỏ nhà ra đi biệt xứ. Cha mẹ em trách cứ công an đã ngăn cản con đường…tình của con gái khiến gia đình tan nát. Nhưng không biết vì sao cái tan nát đó lại khiến cha mẹ em Xuân trả hết nợ, xây nhà khang trang, mua được ba chiếc xe máy, ti-vi, tủ lạnh, dàn âm thanh. Kể cũng ngộ!

Vựa xuất cảng cô dâu ngoài Bắc nằm tại huyện Thủy Nguyên, thành phố Hải Phòng. Phóng viên báo Lao Động kể lại chuyến về vựa này. Anh phải nhờ Tuân, một thanh niên địa phương làm người dẫn đường. *"Ngồi trên xe, Tuân vốn cũng có chút kinh nghiệm "chỉ chỏ, ong ve", bắt đầu thể hiện một cách đầy thuyết phục những hiểu biết của mình trong lĩnh vực môi giới hôn nhân. Theo lời Tuân, những năm trước, cũng tại mảnh đất này rộ lên "phong trào" lấy chồng Đài Loan, Trung Quốc. Tuy nhiên, dăm năm trở lại đây, đường dây tuyển chồng Hàn Quốc đã "đánh bật" được các đường dây khác để vững vàng tạo thế độc tôn. Nhà nhà, người người hễ cứ nói chuyện nhà là nhắc đến rể Hàn. Có gia đình sinh được bốn cô con gái thì cả bốn lũ lượt kéo nhau làm dâu xứ người. Cũng vì lẽ đó, ở Thủy Nguyên có hai xã là Lập Lễ và Ngũ Lão có đến hàng ngàn rể ngoại mang quốc tịch từ xứ sở Kim Chi".*

Các cô gái ứng tuyển được sống tại những khu nhà trọ do "cò" tổ chức. Nơi này được chia làm hai nhóm: nhóm đã "trúng tuyển" và nhóm đang chờ các đợt tuyển. Đám cưới được tổ chức tại Trung Tâm Tiệc Cưới Hồng Ngọc. Phóng viên báo Lao Động kể lại: *"Cũng trong lần may mắn được lọt sâu vào "hang ổ" môi giới lấy chồng Hàn Quốc ấy, chúng tôi được mắt thấy, tai nghe những đám cưới kiểu chạy sô giữa những cặp đôi dâu Việt - rể Hàn. Cách không xa những căn chòi gỗ dành cho việc xem dâu, bước qua dãy hành lang dài đang lốn nhốn hàng chục cô dâu đến dự tuyển là một hội trường rộng lớn, sang trọng chuyên dùng để cử hành hôn lễ. Tại thời điểm chúng tôi có mặt, trên sân khấu, người dẫn chương trình đang oang oang tác thành cho một cặp đôi, ở phía dưới là ba, bốn cặp khác đang chờ đến lượt. Qua quan sát cho thấy, những lễ kết hôn đều có công thức chung và diễn ra theo cách không thể "bèo bọt" hơn. MC đứng trên sân khấu gọi đến tên cặp đôi nào thì cặp đó lại lục tục bước lên để chụp ảnh. Không sâm banh, không bánh gatô, không trao nhẫn cưới và cũng chẳng có đại diện hai họ phát biểu... Sau vài phút tạo dáng cho thợ ảnh tác nghiệp, hai người lặng lẽ bước xuống khu vực đã được bố trí sẵn để dành sân khấu cho đám khác. Mỗi đám cưới như vậy thường chỉ có khoảng từ hai đến ba mâm tiệc, chủ yếu là dành cho phía nhà gái".*

Từ Nam chí Bắc, các thiếu nữ Việt bị xô đi lấy chồng xứ lạ như con nước cuồn cuộn xuôi dòng. Sinh xuất đã không cân bằng nam nữ khiến các thanh niên tới tuổi muốn vợ phải vất vả cạnh tranh, nay nguồn "tài nguyên" lại bị thâm hụt vì các anh chàng nước ngoài dùng tiền dẫn độ các nàng về nước, tương lai tối như đêm ba mươi. Ông Nguyễn văn Tân, nguyên Phó Tổng Cục Trưởng phụ trách về dân số và kế hoạch hóa gia đình, trong "Ngày Dân Số Việt Nam", được tổ chức vào bữa 26/12/2019, đã cho biết là tới năm 2050, Việt Nam sẽ dư thừa khoảng từ 2,3 triệu tới 4,3 triệu thanh niên không có cơ hội kiếm được vợ. Nghe mà hết hồn. Có giải pháp nào cho đám con trai lẻ bạn này không? Có chứ! Chúng ta cũng nhập cảng cô dâu! Ông Nguyễn văn Tân phát biểu tại hội nghị: "Hiện Trung Quốc là thị trường nhập khẩu cô dâu lớn nhất Việt Nam, tại Đài Loan có tới hơn 130 ngàn cô dâu Việt, con số này tại Hàn Quốc là trên 85 ngàn. Nhưng đến chúng ta, nhập ở đâu, chưa nhìn thấy thị trường nào cả. Muốn mua phải có tiền mới mua được, nhưng gia đình bình thường lấy đâu ra tiền nên có người nói, có lẽ tương lai Việt Nam sẽ phải nhập khẩu cô dâu từ châu Phi!".

Cũng là một giải pháp. Chúng ta đành bình tĩnh chờ ngày đất nước đổi…màu!

01/2021

TIP 2020

Năm 2020 là một năm không khá. Từ đầu năm cô Vy cô Vít lừng lững tới làm thay đổi cuộc sống của mỗi người trên thế giới. Cuộc sống như miếng da tươi, ngày càng co lại. Cánh già chúng tôi đều trở thành anh hùng núp. Có chuyện phải ra đường, nai nịt như *ninja*, thuốc khử trùng luôn trên tay, về tới nhà rửa tay cẩn thận, vậy mà vẫn phải nghe ngóng trong người. Có sốt không? Có ho không? Có khó thở không? Thân phận con người hèn đi thấy rõ. Tống cổ năm 2020 đi, người ta như phủi được cả tấn bụi trên người.

Giáp lễ Giáng Sinh, một khách hàng của tiệm South Shore Pizza ở Ruskin, Tampa Bay, tiểu bang Florida, tới mua một chiếc *pizza* loại bự nhất và tám cái cánh gà chiên. Tổng cộng 29 đô. Ông để lại số tiền tip 2020 đô dặn chia đều cho tất cả nhân viên trong tiệm. Ông quản lý tiệm Robert Godfrey vui mừng: "Bị bệnh dịch đánh cho tơi tả, chúng tôi rất vui khi thấy còn có những điều tốt trong cuộc sống đã tới với tiệm của chúng tôi". Mỗi nhân viên nhận được 80 đô. Một nhân viên tên Avery Loschinkohl nói với báo chí: "Tôi nghĩ đây là một tấm lòng quảng đại. Nó giúp chúng tôi nhiều. Phần lớn nhân viên trong tiệm là các em học sinh và sinh viên làm bán thời gian nên số tiền này rất đáng kể".

Vị khách hàng tốt bụng không để lại tên tuổi và cũng không giải thích chi về con số 2020 nhưng tôi nghĩ ông muốn xua đi con số trông thì rất đẹp nhưng cũng rất quái ác này. Rồi đây, khi nhắc tới con số tròn trĩnh này, người ta sẽ nhớ như một đại họa trên trái đất đã lấy đi cả triệu mạng sống và làm điêu đứng toàn thể loài người.

Vị khách giấu tên kể trên không phải là người duy nhất chơi với con số của năm chết tiệt 2020. Có cả một phong trào tặng 2020 đô tiền *tip* trên mạng mang tên *#2020TipChallenge*. Hình như nhiều người muốn tống táng con số ghi thời gian đáng ghét này. Tôi khoái lối tống tiễn này tuy tôi chẳng dính dáng chi tới các nhà hàng. Trò chơi này được nhiều người hưởng ứng, dĩ nhiên túi phải rủng rỉnh mới chơi trò này được. Ca sĩ đông địa dĩ nhiên dễ dàng chơi, chỉ tùy tấm lòng. Thú thật tôi không biết anh ca sĩ Harry Styles. Những ca sĩ trẻ hát cho giới trẻ thì làm sao tôi…trẻ theo được. Anh là ca sĩ, nhạc sĩ và tài tử người Anh, sanh năm 1994, năm nay mới 26 cái xuân xanh. Anh đi nghỉ hè tại Anguilla với hai người bạn cố tri James Corden và Adela. Adela thì tôi biết vì đó là một nữ ca sĩ! Họ vào ăn tại một nhà hàng hết 472 đô rưỡi. Anh tip 2020 đô. Trên tờ hóa đơn anh chỉ ghi vẻn vẹn dòng chữ quen thuộc: *"Happy New Year!"* và thêm vào: *"2020 Tip Challenge"*.

Ca sĩ Donnie Wahlberg của ban *New Kids on the Block* và vợ là Jenny McCarthy tới ăn tại nhà hàng IHOP gần nhà họ tại St. Charles, tiểu bang Illinois. Bữa ăn tốn hết 75$45. Họ cũng ghi thêm tiền tip 2020 đô. Cô tiếp viên Bethany Provencher nhảy cẫng lên: "Chắc có lý do để Chúa gửi họ tới đây. Đây là chuyện vĩ đại nhất trong cuộc đời của tôi".

Tại Chicago cũng xuất hiện nhà hảo tâm mang dấu vết 2020 vào cuối tháng 11 vừa qua. Người được ơn mưa móc là cô nhân viên phục vụ Selena Ryan của tiệm Dakota Inn. "Căn nhà tôi mướn bị cháy làm chết hai chú chó thân yêu. Trên đời này vẫn còn có những người thiện tâm. Đây là một ân sủng tôi nhận được".

Phong trào *#2020TipChallenge* không nhất thiết vụ vào số tiền tip 2020 đô. Đối với những người sáng lập, đó chỉ là một gợi ý để mọi người quan tâm đến tình trạng khốn khó của những người làm nhà hàng trong thời đại dịch này. Ai cũng có thể tham gia mà không cần có 2020 đô rủng rỉnh trong túi. Họ có thể góp nhau lại, người 20 đô, người 200 đô. Nếu có khả năng hơn thì cũng chẳng cần giới hạn vào con số 2020. Ngày 12/12/2020 vừa qua, một thực khách của tiệm Souk Mediterranean Kitchen ở Toledo, tiểu bang Ohio, đã *tip* tới 5.600 đô. Một thực khách khác tại Cleveland Height đã *tip* cho tiệm Nighttown 3.000 đô. Nhà hàng Coaches Bar and Grill ở đường Bethel, thành phố Columbus được *tip* 2.500 đô. Nhưng khủng hơn cả là số tiền 30 ngàn đô *tip* của ca sĩ nhạc *rap* Curtis James Jackson III của ban *50Cent* tặng cho nhân viên nhà hàng Burger King ở Queens, New York. Anh gọi từng nhân viên nhà hàng tới cửa sổ đặt hàng *drive-thru*, hỏi tình trạng từng người và tặng tiền.

Cũng là *tip* nhưng không phải là thứ *tip* chúng ta thường làm mỗi khi đi ăn. Thường khi đi ăn tại các nhà hàng, chúng ta vẫn để lại một số tiền trà nước cho những người phục vụ. Chuyện trà nước hay cà phê cà pháo này đã thành một nếp sống, nếu không làm thì thấy áy náy. Thông thường số tiền *tip* này là từ 10% đến 15%, tùy người. Năm 2020 có khác. Những người phục vụ trong những nhà hàng, ngoài chuyện bưng bê, còn phải gặp nhiều nguy hiểm vướng phải dịch bệnh khi phải tiếp xúc với khách hàng. Bao nhiêu tiền mới xứng đáng với sự hiểm nguy rình rập hàng ngày này? Vô giá! Vậy thì khách hàng chúng ta phải trả thêm phần nào cho sự hy sinh của họ. Bao nhiêu cho đủ? Đã là vô giá thì chẳng bao giờ đủ nhưng nhất định phải móc sâu hơn vào đáy túi của chúng ta. Không những trả cho các người phục vụ trong các tiệm ăn, chúng ta còn nợ tất cả những người giao hàng, chùi rửa nhà cửa, làm vườn và nhiều người khác giúp chúng ta có một cuộc sống tương đối bình thường. Chúng ta núp trong nhà để được bằng an trong khi họ phải xông pha trong chốn dịch bệnh, lãnh phần nguy hiểm thay chúng ta.

Tiền *pourboire* trong mùa dịch đã là một vấn đề được nhiều nhà nghiên cứu nghiền ngẫm. Họ coi đó như một thứ đạo đức làm người. Richard Ghiselli của Đại học Purdue University cho rằng chuyện ăn tiệm của chúng ta nay đã thay đổi. Phần lớn chúng ta không còn được ngồi ăn trong tiệm có người cơm bưng nước rót mà chỉ có thể mua thức ăn mang về nên chúng ta nghĩ là chúng ta không có nghĩa vụ phải cho tiền *tip*. Có được phục vụ đâu mà phải trả. Nghĩ như thế là nghĩ chưa tới. Chỉ nguyên việc những người làm bếp bất chấp hiểm nguy, tới tiệm nấu cho chúng ta có cái mang về đã là một hy sinh. Sự hy sinh có khi dẫn tới việc mất mạng sống. Ông Ghiselli nói: "Tất cả chúng ta đều muốn nhà hàng còn mở cửa nên chúng ta phải biết ơn những cố gắng của những nhân viên nhà hàng".

Amit Sharma, Giáo sư tại Đại học Pennsylvania State University, công nhận rằng việc cho tiền *pourboire* mà không được trực tiếp phục vụ là sự chọn lựa của mỗi người nhưng chúng ta phải nghĩ tới những hiểm nguy mà nhân viên nhà hàng phải chịu. Họ không có chọn lựa khác vì họ cần việc làm nhưng không phải vì vậy mà chúng ta không nghĩ tới những hy sinh của họ. Ông nói: "Nhân viên nhà hàng ăn là những người làm việc ở tiền tuyến. Họ không chọn lựa mà phải chịu những nguy hiểm này".

Một ông Amit khác, Giáo sư Amit Mehrotra của Đại học Nữu Ước, cho rằng mọi người phải biết là nhân viên nhà hàng là những người đặt vận mạng sức khỏe của họ trong công việc. Vậy nên, ông nói: "Khi một khách hàng tới một tiệm ăn, họ phải ý thức được chuyện này và cho tiền *tip* hơn thường ngày. Hơn bao nhiêu, đó là thiện chí của mỗi người".

Nói tới con số thực tế, ông Amit Mehrotra đề nghị *tip* 25% nếu ngồi ăn tại nhà hàng, 20% nếu giao tới nhà. Ông này cứ thẳng ruột ngựa cho một con số như vậy. Ông Richard Ghiselli tế nhị hơn: "Bạn *tip* theo con tim và túi tiền của bạn". Nhưng lưu ý là chúng ta đều muốn các nhà hàng mở cửa để chúng ta có chỗ ăn được những món ăn chúng ta ưa thích. Ông nói thêm: "Khi tôi tới một tiệm ăn *order* đồ mang về, tuy không có nhân viên phục vụ, tôi vẫn muốn *tip* 20% vì tôi không muốn nhà hàng đóng cửa".

Đó là ý kiến của các chuyên gia ngành ẩm thực trong các đại học. Nhà hàng mở cửa thời đại dịch thường ít khách hàng hơn, chịu nhiều nguy hiểm hơn, tốn phí nhiều hơn vì phải khử trùng sạch sẽ hơn thường ngày, nên chúng ta có bổn phận *tip* nhiều hơn. Đó là sự công bằng giữa con người nhưng cũng là sự thông cảm giữa chủ và khách. Nhiều vị khách đã có lòng thông cảm mạnh mẽ hơn nên, từ khi có đại dịch, nhiều người đã có những cử chỉ ngoạn mục khiến báo chí phải cho chạy nhật trình.

Từ ngày có em về, em nào thì ai cũng biết, khỏi phải kể tên cho thêm rầu, ngành nhà hàng ăn bị một cú nặng ngàn cân. Theo hiệp hội nhà hàng *The National Restaurant Association* thì đây là ngành hoạt động bị tổn thất nhiều nhất. Theo phát ngôn viên của hiệp hội, Vanessa Sink, thì từ tháng 3 tới đầu tháng 9, các nhà hàng ăn đã thất thu tới 165 tỷ đô và dự trù tới cuối năm sẽ mất tiêu khoảng 240 tỷ đô. Theo phòng thống kê lao động Mỹ *U.S. Bureau of Labor Statistics* thì nội trong hai tháng 3 và tháng 4, họ đã mất trên 6 triệu việc làm.

Tiểu bang hẻo lánh Alaska bị ảnh hưởng khá nặng. Jack Little, một nhân viên làm việc cho một công ty truyền thông ở Anchorage, tiểu bang Alaska, nảy ra ý tưởng quyên tiền của bè bạn để có thể cho những món tiền *tip* lớn cho các nhân viên nhà hàng cần trợ giúp. "Tôi có nhiều bạn bè làm việc trong ngành nhà hàng bị ảnh hưởng khá nặng. Vậy nên tôi muốn làm một cái gì để giúp họ". Anh lên Facebook và Instagram kêu gọi đóng góp mỗi người 50 xu hoặc 1 đô để tặng những người đang gặp khó khăn này. Anh thu được gần 7 ngàn đô! Người cần giúp đỡ thì nhiều mà số tiền anh nhặt nhạnh được khá khiêm tốn. Anh tính phải *tip* mỗi lần 500 đô mới đủ để giúp một người qua cơn hoạn nạn. Nhưng giúp ai, anh phân vân. Cuối cùng anh coi chuyện này như chuyện chơi xổ số. Anh tới một nhà hàng, ngồi vào một bàn trống, tiếp viên nào tới phục vụ anh là người trúng số 500 đô. Chúng ta thử theo chân anh. Anh chọn ngẫu nhiên và tới một nhà hàng bán *taco* tại Anchorage. Cô tiếp viên Angelina Backus bước tới. Cô kể lại: "Tôi không chú ý chi tới ông khách cả. Bất thần ông mở ví và rút ra năm tờ 100 đô. Ông giải thích về chương trình gây quỹ và cách phân chia. Chúa ơi, tôi thích lối may rủi này. Thiệt đặc biệt!". Tiền đã tới đúng địa chỉ. Thật ra tặng cho bất cứ tiếp viên nào cũng là tới đúng địa chỉ. Người nào cũng cần như nhau. Cô Backus đang loay hoay không biết cách nào để có thể kéo khoảng cách từ kỳ lương này tới kỳ lương khác. "Số tiền này không được dùng vào chi tiêu đặc biệt nào ngoài tiền trả nợ. Tiền nhà, tiền *bill* các loại. Tôi chỉ biết cám ơn số tiền đã tới đúng lúc". Anh Sink chỉ quyên được số tiền không thấm vào đâu nhưng mộng của anh lớn lắm. Anh hy vọng sẽ giúp được 43 ngàn người, mỗi người 500 đô!

Không làm "công quả" như anh Jack Little, có nhiều thực khách tự mình móc bóp chơi bạo. Ngày 16 tháng 3 vừa qua, khi đại dịch bắt đầu quậy lớn, một cặp vợ chồng tới nhà hàng Irma's ở Houston, Texas, do ông Louis Galvan làm chủ. *Bill* của bữa ăn là 90 đô 12 xu. Họ *tip* 1.900 đô tiền mặt và 7.500 đô bằng thẻ tín dụng. Họ không cho biết tên nhưng có ghi trên hóa đơn: "Giữ số tiền này để trả tiền công cho nhân viên trong vài tuần tới". Tuần tới nhà hàng của toàn thành phố phải tuân theo những hạn chế nghiêm ngặt vì đại dịch. Khách sẽ không được ngồi ăn tại tiệm mà chỉ có thể mua bằng cách giao hàng tận nhà hoặc tới tiệm lấy mang về. Chỉ một số nhân viên tối thiểu còn làm việc, nhiều người khác sẽ…bảy nghề! Tiệm Irma's sẽ dùng số tiền này để trả cho 30 người bị cho nghỉ việc, mỗi người 300 đô! Ông Galvin nói với đài CBS 7: "Chúng tôi rất kính phục vị khách đã có lòng với tiệm, giúp cho tiệm chống đỡ với thời buổi khó khăn này".

Cô Vi cô Vít không vội rời cuộc sống của chúng ta. Khó khăn chẳng phải một sớm một chiều sẽ qua. Lòng trắc ẩn của khách hàng không thể tranh đua với dịch bệnh khi thời gian ngày càng kéo dài. Người ta sẽ oải. Một nhân viên giấu tên tại nhà hàng hạng sang tại Los Angeles than thở: "Lúc đầu, khách hàng như thể muốn nói: "Này bạn, bạn sẽ gặp khó khăn trong hai tuần, dùng tiền *tip* này để sống qua thời khó khăn này". Giờ, dịch kéo dài không phải hai tuần mà là một thời gian vô định, khách phản ứng lại một cách thất thường. Nhiều người không *tip* nữa!". Có lẽ vì họ không thấy thoải mái khi ngồi ăn. David, một nhân viên trực tiếp phục vụ tại bàn nhìn nhận: "Tôi cố làm cho khách được thoải mái thưởng thức các món ăn nhưng khi lấy *order* tôi phải mang khẩu trang, kính che mặt và găng tay, cứ như là tôi sắp *clean* răng cho khách chứ không phải dọn món *spaghetti*!".

Tuy gặp những chuyện không vừa lòng, những người như anh David cũng thông cảm với khách. Cái thú kéo ghế ở nhà hàng đã không còn với khách. Cái túi tiền của khách cũng vơi đi khi chính họ cũng bị giảm lợi tức. Có những bàn *bill* tính tiền là 200 đô, khách chỉ để một đô tiền tip. Có lẽ như một thói quen nay đã trở thành một cử chỉ bất đắc dĩ. Tháng 6 vừa qua, *One Fair Wage,* một tổ chức vô vị lợi nhằm mục đích khuyến khích tăng thu nhập cho các nhân viên nhà hàng, đã hoàn tất một cuộc khảo sát tại thành phố New York với kết quả là số tiền *tip* đã giảm đi từ 75% đến 90 % kể từ ngày có đại dịch. Thường lương tối thiểu của nhân viên nhà hàng được chính phủ liệt vào hạng có tiền *tip* nên thấp hơn lương tối thiểu của công nhân các ngành khác. Trước sự teo tóp của tiền *tip, One Fair Wage* kêu gọi chính phủ trả lương tối thiểu cho nhân viên phục vụ tại các nhà hàng giống như các loại công nhân trong các lãnh vực khác. Một số tổ chức khác còn đề nghị cho phép các nhà hàng tính phụ thu Covid và ấn định tiền *tip* theo tiêu chuẩn đàng hoàng.

Năm 2020 là năm Covid. Nó không giống với những năm khác. Một năm mà con người ta vừa muốn quên vừa muốn ghi nhớ trong cuộc đời của mỗi chúng ta. Lối ghi nhớ bằng phong trào *#2020TipChallenge* là lối ghi nhớ tích cực nhất. Những chuyện 2020 mà tôi kể trên đều là những chuyện xảy ra tại Mỹ. Điều này không có nghĩa là chỉ tại Mỹ mới có chuyện *tip* 2020 mà chỉ vì tôi chỉ đọc được những tài liệu của Mỹ. Hy vọng chuyện 2020 đã có tại nhiều nơi khác. Cuối năm 2020 nhân loại đã có thuốc chủng ngừa Covid-19, hy vọng con vi khuẩn bé tí ti này sẽ sớm đào tẩu trong năm tới. Nếu không, chắc chắn chúng ta sẽ lại có *hastag 2021* còn xôm tụ hơn *#2020Tip Challenge*. Có dốt toán như tôi cũng biết số 2021 sẽ hơn 2020 được một…đô!

12/2020

TOILET VÀ ĐÀN ÔNG

Toilet và đàn ông có liên quan chi đến nhau. Có chứ! Nhưng thử nghe một câu chuyện tôi nhặt được trên mạng xã hội trước.

"Có anh kia lên máy bay. Nửa chừng, anh có nhu cầu sử dụng toilet. Anh bắt gặp cái bồn cầu hiện đại. Có điều, trên thiết bị điều khiển chỉ có một nút màu xanh cho đàn ông nhưng có tới bốn nút hồng cho phụ nữ. Khổ nỗi, trên thiết bị ghi toàn bằng tiếng Anh, thứ ngôn ngữ anh chàng này không biết dùng. Là đàn ông, sau khi hành sự, đương nhiên anh phải dùng cái nút xanh rồi. Một làn sương hơi nước âm ấm phun từ dưới lên, rửa sạch phần "hậu vận" cho anh. Chao ôi là sảng khoái! Chuyến bay dài, còn dư giờ nên anh muốn thử mấy cái nút hồng xem phụ nữ có nhu cầu gì mà lại được ưu ái hơn đàn ông. Anh nhấn cái nút hồng đầu tiên. Làn sương hơi nước có thể tự dịch chuyển từ sau ra trước một chút, nhưng nhìn chung cũng giống như nút xanh

nãy anh đã dùng, chắc dùng để rửa cho chị em khi đi tiểu. Nút thứ hai, một luồng khí ấm phun ra, sấy khô vùng hậu phương vừa được rửa sạch của anh, thích quá đi! Điều kỳ diệu xảy ra khi anh nhấn nút thứ ba, một miếng bông phấn thơm nức, đập đập nhè nhẹ liên tục vào bàn tọa của anh. Giờ thì anh đã sạch sẽ, khô ráo và thơm tho, anh còn cần gì nữa chứ? Nhưng mà vẫn còn một cái nút màu hồng có dòng chữ "Tampon Remover" được in đỏ chót, trong khi mấy chữ kia màu đen bình thường. Vụ này đặc biệt lắm đây, mắc gì không thử nhỉ? Thế là "phụp"! Anh lơ tơ mơ tỉnh dậy trong bệnh viện với cảm giác như thiếu mất một chi nào đó trong cơ thể mình. Anh từ từ nhúc nhích hai bàn tay, còn nguyên mà! Anh thử đưa hai bàn chân lên, vẫn còn, hú vía! Đang tính thử tiếp thì anh thấy cô y tá bước vào. Cô bước nhanh đến giường và nói: "Thứ anh tìm ở trong cái gói bên cạnh gối ấy. Chúng tôi đã giữ lại cho anh. May mà anh chưa kịp giật nước!" Xong đời trai, cái nút "Tampon remover" đã remove cái phần mà nó tưởng là tampon của anh.".

Ông tác giả (tôi nghĩ chắc phải là một ông vì bà đâu có nhẫn tâm như vậy), quả có thêm mắm thêm muối cho câu chuyện thêm phần đậm đà. Cái bàn cầu thông minh này thì có nhưng nó không thông minh tới cỡ như vậy. Trong một lần tới Nhật, tôi đã được tường tận loại bàn cầu này. Trong hồi ký, tôi có ghi lại: *"Nói tới nhà vệ sinh thiết tưởng cũng nên quẹo qua chuyện nhà vệ sinh tại các khách sạn một chút. Trong thời gian ở Nhật, tôi ngụ tại hai khách sạn, một ở Tokyo, một ở Okayama. Bàn cầu trong cả hai khách sạn đều được sưởi ấm áp, ngồi thật dễ chịu. Bên cạnh chỗ ngồi, đèn*

Bàn cầu thông minh với nút xanh nút đỏ

đỏ nhấp nháy. Cứ như đi trảy hội. Nghiên cứu một hồi mới biết bàn cầu này phục vụ rất đắc lực khi chúng ta hoàn thành nhiệm vụ. Nói là nghiên cứu cho oai chứ chỉ dẫn toàn bằng hình, đứa con nít cũng nhìn ra. Một hình vẽ cái bàn tọa có một vòi nước xịt lên, một hình vẽ người đàn bà. Vậy là có sự kỳ thị nam nữ. Hình trước chỉ thị vòi nước xịt lên để làm sạch bàn tọa, hình sau chỉ thị vòi nước xịt phía trước. Chuyện này *các bậc nam nhi không cần đến. Vậy là phái nữ dùng được hai thứ trong khi phái nam chỉ dùng được có một thứ. Nút chót có màu đỏ chói ai cũng biết đó là...stop. Khi nào thấy sạch sẽ rồi thì bấm vào nút này để hoàn tất công đoạn. Tôi khoái cái vụ này vì nước xịt ra là nước nóng ấm khiến rất mê ly rùng rợn".*

Chuyện cái bàn cầu trong căn phòng *vip* nhỏ xíu này nơi nhà ở của chúng ta đơn giản hơn nhiều. Chỉ là chỗ ngồi "thư giãn", xong giật nước. Vậy thôi, các công đoạn khác đều tự túc tự cường. Nhưng để tiến tới cái nhà vệ sinh như vậy là một cuộc cách mạng. Cách mạng thiệt chứ không phải nói chơi vì Liên Hiệp Quốc đã phải đứng ra lo liệu vụ này. Chúng ta sống trong một đất nước mà cái bồn cầu là thứ dĩ nhiên. Cứ như nó nằm sẵn đó từ muôn ngàn năm trước. Thực ra không phải vậy. Trên thế giới ngày nay còn có tới 4 tỷ 200 triệu người không có nhà vệ sinh. Đó là số lượng do Liên Hiệp Quốc đưa ra vào năm 2020. Thiếu trầm trọng nhất là tại vùng châu Phi phía Nam sa mạc Sahara, Pakistan và Ấn Độ. Muốn giải quyết nhu cầu căn bản này, người dân phải đi vất vưởng trong thiên nhiên, nơi đồng ruộng, ao hồ, đồi núi. Bạ đâu xâu đấy. Tưởng chuyện này chỉ liên quan đến khứu giác nhưng đó là nguồn gốc gây ra đủ các thứ chứng bệnh như dịch tả, thương hàn. Chỉ nguyên bệnh dịch tả đã cướp đi mạng sống của 2 triệu 200 ngàn em nhỏ dưới 5 tuổi, đa số tại các vùng nông thôn. Tại Ấn Độ, chuyện phiêu lưu ra nơi trống trải để giải quyết chuyện đường ruột đã sinh ra một tệ nạn khác: nạn cưỡng hiếp phụ nữ. Vậy nên nhà vệ sinh là vấn đề sống chết của phụ nữ. Năm 2017, kỹ nghệ điện ảnh Bolywood của Ấn Độ đã tung ra cuốn phim *"Toilet: A Love Story"* làm chấn động dư luận. Chuyện phim dựa trên một câu chuyện có thực. Cô gái Ấn Anita Narre, nhân vật chính trong phim đã phải nói: "Nếu chồng tôi không xây cho tôi nhà vệ sinh này thì tôi sẽ phải trở lại nhà bố mẹ tôi. Và như vậy tôi sẽ không thể lập gia đình, có con. Cả cuộc đời tôi sẽ bị hoài phí". Tiêu chuẩn về nhà chồng của một cô gái Ấn Độ chỉ là cái nhà vệ sinh. Nhà vệ sinh tại Ấn Độ là thứ…thiêng liêng. Trong cuộc vận động tranh cử chức Thủ Tướng vào năm 2014, ứng cử viên Narendra Modi, nay là Thủ Tướng Ấn Độ, đã có một câu phát biểu để đời mà toàn dân Ấn Độ không bao giờ quên: *"Toilet* còn quan trọng hơn cả đền đài!"*.

Làm một nhà vệ sinh trong nhà, chuyện nhỏ! Nhưng nói vậy mà không phải vậy. Trong cuốn hồi ký "Pulau Bidong, Miền Đất Lạ", nhà văn Võ Kỳ Điền đã kể lại chuyện khá khôi hài. Cao Ủy Tị Nạn Liên Hiệp Quốc lo cho dân Việt vượt biển tới nơi tạm trú này chuyện ăn uống đầy đủ. Đó là đầu vào. Nhưng chuyện đầu ra lại bị bỏ bê. Hàng chục ngàn dân tỵ nạn không có cầu tiêu dù là cầu tiêu công cộng. Họ phải tự lực cánh sinh, tìm những nơi khuất nẻo mà xả bàu tâm sự. Nam nữ đều vậy. Nhà văn của chúng ta đã phải trèo lên núi để làm việc quan. Một bữa, đang ngồi quay mặt ra biển vừa làm phận sự vừa hưởng chút trong lành nơi gió biển thì bất thần dưới biển có tầu tuần tiểu chạy ngang. Lớ quớ không biết làm sao để khỏi lộ, ông họ Võ đã khôn ngoan dùng miếng giấy trong tay đưa lên che mặt. Mặt mũi có khác chứ phần dưới thì ai cũng như ai. Đố biết ai là chủ nhân!

Ngay Cao Ủy Tị Nạn, một cơ quan của Liên Hiệp Quốc, cũng không lo được *toilet* cho chỉ vài chục ngàn người trong một trại do chính họ quản trị, nói chi tới lo cho 4,2 tỷ người trên thế giới. So sánh như vậy cũng hơi khập khiễng. Một đằng là tạm bợ, một đằng là lâu dài, mỗi bên có khác nhau. Vậy nên mới có cái ngày gọi là "Ngày Nhà Vệ Sinh Thế Giới" *(World Toilet Day),* viết tắt là WTD. Ngày này có lịch sử bắt nguồn từ Singapore. Năm 2001, một nhà hoạt động từ thiện Singapore tên Jack Sim đã sáng lập ra tổ chức *"World Toilet Organisation"* và gọi ngày này là *"World Toilet Day".* Ông dùng chữ *"toilet"* một cách khiên cưỡng vì nó nôm na dễ hiểu. Thực sự tổ chức của ông là một tổ chức cổ võ cho vệ sinh toàn cầu. *Toilet* chỉ là bước đầu và là bước căn bản cho tổ chức của ông. Ông nhắm tới những việc to lớn hơn như giải quyết nước thải, phân thải và rác. Năm 2013, Liên Hiệp Quốc công nhận ngày này nhằm mục đích cổ võ việc tuyên truyền ý thức vệ sinh trên toàn thế giới. Mục tiêu là tới năm 2030 toàn thế giới sẽ có hệ thống vệ sinh an toàn. Vệ sinh an toàn được coi là quyền căn bản của con người, ảnh hưởng tới phẩm giá của con người cũng như quyền sống có phẩm chất của nhân loại mà quyền được có nhà vệ sinh sạch sẽ là căn bản.

Nhà vệ sinh là một yếu tố hệ trọng đối với sự tiến bộ và sức khỏe của con người. Không chỉ ở những quốc gia nghèo và lạc hậu mới có vấn đề về nhà vệ sinh. Nhiều quốc gia phát triển cũng còn những lấn cấn về chuyện được coi là nhạy cảm này. Theo tổ chức *"Coaliation Eau"* thì ngay tại Pháp vẫn còn tới 6% dân số, khoảng gần một triệu người, còn sống tại những nơi không có bồn cầu và nước sạch. Mục tiêu thứ 6 trong 17 mục tiêu phát triển bền vững của Liên Hiệp Quốc đề cập tới hệ thống giải quyết chất thải và nước sạch đã được toàn thể Hội Đồng Liên Hiệp Quốc thông qua vào năm 2013.

Cử chỉ chúng ta vào phòng vệ sinh giải quyết nhu cầu thiên nhiên ngày nay hầu như là chuyện đương nhiên chẳng có chi phải bàn cãi. Nhưng chỉ ít trăm năm trước đây chuyện nhân loại trút bầu tâm sự trong thiên nhiên còn là điều phổ biến. Các cụ của chúng ta còn tôn vinh chuyện vất vưởng này như cái thú thứ hai của con người, chỉ sau cái thú làm quận công: thứ nhất quận công thứ nhì ỉa đồng! Cho tới tận cuối thế kỷ thứ 19, khách bộ hành tại Âu châu còn thỏa mãn nhu cầu cấp bách ngay trên đường phố. Giới quý tộc còn dùng bô để trút bầu tâm sự. Khi kỹ sư người Anh Joseph Bramah phát minh ra bồn cầu dội nước *water closet* (WC) tình hình mới khá hơn. Tới thế kỷ 20, các đô thị lớn mới bắt đầu xây dựng các hệ thống cống ngầm để đưa chất bài tiết ra xa khỏi các khu vực trung tâm.

Bài tiết là một chức năng của cơ thể con người. Đàn ông hay đàn bà cũng vậy. Nhưng tại sao tôi lại gán ghép chuyện *toilet* với đàn ông, hồi sau sẽ rõ. Từ tạo thiên lập địa tới ngày nay, chuyện đàn ông đàn bà luôn là chuyện dài…đối lập. Cứ như hai phe giữ võ hầm hè nhau. Đối nghịch nhưng phải hòa hợp để sống. Đàn ông không có đàn bà hay đàn bà không có đàn ông đều đau khổ như nhau. Nói tới ngày quốc tế *toilet*, người ta mới sực nhớ ra những ngày "đàn bà". Ngày nào cũng là ngày đàn ông phải móc hầu bao mua hoa hoét và quà cáp. Ngày quốc tế phụ nữ mùng 8 tháng 3, ngày quốc tế quả phụ 23 tháng 6, ngày quốc tế chấm dứt bạo lực với phụ nữ ngày 25 tháng 11. Đó là chưa kể tới những ngày phụ nữ riêng của mỗi quốc gia như ngày phụ nữ Việt Nam nhằm ngày 20 tháng 10 chẳng hạn. Không biết có phải hành động nghiêng người móc ví tổn hại cho sức khỏe không mà, theo công bố của Tổ Chức Y Tế Thế Giới (*World Health Organisation*), viết tắt là WHO, thì tuổi thọ trung bình của phụ nữ là 74 trong khi nam giới chỉ trụ được trung bình ở tuổi 69. Vậy mà các bà vẫn được coi là phái yếu! Ngoài ra, cuộc sống hiện tại khiến nam giới, thường là trụ cột của gia đình, gặp rất nhiều áp lực trong việc mưu sinh cho vợ con. Sức khỏe tinh thần cũng như vật chất của các ông chẳng được ai đoái hoài tới. Thiệt thời chứ! Vậy nên các ông mới phải vùng lên đòi hỏi cho có một ngày quốc tế cho nam giới. Có một điều trớ trêu là các ông đứng lên này không phải là các ông tại các nước tiên tiến mà là các ông ở Phi châu. Có lẽ các ông ở các lục địa văn minh khác quên mình vì còn bận ga-lăng theo truyền thống.

Ngày quốc tế nam giới

Năm 1999, tại Trinidad và Tobago bên Phi Châu, Tiến sĩ Jerome Teelcksingh, Đại học West Indies, thiết lập ngày Quốc Tế Nam Giới. Ý tưởng quý giá này được Liên Hiệp Quốc và các ông ở nhiều nước tại khắp các lục địa ủng hộ. Cho tới nay đã có 70 quốc gia công nhận ngày này trong đó có Ấn Độ, Úc, Singapore, Anh, Áo, Đan Mạch, Nam Phi, Mỹ và Canada. Ngày Quốc Tế Nam Giới được tổ chức hàng năm có chủ đề đàng hoàng như hòa bình, sức khỏe, tha thứ và tôn vinh. Tôi dân Canada giả cầy mà thú thực chưa bao giờ nghe tới ngày dành cho mình. Chẳng thấy ai tặng quà, hoa hoét hay ít nhất vài câu chúc tụng cho đỡ tủi.

Trên *website* chính thức của ngày này có ghi rõ "nhắm vào sức khỏe của nam giới, già cũng như trẻ, hoàn thiện liên hệ giới tính, nhấn mạnh tới vai trò tích cực của nam giới và kiện toàn bình đẳng giới tính". Trang *website* còn nhấn mạnh: "đây là diễn đàn nâng cao nhận thức các thử thách mà nam giới phải đối đầu , nhất là tình trạng nam giới tự tử đang lên cao".

Cần phải có một ngày quốc tế cho các ông không? Mấy ông bạn tôi chia rẽ trầm trọng khi cho ý kiến. Ông bảo cần, ông nói không cần. Bên bảo cần thì phân bì nam giới ngày nay bị lãng quên, bị sai bảo quá đáng. Bên bảo không cần thì gân cổ lên ra điều ta đây là phái mạnh, cóc cần chi phải có ngày…cải lương này. Tôi sực nhớ tới ông nhạc sĩ Hùng Lân, người mà tôi có hân hạnh cùng sống với ông một thời gian ở thủ đô Hoa Thịnh Đốn khi cả hai cùng qua tu nghiệp khoảng năm 1967-1968. Ông có một bài hát mà tôi cam đoan không có người Việt nào không biết: bài "Khỏe Vì Nước". Lời bài hát có đoạn: *"Mang máu anh hùng ta đừng làm nhơ máu anh hùng / Trai nước Việt phải nêu đèn sáng thế giới soi chung"*. Trai nước Việt oai hùng như vậy, cần chi phải có một ngày cho người ta… thương hại. Nếu ông Hùng Lân còn sống, tôi chắc ông sẽ lắc đầu nói theo lối của ông: "Moa thấy cần khỉ gì cái chuyện có một ngày sến như vậy!".

Mr. Bean trên bàn cầu

Dù sao ngày Quốc Tế Nam Giới cũng đã được Liên Hiệp Quốc và nhiều nước cử hành. Ông họa sĩ Robbie Kass có một cách kỷ niệm độc đáo. Ông vẽ dung nhan các nam nhân nổi tiếng trên nắp bồn cầu. Tò mò vào coi các họa phẩm trên bàn cầu này, tôi thấy có chân dung anh hề Mr. Bean, diễn viên Tony Danza và người không gian Yoda trong loạt phim *Star Wars*.

Tại sao các chân dung của các người nam nổi tiếng này lại được vẽ trên bồn cầu? Đó là vì ngày "Quốc Tế Nam Giới" trùng với ngày "Quốc Tế *Toilet*"! Cả hai đều rơi vào ngày 19/11.

Nếu làm con tính chia thì nam giới chỉ còn được có… nửa ngày! Chuyện…quốc tế còn vậy, xá chi chuyện một cái nút xanh bốn cái nút hồng trên bàn cầu thông minh.

03/2021

VÍA THẦN TÀI

Thần Tài quê quán ở nước Tầu. Ông thần này biến hóa khôn lường. Ông ở trên thiên đình, làm Bộ Trưởng bộ Ngân Khố. Nằm trên đống tiền, ông đổ hư, rượu chè be bét. Một bữa, say quá, ông té một cú, rơi xuống tuốt dưới trần. Đầu ông đập vào đá nên bất tỉnh nhân sự. Sáng ra, dân làng thấy một anh chàng ăn bận như diễn tuồng nằm mê man chẳng biết chi. Họ xúm nhau vào lột hết quần áo, mũ mãng mang đi bán. Khi tỉnh dậy, Thần Tài thấy người tô hô, mất luôn cả trí nhớ, không biết mình là ai. Sống trên thiên đình quen thói, thần chẳng biết làm ăn chi, đành đi ăn xin. Một bữa, thần tới xin tại một cửa hàng bán thịt quay. Đang lúc ế ẩm, chủ nhà mời thần vào ăn cơm. Đói khát lâu ngày, khi được ăn thịt quay, thần làm láng một cách nhanh chóng. Đang khi thần ngồi ăn, khách bỗng kéo vào nườm nượp khiến chủ hàng mừng ra mặt. Từ đó ngày nào chủ hàng cũng mời thần tới ăn thịt quay. Lâu ngày, thần khoái món này quá tới nghiện luôn. Sau một thời gian, chủ cửa tiệm thấy việc khách kéo nhau vào ăn là sự thường, không muốn đãi anh chàng quê mùa chuyên ăn bốc, người lại ít tắm nên luôn bốc mùi này nữa, bèn đuổi đi.

Quán thịt quay phía trước mặt, đang ế ẩm, liền mời thần vào ăn. Thần hoan hỉ vào liền. Đang khi thần ngồi ăn, khách khứa từ tiệm trước mặt ùn ùn kéo qua rất đông. Tiệm nào muốn đông khách cũng chèo kéo mời mọc thần. Họ lại đưa thần đi mua lại quần áo mũ mãng mà thần bị dân làng lột mang bán trước kia. Mặc lại quần áo cũ, thần bỗng phục hồi trí nhớ, biết mình là ai, vội bay về trời vào ngày 10 tháng giêng âm lịch. Dân chúng Trung Hoa gọi ngày đó là ngày vía thần tài. Trong ngày vía này, họ rủ nhau đi mua vàng để cầu mong may mắn, buôn may bán đắt, làm ăn thịnh vượng.

Không biết từ bao giờ, Thần Tài bay qua Việt Nam. Dân

Việt cũng thờ cúng Thần Tài và đua nhau đi mua vàng lấy may vào ngày vía này. Qua đất Việt, Thần Tài đánh bạn với ông Địa. Hai người rủ nhau cùng ngồi trên một bàn thờ rất tâm đắc. Thần Tài là con trời, ông Địa là con nhà bình dân xuề xòa, nên khi cúng thì bàn thờ là một sự hài hòa. Bộ tam sên gồm tôm, cua, hột vịt và thêm thịt quay cho Thần Tài. Đĩa bún tươi, đĩa rau sống, đĩa trầu cau và đặc biệt phải có cá nướng trui cho ông Địa.

Sự kết hợp của hai vị thần, một sang một hèn này, có chút chi trục trặc, nên ông Nguyễn Gia Việt, trong bài viết *"Chúng Ta Đang Vong Bản"* đã kịch liệt phản đối. *"Nhiều người kêu mùng 10 cúng Thần Tài, tôi cực lực bác bỏ và phản đối. Nhìn cách cúng thì biết không phải cúng ông Thần Tài rồi, Thần Tài là một sản phẩm của người Tàu và sau này được đem vô thờ "ké" chung với Ông Địa thôi. Lịch sử Tàu cũng chưa hề nói tới Ông Thần Tài nào ngồi dưới đất... ăn cá lóc nướng trui hết! Trong nhà người Nam Kỳ có Ông Địa tượng trưng cho đất, ngồi bàn thờ sát đất mà ngoài Bắc, ngoài Trung và người Hoa ở các nước khác không có tục này. Cá lóc nướng trui là món đặc trưng của ông bà Nam Kỳ mình từ thời khẩn hoang xa xưa. Con cá lóc đồng dưới sông, dưới ruộng, dưới đìa bắt lên để nguyên con còn đủ ruột gan, vảy cá, cá còn sống giãy đành đạch... Rồi cắm cái cây vô họng nó dựng đứng lên, phủ rơm thui cho nó chín, khi chín để nguyên con bỏ vô đĩa và đặt trước bàn thờ Ông Địa cúng mùng 10. Có thêm đĩa bún, cùng các loại rau. Cúng xong ăn cá lóc nướng trui với bánh tráng quấn cùng các loại rau dân dã như chuối chát, thơm, xà lách, dưa leo, húng... và phải chấm nước mắm* ".

Theo ông Nguyễn Gia Việt thì ngày mùng mười tết là ngày cúng chú Thổ, tức đất đai. Các bậc trưởng thượng người Nam vẫn gọi ngày này là ngày cúng Tết đất, Tết nhà. Người chủ đất trong Nam là người Khmer mà ta gọi là người Thổ. Đất Nam Kỳ xưa được kêu là xứ Đàng Thổ. Quay về xưa hơn nữa, đất của vùng mà ngày nay chúng ta gọi là Nam Kỳ, chính là đất của Phù Nam. Sau đó Khmer tuyên bố chủ quyền nhưng dân Khmer sống trên đất này rất ít thành ra đất gần như vô chủ. Khi người Việt tới canh tác đất này, đã gặp người Khmer tóc quắn, da đen, mắt có khoen. Cúng chú Thổ gợi lại hình ảnh người chủ đất cũ tức là người Khmer.

Hai ông thần, một từ trời, một ngồi bệt dưới đất là một kết hợp tưởng xộc xệch lại hóa ra là ăn ý. Theo dân gian, ông Địa là thổ công miền đất Nam kỳ nên thông thạo đường lối, dẫn ông Thần Tài đi ban phát của cải cho dân chúng. Muốn hưởng tài lộc từ ông Thần Tài phải bỏ vốn mua vàng bạc vào ngày vía. Muốn cầu tài mua 5 chỉ, cầu phát mua 2 chỉ, cầu lộc mua 1 chỉ. Nếu có khả năng thì cứ nhân lên cấp số 10, biến chỉ thành lạng cho thêm phú quý. Chẳng biết có phải vì tham lam hay không mà ngày vía Thần Tài không chỉ là ngày mùng 10 tháng giêng mà là các ngày mùng 10 của tất cả 12 tháng trong năm. Ai tin như vậy thì mỗi tháng được mua vàng lia chia, tiền ra thì có, tiền vào không chắc đã được bảo đảm.

Tiền ra tiền vào, người ta thờ ông Thần Tài là để cho tiền vào. Ngày tết chúng ta có tục lệ kiêng quét nhà vì tin khi quét nhà là chúng ta quét tiền ra khỏi nhà. Chuyện kiêng cữ này cũng dây mơ rễ má với ông Thần Tài. Như đã nói ở trên, ông thần này có tài biến hóa khôn lường. Một phiên bản biến hóa của ông là chuyện ông…giả gái. Chuyện kể có một lái buôn tên Âu Minh, khi đi qua hồ Thành Thảo, được Thủy Thần (lại thần!) cho một nô tỳ tên Như Nguyện. Âu Minh đem Như Nguyện về nuôi làm việc nhà. Từ ngày có Như Nguyện, anh lái buôn này buôn may bán đắt như…nguyện ước. Một bữa tết, không biết vì lý do chi, Âu Minh giận dữ, thượng cẳng chân hạ cẳng tay với người nô tì được thần *cadeau* cho. Như Nguyện sợ hãi, chui vào đống rác trốn và biến mất. Kể từ đó, Âu Minh làm ăn thua lỗ, sa sút. Chẳng bao lâu sau, anh lái buôn bị khánh kiệt, sạch sành sanh tài sản, nghèo mạt rệp. Như Nguyện chính là hóa thân của Thần Tài. Cư xử tệ mạt với thần, thần trả đũa liền. Từ đó người ta kiêng quét nhà vào ngày tết. Tục lệ này có cái lợi cho con nít. Ngày nhỏ, quét nhà là chuyện nhàm chán, chẳng đứa trẻ nào muốn làm. Rút cục các bậc cha mẹ phải chia phiên, cứ thế mà thi hành. Ngày tết, chuyện thường ngày ở nhà phải gián đoạn, chuyện quét nhà được hoãn trong ba ngày tết. Vậy là rảnh rỗi. Nhưng có những năm khách khứa tới chúc tết nhiều, vỏ hạt dưa đầy sàn nhà, các cụ trông ngứa mắt nhưng chỉ dám cầm cây chổi lua qua loa rồi vun đống ở một góc nhà, chờ hết tết mới mang đi đổ. Vì rác được giấp vào góc kín trong nhà nên bàn thờ Thần Tài cũng thường được nằm dưới sàn nhà, trong góc kín, quay mặt vào trong. Nếu để Thần Tài quay mặt ra cửa thì tiền bạc trong nhà chạy ra đường hết.

Mùng 10 tết, ngày vía Thần Tài đầu tiên trong năm mới, dân chúng rộn ràng hối lộ ông thần tiền ơi là tiền này. Trong

nhà của *facebooker* Rose Hdn xảy ra chuyện cúng Thần Tài khá ngộ nghĩnh. Cô Rose lấy chồng người Pháp và cư ngụ ở Pháp. Ngày vía Thần Tài năm nay, 2021, chuyện bất ngờ xảy ra trong nhà cô ngay khi cô ngủ dậy. *"Sáng nay thức dậy hơi trễ, ăn sáng qua loa và lo chuẩn bị cho bữa ăn trưa. Xuống nhà, nghe cái mùi nến thơm thơm (vì bên đây bán nến dạng nhỏ hoặc trong cái ly thủy tinh luôn có đủ mùi thơm) tò mò lần theo mùi hương tìm nơi xuất phát, phát hiện ra trên đầu tủ kính ngay cửa ngó ra vườn "ai đó "đã bày sẵn một dĩa trái cây gồm: trái bưởi to, một trái xoài; kế bên là bình hoa hồng đủ màu, một ngọn nến nhỏ đang lung linh bên phải, bên trái con heo đất nhũ vàng (tôi mua ở phố Tàu cũng gần bằng số năm sang sống nơi xứ người, thỉnh thoảng có 1, 2 xu lẻ bỏ vào cái khe nhỏ trên lưng heo, một dạng tiết kiệm cho vui) trước bình hoa là tượng ông thần tài bé như lòng bàn tay, ngồi chễm chệ trên một nén vàng ,đặt lên một cây kiểng cũng bé xíu do mình mua để chưng trên đầu tủ, nhìn kỹ chút nữa, gần đó cũng có tượng một ông bụng phệ đứng hai tay nắm chặt thỏi vàng, giơ lên cao, miệng cười toe toét"* .

Đang phân vân không biết sao có chuyện lạ này thì từ phía sau vọng tới giọng nói bằng tiếng Tây. *Je l'ai préparé, maintenant tu peux prier.* Anh chuẩn bị sẵn hết rồi, bây giờ em có thể cầu nguyện. Cô Rose ngạc nhiên sao anh chồng mắt xanh mũi lõ tự nhiên sanh chứng như thế này. Cô hỏi lại. *Qui t'a dit de faire cà?* Ai bảo anh làm như thế này vậy? Anh trả lời. *Tu m'a dit hier qu'aujourd'hui est le jour du Dieu de la Fortune, n'est-ce-pas?* Thì ngày hôm qua em nói với anh là hôm nay là ngày vía Thần Tài, đúng không? Cô Rose kể tiếp: *"Tôi ngồi xuống salon không khỏi nhịn cười! Đúng là hôm qua trong lúc ăn tối, tôi có nói ngày mai là ngày vía Thần tài, mà chỉ nói vậy thôi chứ đâu bàn đến việc phải bày lễ vật cúng kiếng! Chuyện bắt đầu từ những ngày mới sang, hai vợ chồng mỗi lần ra phố Tàu thuộc quận 13 -Paris ghé vào các tiệm ăn, cửa hiệu, ông chồng hay thắc mắc về hình ảnh cái trang thờ lúc nào cũng đỏ đèn, đặt dưới nền nhà trông có vẻ nghiêm trang. Tôi dựa vào một ít hiểu biết việc này khi còn ở Việt Nam, trả lời đó là trang thờ Thần Tài. Vì họ làm ăn nên lúc nào cũng thờ vị Thần này cầu may mắn, làm ăn phát tài. Dù đây là tục lệ của người Hoa nhưng một số người Việt cũng bị ảnh hưởng theo. Và sau đó một buổi chiều ông xã đi làm về để lên bàn một túi giấy, tôi mở ra. Bên trong "đủ bộ Tam sên": hai chân đèn bằng nhựa sơn nhũ giả đồng có dây điện, hai bóng đèn cà na màu đỏ, một cái lư hương, một bó nhang nhỏ và hai bức tượng nói trên. Trên đường đi làm về, ghé phố Tàu vào một cửa tiệm Tàu hỏi mua, người bán đưa đủ bộ".*

Cô Rosa chỉ vui miệng nói cho ông chồng xứ lạ biết về

một phong tục của người Hoa được du nhập qua Việt Nam từ thuở xa xưa. Gia đình cô theo đạo Phật và thờ ông bà, cô không là người mê tín dị đoan. Ông chồng cô, chẳng biết là muốn chiều vợ hay kiếp trước là người Việt nên lại mặn mà với chuyện thờ cúng kỳ bí của đất nước xa xôi nhưng là gốc gác của người đầu gối tay ấp. Tôi nghĩ ông muốn tỏ ra cưng vợ. Tương tự như một bà bạn của tôi bên Thụy Sĩ. Bà lấy một ông Thụy Sĩ nhưng trong lòng lại Việt Nam hơn ai hết. Bà luôn tìm hiểu phong tục xứ mình và rất chịu khó mua sách báo tiếng Việt từ bên Mỹ về đọc. Sách của tôi, bà không thiếu cuốn nào. Bà đọc, có chi thắc mắc về phong tục tập quán nước nhà, bà chịu khó điện thoại viễn liên hỏi chuyện tôi. Đọc sách Việt, có chi hay lại dịch cho ông chồng nghe và giải thích cho ông chồng biết về văn hóa Việt Nam. Riết rồi ông chồng bà cũng rành sáu câu về văn hóa Việt. Bà Rose tâm sự: *"Theo chồng xa xứ, điều mà tôi luôn cảm thấy ray rứt, lỗi đạo là ngày giỗ ba má lúc nhớ, lúc không. Thậm chí bàn thờ tổ tiên cũng không có, chỉ có một góc nhỏ thờ Phật. Ông Táo là cái bếp từ tính, ông Địa thì cô bạn rất thân thương tặng tôi trước khi rời quê hương, tôi mang theo, gìn giữ như một kỷ vật. Ở xứ người những việc thờ phượng cúng kiến tôi cũng không thường, trừ ngày đưa ông Táo, rước ông bà cúng cơm ba ngày Tết may mà tôi còn nhớ. Giờ ông chồng Tây rước thêm ông Thần Tài về tôi không biết đặt để ở đâu? Hơn nữa chồng làm ngành y, vợ chẳng bán buôn gì, thì có cần thiết phải thờ phượng thêm một vị thần gốc Tàu phù hộ độ trì may mắn? Nghĩ vậy nhưng lỡ mua rồi biết làm sao? Bỏ thì sợ có tội, thôi thì đem cất các món đó vào một góc tủ"*.

Nhốt ông Thần Tài vào tủ, chắc tiền bạc cũng chẳng hao hụt chi, nên bà Rose cũng chẳng để ý tới. Cho tới khi gia đình dọn nhà từ Paris tới một thành phố khác. *"Hơn 5 năm trước khi quyết định rời Paris chuyển về ở vùng cạnh biển hiện nay. Trong lúc dọn dẹp vất đi khá nhiều những món linh tinh không cần sử dụng nữa, hai cái chân đèn không dám đem cho ai, cất trong nhà kho cũng hơn hai năm nghĩ không cần dùng nên đem bỏ, mấy cái bóng đèn giữ lại biết đâu có lúc cần đến. Về căn nhà mới, ông chồng tôi thủ sẵn một túi cẩn thận bọc giấy các tượng Phật không quên tượng hai ông Thần Tài. Từ lúc về nơi cư ngụ mới, hai bức tượng này được thượng lên mặt tủ kính không còn bụi bặm như trước đây và bên cạnh luôn có con heo nhũ vàng . Tuy nhiên tôi chưa bao giờ nghĩ đến việc cúng vía Thần Tài mỗi năm. Mấy năm trước, đọc báo online thấy đăng tin, hình ảnh thiên hạ có điều kiện xếp hàng dài chờ mua vàng vào ngày này nhằm cầu may cho suốt năm. Ai đến nhà tôi sẽ dễ dàng nhìn thấy có không ít tượng Phật đủ chất liệu từ bằng gỗ đến bằng kim loại, cổ nhiều mới ít, tượng Phật cũng khác nhau: Thái Lan, Cambodge, Ấn Độ...và tượng hai vị tu sĩ bằng đá hơi lớn và khá nặng: một ông ngồi thiền mắt nhắm lần chuỗi hạt và một ông khác vẻ mặt hơi nghiêm hai bàn tay ở tư thế cầu nguyện. Tất cả là do ông Tây nhà tôi "thỉnh" về . Ai cũng biết 100% người Pháp tôn giáo chính thống là Thiên Chúa giáo. Chúa Nhật chồng tôi vẫn đi nhà thờ, vẫn giữ tôn giáo của ông ấy. Hồi còn ở Paris cũng thường theo vợ con đi chùa vào những ngày lễ lớn, cũng ăn cơm chay ở chùa hay do vợ nấu. Hai mươi năm sống với vợ Việt, tôn trọng văn hoá Việt, tìm hiểu, hoà nhập lối sống Á Đông. Riêng cái chuyện lần đầu tiên chuẩn bị cho vợ cúng Thần Tài đúng vào ngày vía, chuyện này với tôi -hơi bất ngờ!".*

Chuyện tôi cũng bất ngờ là ông Thần Tài đã di tản cùng làn sóng người tỵ nạn Việt Nam. Tôi không hề biết có ngày vía Thần Tài cho tới năm nay, xem tin tức mới biết người Việt bên Cali xếp hàng mua vàng tại trung tâm Phước Lộc Thọ. Khẩu trang đeo trên mặt, đứng cách xa nhau…gần 2 thước, họ chịu khó chờ mua vàng để mong phát tài trong năm con trâu. Lại đọc báo thấy bên Tầu người ta không còn chen nhau đi mua vàng vào ngày này như hồi xưa. Vậy mới thấy Thần Tài di tản ở Cali coi vậy mà vẫn còn ăn khách. Cũng đọc báo thấy bên Việt Nam ngày nay có những người không mua mà bán vàng trong ngày vía này. Thường giá vàng trong ngày vía mắc hơn ngày thường nên họ dốc tiền mua vàng trước, giá rẻ hơn, chờ tới ngày vía, bán ra với giá cao, lời bộn. Tiền vào thấy rõ, đúng là Thần Tài bị quê một cục! Không biết ổng có buồn vì hết quyền phép với những tay buôn tinh ranh này không?

03/2021

XE LỬA

Tổng Thống Joe Biden đã dự định dùng xe lửa Amtrak từ quê nhà Wilmington, tiểu bang Delaware, lên thủ đô Washington dự lễ nhậm chức bữa 20 tháng 1 năm 2021 vừa qua. Nhưng cuối cùng, vì lý do an ninh, nên ông phải đổi qua dùng máy bay. Máy bay vù một cái là đến trong khi xe lửa ì ạch tới 90 phút mới nuốt hết đoạn đường từ nhà ông tới tòa Bạch Ốc. Vậy thì tại sao ông lại chọn cưỡi…rùa để tới thủ đô đón nhận vinh quang? Vì đó là phương tiện ông đã dùng trong suốt 36 năm làm thượng nghị sĩ tại Quốc hội Mỹ. Ngay sau khi vừa đắc cử thượng nghị sĩ, ông đã mang hai cái tang hết sức đau buồn: vợ và con gái ông đã chết trong một tai nạn xe hơi. Hai đứa con trai còn nhỏ của ông cũng có mặt trên xe nhưng chỉ bị thương. Ông trở thành gà trống nuôi con. Ngày ngày, ông hai lần leo lên xe lửa đi và về, mất đứt ba tiếng đồng hồ di chuyển chỉ vì phải săn sóc hai cậu con nhỏ. Chín năm sau, ông cất bước đi bước nữa với bà Jill. Có người chăm sóc con rồi nhưng ông vẫn ngày hai buổi đi đi về về. Chắc quen thói rồi. Nhờ là khách hàng mẫn cán của xe lửa nên ông quen rất nhiều nhân viên và khách trên xe lửa.

Thượng Nghị Sĩ Joe Biden trên xe lửa đi làm hàng ngày.

Chuyện đi xe lửa…kỷ niệm của ông Biden, tuy không thành, nhưng cũng làm tôi nhớ tới chuyện xe lửa của đời tôi. Cũng là kỷ niệm nhưng kỷ niệm của tôi sớm sủa hơn. Tuổi thơ của tôi dính liền với xe lửa. Nhà tôi nằm cách khu Khâm Thiên không bao xa, nằm giữa ga Hàng Cỏ của Hà Nội và trạm Văn Điển. Tôi nhớ mang máng như vậy, không biết có chính xác không. Chẳng thể đòi hỏi hơn nơi trí nhớ của một đứa trẻ 6 tuổi. Từ nhà tôi tới Bờ Hồ để ăn kem Mụ Béo xa bao nhiêu, bước chân tuổi thơ chẳng đếm được. Những lần được cha chở trên xe đạp vào Hà Nội, lòng mừng khấp khởi, tâm trí đâu mà đo đạc. Ngay trước cửa nhà tôi là đường rầy xe lửa. Đó là thú vui thời đó của tôi. Nhìn đám hành khách trong những chuyến xe xuôi ngược, chen nhau để chỉ chỏ dàn hoa ớt xum xuê bám đầy cổng và hàng rào nhà tôi là một thú vui chen chút hãnh diện. Nhà có hoa ớt hồi đó hình như là một dấu mốc của hành khách đi xe lửa. Nơi báo hiệu gần tới Hà Nội hoặc vừa rời xa Hà Nội tùy theo hướng xe chạy. Nhìn những chuyến xe nhiều toa nêm chật hành khách là một cái thú nhưng thú hơn là nhìn chiếc xe nho nhỏ như cái ghế bành, không mui, trống hoặc trồng huơ, trên đó chỉ có một hoặc hai nhân viên hỏa xa đi quan sát và kiểm tra đường rầy, vẫy tay tươi cười với lũ nhỏ đứng bên đường, còn thú vị hơn. Nhưng thú vị nhất là chuyện để những nút bia trên đường rầy cho xe cán qua phẳng phiu thành những đồng xèng chơi đánh đáo. Đoàn tầu vụt qua xong là chúng tôi xô ra lượm. Những đồng xèng đâu có ở nguyên vị trí mà tung tóe khắp nơi. Đồng nào của đứa nào là chuyện cãi vã mỗi lần tầu qua.

Kỷ niệm thời nhỏ với xe lửa chỉ là chuyện bên ngoài xe như vậy. Và chỉ kéo dài tới cuối năm 1946 khi gia đình tôi phải vội vã tản cư ra khỏi Hà Nội vào một đêm giá rét. Khi trở về thì chúng tôi không còn được ở căn nhà cũ vì lý do an ninh. Gia đình tôi lên ở trên khu Chợ Hôm trong lòng Hà Nội. Xe lửa không còn ở trong đầu tôi.

Lần tôi được thực sự ngồi trên một chiếc ghế gỗ trong xe lửa là lần tôi được bà nội cho đi Hải Phòng thăm ông trẻ, em bà tôi. Tôi nhớ cái cảm giác lâng lâng sung sướng khi thấy nhà cửa, cây cối vùn vụt chạy ngược chiều xe. Khi về, tôi kể chuyện đi xe lửa cho lũ bạn với bộ mặt nghênh lên hết cỡ.

Chắc lúc đó nhiều đứa muốn đấm tôi quá! Rồi di cư, xe lửa Sài Gòn cách xa nhà tôi nên xe lửa mất dấu trong tôi. Ga xe lửa gần chợ Bến Thành vẫn còn hoạt động nhưng sự chậm chạp của thứ xe dài ngoằng cổ lỗ sĩ khiến xe lửa mất khí thế nặng. Ga xe lửa cuối cùng trở thành ga chuyển tiếp của Hàng Không Việt Nam.

Đi xe lửa là thứ di chuyển nhẩn nha trong khi cuộc sống mới đòi hỏi tốc độ. Có mai một dần cũng chẳng trách ai được. Tôi không còn dịp ngồi trên xe lửa cho tới khi qua Đại Hàn. Trong một lần đi công tác vào năm 1973, tôi được mấy ông Đại Hàn cho đi xe lửa từ Hán Thành tới Cheong Ju, dài khoảng 400 cây số, tôi mới lại tìm được cái thú đi xe lửa. Trong một du ký viết về chuyện này hồi đó, tôi tả tình tả cảnh như sau: *"Xe lửa Đại Hàn cũng từa tựa như xe lửa Việt Nam trước đây. Ghế ngồi có thêm miếng gỗ nhỏ bên cạnh để đồ uống và cái để chân bọc nhung xanh ở phía trước. Qua từng ga những người dân quê trong bộ quốc phục Đại Hàn tất tưởi lên xuống. Những anh chị bán hàng rong đi đi lại lại trong toa, bán bánh kẹo, báo, thuốc lá, nước ngọt... Đặc biệt là khi gần tới giờ cơm họ bán những chiếc hộp bao giấy hoa rất đẹp thắt nơ xanh nơ đỏ như một món quà tặng quí giá. Thoạt đầu tôi cứ tưởng đó là những hộp kẹo bánh đặc biệt của vùng xe lửa đi ngang qua để khách mua về làm quà cho bà con. Nhưng khi thấy hầu như mỗi người đều mua một hộp tôi đã cố tình để ý. Khi tôi từ toa hàng ăn trở về sau bữa cơm no nê trước khung cảnh thay đổi liền liền trước mắt, tôi thấy khách đi tàu lần lượt bóc những chiếc hộp đẹp đẽ đó ra. Sau lần giấy hoa là một chiếc hộp gỗ mộc mạc. Phía trong, nằm giữa lần giấy trắng tinh khiết sạch sẽ là những nắm cơm xếp đều đặn và mỹ thuật. Mỗi nắm cơm được bao quanh bằng một lớp rong biển khô màu xanh. Hai đầu nắm cơm được rắc một thứ trông giống như ruốc chà bông của Việt Nam"*.

Qua định cư tại Canada, tôi có lần thử đi xe lửa từ Montreal tới Edmonton. Xe lửa Canada dĩ nhiên đẹp đẽ và tiện nghi hơn xe lửa Đại Hàn. Có toa được thiết kế nhô lên cao, chung quanh toàn bằng kính trong vắt, để ngồi ngắm cảnh, uống cà phê. Nhưng chậm ơi là chậm. Xe lửa thì phải chậm, nhanh sao được, đó là…luật! Nghĩ vậy nhưng không phải vậy. Tôi đã bé cái lầm.

Du lịch qua Nhật Bổn vào năm 2016, tôi sống chết với xe lửa. Trong hai tuần lễ, tôi dùng toàn xe lửa siêu tốc *shinkansen* đi từ thành phố này qua thành phố khác với tốc độ kinh hồn 320 cây số/giờ. Ngày nào cũng cưỡi con quái vật có cái đầu như đầu cá mập. Ngày đó, tôi đã ghi lại kinh nghiệm ngồi xe lửa *shinkansen*: *"Lòng tầu như trong một chiếc máy*

bay với những hàng ghế sang trọng và tiện nghi y như ghế máy bay. Phải nói hơn ghế máy bay mới đúng vì dưới chân ghế, phía ngoài, có một bàn đạp nhỏ, dùng chân đạp nhẹ bàn đạp, người ta có thể xoay cả hàng ghế ba chỗ ngồi từ trước ra sau. Nếu sáu người trên hai hàng ghế sát nhau là bạn bè thân hữu thì hai hàng ghế xoay mặt vào nhau tha hồ chuyện trò rôm rả hoặc đánh bài hay ăn uống với nhau. Các tiếp viên trên tầu cũng ăn diện đẹp đẽ như các tiếp viên hàng không. Có nhiều nàng rất bảnh gái. Tôi có gặp một cô nàng đẩy xe đi bán đồ ăn xinh như…robot. Tôi nghĩ các nhà sáng chế ra búp bê robot đã dựa vào nhan sắc này để tạo thành khuôn mặt thơ ngây, ngơ ngác như thiên thần. Tất cả các tiếp viên, dù nam hay nữ, mỗi khi vào hoặc rời toa tầu để làm phận sự đều cúi đầu chào các hành khách. Tôi thích phong cách điều hành tầu, chẳng phải vì cô tiếp viên búp bê tôi gặp, mà vì một câu nhạc mở đầu trước khi có thông báo chạy trên màn ảnh của tầu. Đó là một câu nhạc cổ điển tây phương nghe rất phấn khởi. Hàng chữ thông báo ga tới hoặc thông báo hành trình của tầu bằng tiếng Nhật và tiếng Anh rất tiện lợi cho du khách mù tiếng Nhật. Tầu tốc hành *shinkansen* có tốc độ đáng nể 320 cây số/giờ. Nghe thấy mà chóng mặt. Nhưng khi ngồi trên con tầu lướt nhanh, người ta không cảm thấy chóng mặt. Phong cảnh hai bên đường vụt qua khá nhanh nhưng mắt vẫn ngắm cảnh được một cách bình thường".

Nếm mùi tầu tốc hành *shinkansen*, tôi mới nhớ lại chuyến xe lửa Thống Nhất được quảng cáo rùm beng sau năm 1975 của nhà cầm quyền Cộng sản. Khi đó, cuộc sống khó khăn vất vả, tôi nghĩ sẽ chẳng bao giờ ngồi trên đoàn tàu được mệnh danh là Thống Nhất này. Nhưng rồi số phận cũng bắt tôi leo lên tầu. Tôi đem gia đình ra Nha Trang để tham dự một chuyến vượt biên. Lòng tầu chen chúc những người là người. Cả gia đình tôi gồm hai vợ chồng và hai đứa con nhỏ phải đứng. Kiếm được một chỗ đứng gần cửa sổ cho thoáng thật vất vả. Vất vả còn vì những con buôn hàng chuyến ngang nhiên thảy đồ qua đầu mình vù vù mỗi khi xe ngừng tại một ga. Rồi còn nạn móc túi và ăn cắp. Chiếc áo mưa của tôi để trong túi đeo vai đã không cánh mà bay lúc nào không biết. Đoạn đường dài vài trăm cây số như một sạn đạo, nhất là có con nhỏ. Chuyến vượt biên thất bại, về lại Sài Gòn , tôi không dám mạo hiểm thêm với xe lửa, leo lên xe đò quy hồi thành phố cũ trong mất mát, cả vàng ròng lẫn ê chề tinh thần.

Vậy mà hồi đó xe lửa Thống Nhất là niềm tự hào của nhà cầm quyền. Báo đài ra rả tuyên truyền về thành công vượt bậc này. Sau này, khi sự việc được tiết lộ, người ta mới thấy đây chỉ là một công trình vá ráp, giật đầu này vá đầu kia, của những người nhắm mắt làm bừa cho có thành tích khoe với công chúng.

Khi Việt cộng chiếm được Đà Lạt, ông Phạm Khương là người tiếp nhận ga Đà Lạt. Khúc đường xe lửa Tháp Chàm – Đà Lạt là một tuyến xe lửa leo núi đặc biệt, có đầu máy răng cưa và có đường rầy cũng có răng cưa. Đây là loại xe lửa leo núi, trên thế giới chỉ có hai nơi có: Đà Lạt và Turka của Thụy Sĩ. Đường xe lửa Đà Lạt ngầu hơn Turka vì dài hơn và có độ dốc lớn hơn. Phải mất 30 năm, từ năm 1902 đến 1932,

Looking underneath the steam engine

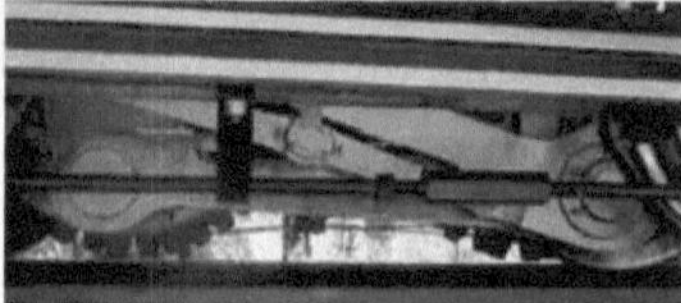
side view of cog wheels

Cog rail of ABT system that has been used on Song Pha - Dalat railway

Hệ thống đường sắt răng cưa

đường xe lửa này mới hoàn tất với chỉ sức người và những vật dụng thô sơ. Ngoài những kỹ sư người Pháp và Thụy Sĩ, còn có hàng chục ngàn công nhân Việt Nam leo đèo xẻ núi vất vả không kể xiết. Khoảng một nửa số công nhân đã vĩnh viễn nằm xuống trên con đường này vì gian nan, bệnh tật, thú rừng và khí hậu khắc nghiệt.

Thảm kịch này đã được các công nhân ghi lại trong một bài vè được phổ biến vào năm 1922:

Kể từ làm sở Sông Pha

Làm hai cây số đục qua miệng hầm

Bạc vàng không biết mấy trăm

Nhân dân hao phí ăn nằm gió sương

Kẻ sụp đất người nghiến xương

Công nhân làm đường xe lửa Đà Lạt – Tháp Chàm.

Kẻ bị hột nổ tan xương nát đầu
Nói ra kẻ thảm người sầu
Bất đắc kỳ tử thác sâu linh hồn
Người nào không giấy bổn thôn
Không hình căn cước bắt dồn lên quan
Làm sao cho khỏi mang mền
Làm ba bốn bữa trốn lên hòn Bồ
Cây khô thì lá cũng khô
Phận nghèo đi tới nơi mô cũng nghèo.

Năm 1932, Toàn Quyền Pháp René Robin và vua Bảo Đại khánh thành đường xe lửa độc đáo nhất thế giới này với tổng chiều dài 84 cây số, 9 nhà ga, 5 đường hầm xuyên núi, 2 cầu lớn, 2 đèo cao là Ngoạn Mục và Dran, chi phí hết 200 triệu *franc*. Từ ngày đó, trung bình mỗi ngày có hai chuyến chạy tuyến Đà Lạt-Nha Trang, Đà Lạt-Sài Gòn và ngược

GGI Rene Robin and Emperor Bao Dai inaugurate "Le Chemin De Fer Transindochinois" (unknown train station, 1936)

Vua Bảo Đại dự lễ khánh thành đường xe lửa Đà Lạt – Tháp Chàm

lại. Tổng cộng có 11 đầu máy chuyên vượt núi và có răng cưa do Đức chế tạo. Chính đoàn tầu này đã tạo thuận lợi cho sự bùng nổ xây dựng thành phố Đà Lạt từ năm 1935 đến 1945. Năm 1968, tuyến đường này bị Việt Cộng phá hoại nên ngưng hoạt động. Tháng 5 năm 1975, tàu chạy lại nhưng chỉ từ Đà Lạt tới Phan Rang giúp vận chuyển nông lâm sản rất hữu hiệu. Nhưng tầu chỉ chạy được đúng 27 chuyến. Cuối năm 1975, nhà cầm quyền ra lệnh ngưng chạy, tháo toàn bộ tà vẹt để mang ra Bình Định và Quảng Nam tu bổ tuyến đường sắt Thống Nhất. Nhà cầm quyền tỉnh Lâm Đồng tá hỏa tam tinh, tiếc một công trình vào loại hiếm trên thế giới sẽ mai một. Họ đề nghị hạ cây rừng để làm tà vẹt mới thay vì tháo dỡ. Đúng 230 ngàn thanh tà vẹt gỗ mới tinh đã được giao thay thế nhưng gỡ vẫn cứ phải gỡ. Tà vẹt của toàn bộ tuyến đường từ Trại Mát về Tháp Chàm bị gỡ sạch. Những thanh ray và hơn chục cây số đoạn răng cưa được đưa về các nông trường và sau đó thành phế liệu.

Không còn đường ray, bảy đầu máy Fuka nằm phơi sương tại nhà ga Đà Lạt. Chúng trở thành những thứ vô dụng nhưng, dưới con mắt những kỹ sư Thụy Sĩ, nơi cũng có tuyến đường tầu răng cưa mà không còn đầu máy răng cưa chạy hơi nước nào còn vận hành được, thì đây là những báu vật. Đầu năm 1988, kỹ sư hỏa xa Ralph Schorno của Thụy Sĩ, tìm tới ga Đà Lạt để thăm dò. Ông chấm được bốn đầu máy còn tốt. Sau đó, tòa Đại sứ Thụy Sĩ tại Hà nội ngỏ ý muốn mua. Hà Nội mừng vì có thể bán được những thứ phế thải này. Họ ra giá một triệu đô Mỹ. Sau cuộc đàm phán nhanh chóng, số tiền bán cuối cùng được ấn định là 650 ngàn đô. Do sự quản lý tùy tiện và dốt nát của nhà cầm quyền Cộng sản, đất nước mất đi một công trình vô tiền khoáng hậu của…thực dân Pháp!

Chỉ hai tháng sau khi những chiếc đầu máy răng cưa rời Đà Lạt về Thụy Sĩ, kỹ sư Ralph Schorno đã gửi từ nhà ga Jungfraujoch về cho ông Phạm Khương một cuốn sách dầy in những tấm ảnh mầu trên giấy tốt. Nội dung kể lại hành trình tìm ra đầu máy răng cưa ở Đà Lạt và mang về Thụy Sĩ cùng hình các đầu máy này đang nhả khói trên đường đèo vượt dẫy núi Alpes. Trên đầu máy có một tấm bảng ghi mốc thời gian chiếc đầu máy từng chạy trên tuyến đường Đà Lạt-Phan Rang. Như một nhắc nhở về nguồn cội nhưng cũng hàm ý nhắc nhở về nỗi đau trong lòng những người

Đầu máy xe lửa hơi nước của Việt Nam được sử dụng tại Thụy Sĩ từ năm 1993

Việt Nam đã từng yêu mến và tự hào về con đường răng cưa đã mất.

Tôi tiếc là chưa được ngồi trong những toa tầu quý hiếm này trong suốt thời gian dài khi chúng còn phun khói trên quê hương. Chuyện cá nhân này, tôi nghĩ có thể làm được nếu qua Thụy Sĩ. Nhưng còn đâu cái cảm giác khi được nhìn qua cửa sổ trên con tầu hì hục leo đèo dốc, những bát ngát rừng thông, những chập chùng đồi núi quê hương. Giận thiệt giận nhưng biết sao khi đất nước bất hạnh sản sinh ra những đứa con chẳng biết giữ gìn và trân trọng tài sản quốc gia!

01/2021

XÌ-TRÉT

Xì trét là Việt hóa chữ *Stress*. Xì trét là căng thẳng. Đó là phản ứng của cơ thể trước một sự kiện hoặc tình huống làm cho người ta bị kích động. Thường chúng ta bị căng thẳng khi đối đầu với một tình huống khó khăn. Ngày còn lê đũng quần nơi nhà trường, thi cử là chuyện căng thẳng. Căng như sợi dây sắp đứt. Như một trái bong bóng bị bơm quá căng, chỉ muốn nổ tung. Thú thật cùng các bạn, cho tới bây giờ, sau cả nửa thế kỷ chẳng thi cử chi mà có những tối tôi vẫn nằm mơ đi thi và toát mồ hôi hột. Tỉnh dậy, mừng hết lớn vì thấy mình…già! Bị lo âu, dồn nén quá sẽ…căng thẳng. Nhưng nếu vững tinh thần, chuyện chi rồi cũng qua. Nếu yếu tinh thần thì mệt. Không thoát ra khỏi những âu lo, sợ hãi, con người có thể lâm vào tình trạng trầm cảm.

Dấu hiệu của trầm cảm là cảm giác buồn bã, chán nản, không thiết sống, kéo dài lâu ngày. Khi một người bị trầm cảm, tâm thần sẽ rối loạn tới mức làm thay đổi các hoạt động của não, ảnh hưởng tới cảm nhận, suy nghĩ, hành xử dẫn đến những vấn đề về tinh thần và thể chất.

Căng thẳng và trầm cảm lúc nào cũng chực chờ trong cuộc sống của mỗi người chúng ta. Ai cũng biết cuộc sống không phải thứ được dành riêng cho mỗi người. Nó không chiều chúng ta mà chúng ta phải chịu đựng nó. Chịu đựng được thì coi đời như pha, chẳng có chi quan trọng. Không chịu được thì ôm một đống buồn phiền, thân hình quắt queo, tinh thần suy sụp, bất mãn kinh niên. Nếu thế giới quanh ta toàn những cái mặt như rớt xuống đất thì mưa trong lòng chúng ta là chuyện phải tới.

Xì-trét hình như chỉ mới có khi cuộc sống của chúng ta trở nên tất bật, vội vã, bon chen nhiều hơn. Ngày xưa các cụ sống thuận với lẽ trời hơn nên thanh thản hơn, chẳng biết xì-trét là chi. Cuộc đời lên voi xuống chó của cụ Nguyễn Công Trứ đâu có làm cụ xì-trét. Thông minh, giỏi giang, văn hay chữ tốt, vậy mà tới năm 1819, khi đã 41 tuổi, cụ mới đỗ Giải Nguyên. Sau đó trong 27 năm làm quan với nhà Nguyễn, cụ xất bất xang bang, lên voi xuống chó, từ tột đỉnh quan quyền xuống tới lính thú, vậy mà cụ vẫn tỉnh bơ, thơ thẩn như thường. *Ra trường danh lợi vinh liền nhục / Vào cuộc trần ai khóc trước cười*. Về hưu, khi 73 tuổi còn cưới vợ. Khi được hỏi tuổi lại còn…phiếm: *ngũ thập niên tiền nhị thập tam* (năm chục năm trước anh mới hăm ba)! Có xì có trét, có trầm có cảm chi đâu.

Cụ Tú Xương, cuộc đời không chiều cụ, nghèo rớt mồng tơi, vẫn cứ nhâng nhâng ngạo đời, ngạo mình. Thông minh, xuất khẩu thành thơ, vậy mà thi tới tám khoa vẫn không lấy được cái Cử Nhân, chỉ bắt được cái Tú Tài, ông chẳng ra ông, thằng chẳng ra thằng, nửa nạc nửa mỡ. Vậy mà chẳng những không *stress* mà còn ngạo đời dài dài.

Ta lên ta hỏi ông trời:
Trời sinh ta ở trên đời biết chi?
Biết chăng cũng chẳng biết gì:
Biết ngồi Thống Bảo, biết đi ả đầu
Biết thuốc lá, biết chè tàu
Cao lâu biết vị, hồng lâu biết mùi.

Ngày nay chúng ta chẳng bằng được cái móng tay của các cụ. Không vừa ý với cuộc đời chút đỉnh đã hờn dỗi làm như thể trời sập. Nhưng cũng chẳng thể so sánh được. Thời các cụ khác, thời chúng ta khác. Nhất là từ khi có cô Vi cô Vít xuống thăm chúng ta. Con vi khuẩn tai quái này làm thế giới chúng ta đang sống trở thành một thế giới bất an. Chúng ta sống triền miên trong lo sợ. Mỗi ngày mở mắt ra là một ngày ảm đạm mới. Thêm người chết, thêm người bị cô bé quái quỷ này ôm vào lòng. Con số cứ phồng lên, từ hàng trăm, hàng ngàn, nay tới hàng chục ngàn, hàng trăm ngàn. Và lừ lừ tiến tới hàng triệu. Chừng nào tới lượt chúng ta, câu hỏi chẳng bao giờ dứt ra khỏi đầu, cái đầu lúc nào cũng cảm thấy như có lưỡi gươm Damocles chực hờ rơi xuống.

Tôi vốn là người lạc quan, lại coi như đã sống đủ, vậy mà mỗi sáng thức dậy, chẳng nghe thấy chim hót mà chỉ nghe bần thần trong người. Một ngày mới có nghĩa là một bất an mới. Biết chuyện chi đang chờ đợi trước mặt? Nếu cứ để nỗi bất an này bám chặt vào đầu, trước sau chi cũng xì-trét. Muốn thoát ra ngoài vòng vây của cái thứ khó thương này, mỗi người có cách riêng. Cuộc sống là một chịu đựng, tất cả chúng ta đều là con mồi yếu ớt. Ông bạn tôi may mắn có một khu vườn rộng sau nhà suốt ngày quanh quẩn với cây cối. Ông lấy những cây những hoa những trái làm vũ khí chống *stress*. Có ông vác cần câu đi giỡn với mấy chú cá. Có ông hì hục hết đóng bàn tới ghế đến không còn chỗ chứa trong nhà. Có ông sáng đi bộ tối đi bộ. Tất cả như muốn trốn chạy những bất trắc của cuộc sống.

Các nhà tâm lý học, các bác sĩ tâm thần có dịp ra tay. Trong một bài báo trên CNN, bác sĩ Valle Wright của *American Psychological Association* đã viết: "Thời của đại dịch, bất ổn xã hội, thay đổi khí hậu và cháy rừng. Thời của bầu cử và bất an. Tôi không nhớ trong đời tôi, hay đời của phần lớn những người trưởng thành, có thời nào có nhiều nghịch cảnh như bây giờ không. Cái nọ chồng lên cái kia tới độ con người hoặc tê liệt hoặc cảm thấy quá sức chịu đựng tới mức đông cứng lại!".

Định bệnh xong, bác sĩ Valle Wright bốc thuốc chữa. Thuốc của ông cũng chỉ là tập thể dục, tập *yoga*, ngủ đầy đủ, buông xả, thở sâu, thiền, vui hưởng cuộc sống, lạc quan, tươi cười, điện thoại với mọi người, sống theo sở thích. Đại khái toàn những thứ ai cũng biết nhưng không phải ai cũng thực hiện được.

Dịch ở quanh ta, dịch ở trước, ở sau, bên trái, bên phải, chúng ta sống trong vòng tròn bao vây của sợ hãi. Một trong những điều các nhà tâm lý khuyên chúng ta là không nên liên tục nghe tin tức về dịch bệnh trên truyền thanh và truyền hình. Những con số đe dọa sẽ làm chúng ta bối rối. Khó khăn hơn nữa là tình trạng tài chánh của mỗi người. Hầu như với việc đóng cửa phần lớn sinh hoạt xã hội đã tạo nên nạn thất nghiệp, mất thu nhập, lo lắng cho tương lai khiến cho nhiều người bị trầm cảm dẫn đến chán sống hay tự tử.

Ngoài những nguyên nhân xã hội nêu trên, tôi nghĩ nguyên nhân khiến chúng ta bị *stress* nhiều nhất là sự cô đơn. Hàng xóm láng giềng không còn qua lại, con cháu không còn tới thăm ông bà cha mẹ, bạn bè hết tụ nhau ăn uống ca hát, người người như những con ốc thu vào cái vỏ cứng của mình. Có muốn ra đường cũng phải nhìn trước nhìn sau xem có con vi khuẩn nào đang rình rập không. Thành phần bị xì-trét hành nhiều nhất có lẽ là các người già. Trong cũng như ngoài các nhà dưỡng lão. Dịch bệnh càng kéo dài, nguy cơ bị trầm cảm càng cao.

Trầm cảm tới rất từ tốn nhưng kiên trì. Ban đầu chỉ có những dấu hiệu nhẹ như lo lắng, sợ hãi, bồn chồn, khó ngủ hoặc mất ngủ. Sau đó sẽ cảm thấy mất hứng thú, chán nản, lo âu, buồn rầu, hình ảnh chết chóc ám ảnh. Khi bệnh trở nặng hơn, chúng ta sẽ cảm thấy chân tay lạnh hay tê, đau ngực, khó thở hoặc rối loạn các hành vi tác phong, ảo giác, hoang tưởng mắc bệnh dịch. Có người có ảo giác bị cảnh sát công an hay nhân viên y tế theo dõi, người cùng sống trong nhà là nguồn lây bệnh và hốt hoảng nghĩ rằng mình đã bị lây bệnh. Những người có các bệnh nền như tiểu đường, đột quỵ, ung thư, tim mạch dễ bị trầm cảm hơn.

Tuy nhiên nếu chúng ta có sức khỏe thể chất và tinh thần tốt, nhân cách vững vàng thì trầm cảm sẽ chịu thua và lui bước. Rốt cục, tập luyện thể xác và vững vàng tinh thần là những vũ khí tốt chống lại xì-trét. Tổ chức Y Tế Thế Giới WHO coi sức khỏe tinh thần là nền tảng cho sự khỏe mạnh của mỗi cá nhân. Tình trạng tinh thần thoải mái, cuộc sống an lành vững vàng, biết thích ứng mọi hoàn cảnh của cuộc sống là những yếu tố giúp con người có sức khỏe tâm thần tốt.

Muốn có sức khỏe tâm thần tốt, chúng ta cần có ý chí vững, thứ mà những người có tuổi thiếu vắng. Bất an, cô đơn là những thứ xói mòn cuộc sống của những người cao tuổi. Tạo nên những giao tiếp với người khác, liên lạc điện thoại thường xuyên với con cháu, đọc sách, xem ti vi, tản bộ nhẹ là những hoạt động giúp ích rất nhiều cho những người già có cuộc sống tinh thần ổn định hơn, tránh được trầm cảm.

Người ta thường khuyên nhủ nhau "sống chung với lũ". Lũ của cuộc sống hiện nay là dịch bệnh cô Vi. Cô bé răn mắt này sẽ không bỏ đi trong một sớm một chiều. Cô sẽ ở lâu dài với chúng ta. Mai này, khi có thuốc chủng ngừa, dịch vẫn còn nhưng sẽ bị khống chế phần nào. Khi hình bóng của dịch vẫn còn ám ảnh chúng ta, trầm cảm vẫn là mối lo của xã hội. Thông thường, trước khi có dịch, trầm cảm đã là một vấn đề xã hội, nay vần đề lại càng…vấn đề hơn. Theo một công bố khoa học vào năm 2012, mỗi năm có khoảng 22% dân Mỹ từ 13 tuổi trở lên bị rối loạn lo âu, 9,4% bị rối loạn cảm xúc bao gồm cả trầm cảm nặng. Theo một khảo sát mới được công bố vào ngày 25/3/2020 của Hiệp Hội Tâm Thần Mỹ, có 33% dân Mỹ cho biết dịch bệnh cô Vi đã ảnh hưởng nghiêm trọng tới sức khỏe tâm thần của họ. Khoa học gia Bob Fibin, đồng sáng lập viên của Crisis Text Line, một dịch vụ phi lợi nhuận chuyên tư vấn khủng hoảng qua tin nhắn ở Mỹ, cho biết là từ ngày 16/3/2020, số lượng nhắn tin xin tham vấn đã tăng 40%. Trong số này có tới 75% người dưới 25 tuổi đề cập tới vấn đề lo lắng, trầm cảm và ý định tự tử.

Trầm cảm làm con người tơi tả như chiếc mền rách. Cứ ỳ ra, chẳng thiết chi tới chuyện…trần gian. Buổi sáng, mở mắt dậy, người cứ ươn ả, nướng đi nướng lại trên giường, chẳng muốn bước chân xuống đất. Đây là tình trạng gây tệ hại nhất cho bệnh trầm cảm. Trường hợp bà Jenny Meyer, 45 tuổi, là một điển hình. Bà này mắc bệnh trầm cảm từ nhỏ và đã được chữa trị. Nhưng từ khi thành phố bà cư ngụ bị phong tỏa vì dịch bệnh, bệnh trầm cảm của bà tái phát. Đang là một người năng nổ điều hành một cơ sở thương mại, bà…xìu! Sáng sáng chuyện rời khỏi giường là chuyện bà không thể làm nổi. Bác sĩ phải khuyên lơn một thời gian bà mới nhấc được thân mình ra khỏi giường mỗi sáng. Khi rời được khỏi giường, một động tác khó khăn nhất của người trầm cảm, bà thấy có sức sống để tập thể dục và sinh hoạt bình thường. Các bác sĩ khuyên những người trầm cảm nên để đồng hồ báo thức và ngồi dậy theo tiếng chuông ròn rã bên tai.

Viết tới đây, tôi cảm thấy…trầm cảm. Nhưng chuyện trầm cảm không phải lúc nào cũng trầm trầm như vậy. Cũng có lúc trầm cảm bỗng tiêu tan khi dịch cô Vi tới. Chuyện có vẻ ngược đời nhưng đã xảy ra trong một gia đình người Việt gốc Hoa tại Cali. Gia đình ông Jimmy Wong hiện sinh sống tại Garden Grove. Cả nhà gồm vợ chồng con cái đều trầm cảm. Nói chuyện ông trước. Năm 2004 ông kiếm được việc làm tại siêu thị AA trên đường Harbor. Trong một lần đứng chất đồ trên chiếc kệ cao, ông bị té ngã. Ông chống tay phải đỡ, cánh tay bị gẫy. Qua bốn lần giải phẫu, cánh tay không co giãn được như bình thường và mất hoàn toàn sức lực. Nói chuyện với ký giả Cát Linh của báo Người Việt, ông trải lòng: "Tôi cố gắng tìm công việc khác. Tôi không phải người kén chọn nghề nghiệp vì mình hiểu hoàn cảnh của mình là không có bằng cấp. Nhưng bây giờ việc nặng, cần dùng sức thì tôi không làm được. Việc nhẹ thì tôi không đủ tiêu chuẩn". Thất nghiệp dài dài, ông tuyệt vọng. Sống bám vào đồng lương của vợ, ông cảm thấy nhục nhã. "Lúc đó tôi nhìn mình là hình ảnh một người đàn ông không đi làm được. Với một người gốc Hoa, đó là sự thất bại nặng nề. Tôi vốn bị bệnh cao máu. Tối hôm đó, nhìn hộp thuốc, tâm trạng trống rỗng, tôi nuốt hết số thuốc đang có". Tìm vào cõi chết, ông cũng thất bại. Ông được cứu sống và nhận ra đã bị trầm cảm. Các bác sĩ tâm lý khuyên ông đi học để thoát khỏi tình trạng chán nản và có một cuộc sống khác. Nhưng học chi được. Ông chỉ có một niềm vui nho nhỏ để thấy cuộc sống của mình còn chút ý nghĩa. Ông nói: "Tôi chỉ còn một niềm an ủi thấy mình hữu dụng là chở đứa con trai út đi học tại đại học UC Irvine. Tôi chở con đi học từ 9 giờ sáng, ngồi trong xe chờ tới 4 giờ chiều nó học xong thì tôi chở về. Tôi vui vì giúp được con mình".

Nhưng niềm vui vớt vát đó không kéo dài lâu. Con ông là Thiên Đức Wong bị đuổi học vào cuối năm thứ nhất vì "thường xuyên không làm bài tập". Ông kể với ký giả Cát Linh: "Con trai tôi vốn bị trầm cảm từ những năm trung học. Vì sao lại như vậy thì cho đến giờ tôi vẫn không có câu trả lời. Mỗi lần tôi hỏi tới việc học của cháu thì cháu nói OK nhưng khi kết quả học tập gửi về thì điểm rất thấp". Vợ ông, bà Xuân Lê, cho biết: "Một buổi trưa, khi đang làm việc, tôi nhận được cú điện thoại từ trường học của Thiên Đức Wong khi đó đang học lớp 12. Nhà trường nói con tôi tự tử. Tôi chạy vội đến trường, thấy con mình ngồi một góc khóc nức nở. Tôi cũng òa khóc, chỉ biết ôm lấy con. Sau đó nhà trường đưa cháu đi bác sĩ tâm lý. Một tuần đi hai lần. Lúc đó tôi mới biết con mình bị trầm cảm". Từ ngày đó, Thiên Đức chỉ ở trong phòng, không bạn bè, hầu như không muốn nói chuyện với cha mẹ.

Năm 2000, khi có đứa con thứ hai, cách đứa đầu 6 năm, bà Xuân Lê phải làm ba *job*. Một ngày làm việc của bà bắt đầu vào lúc 7 giờ sáng và kết thúc vào 4 giờ sáng hôm sau! Bà tâm sự: "Tôi thương con, thương chồng, cố găng làm để lo cho gia đình đầy đủ, nhất là thời gian sau khi ông Wong bị tai nạn. Có những ngày mệt mỏi, tôi trốn vào một góc và ngồi khóc. Không ai biết tôi khóc. Không ai biết tôi mệt mỏi". Có những lúc lái xe đi làm, bà chỉ mong đèn đỏ lâu hơn để bà được chợp mắt một chút! Tới lúc trong tiềm thức, bà thấy cuộc sống "không chấp nhận được". Cùng cực mệt mỏi. "Lúc đó suy nghĩ không muốn sống nữa luôn xuất hiện trong đầu tôi. Tôi đi bác sĩ. Bác sĩ cho tôi biết tôi có tiền sử bệnh trầm cảm và khi đúng thời điểm nó mới bộc phát". Bà tập buông bỏ theo lời khuyên của bác sĩ, chỉ còn làm một *job*.

Tình trạng trầm cảm của cả hai vợ chồng ông Wong bỗng đổi khác khi bệnh dịch tới. Bác sĩ giới thiệu hai vợ chồng tham gia công việc phát cơm từ thiện cho những người già cả neo đơn gặp khó khăn trong đại dịch. Tâm thế buông bỏ cộng với việc chia sẻ niềm vui với người khác khiến cho hai vợ chồng tìm thấy ý nghĩa của cuộc sống. Bệnh trầm cảm lui bước.

Nếu nói hai ông bà Wong và Xuân Lê phải cám ơn cô Vi là nói gượng gạo. Nhưng sự thực là như vậy. Chỉ khi con người tìm tới và giúp đỡ lẫn nhau được, cuộc sống mới có ý nghĩa và cái tâm mới thư thái. Trong lời cầu nguyện của thánh Francois d'Assise, có những câu: *"Lord, make me an instrument of your peace. Where there is hatred, let me sow love. Where there is injury, pardon. Where there is doubt, faith. Where there is despair, hope. Where there is darkness, light. Where there is sadness, joy"*. Trong nhà thờ, không những mấy lời cầu nguyện này được Việt hóa mà còn được đặt thành nhạc cho mọi người ca vang. *"Lạy Chúa xin hãy dùng con như khí cụ bình an của Chúa. Để con đem yêu thương vào nơi oán thù. Đem thứ tha vào nơi lăng nhục, đem an hòa vào nơi tranh chấp, đem chân lý vào chốn lỗi lầm. Để con đem tin kính vào nơi nguy nan, chiếu trông cậy vào nơi thất vọng. Để con rọi ánh sáng vào nơi tối tăm, đem niềm vui đến chốn u sầu"*.

Mỗi khi nghe bài hát "Kinh Hòa Bình" này, tôi thấy tâm hồn mình như được nâng lên, thấy ý nghĩa của đời người. Chắc không chỉ mình tôi cảm thấy như vậy! Một khi người biết tìm tới người, người biết giúp người thì xì-trét hay trầm cảm đều phải lui bước cái một. Nếu chúng ta biết tìm tới nhau…!

11/2020

NGOẠI TẬP

VĨNH BIỆT LỆ THU

Tôi biết Lệ Thu từ hồi chưa có cái tên Lệ Thu. Khi đó Oanh mới 15 tuổi, tươi mát, xinh xắn, là hàng xóm của anh bạn tôi. Anh Trần Cao S. Hồi đó chúng tôi đang học lớp Đệ Nhị ban Văn Chương trường Chu Văn An. Khoảng thời gian đó, năm 1956, thi Tú Tài Một, ban C, như một cuộc vượt vũ môn. Số người đậu chỉ khoảng 10%. Chục người thi chỉ có một người đậu. Đi nghe đọc kết quả thi như đi nhận bản án. Số báo danh được xướng lên cách từng quãng lớn. Có khi cả phòng thi không có một người đậu. Vậy nên học thi tới xanh lét người.

Nhà S. hồi đó ở đường Hòa Hưng, có phòng rộng rãi, chúng tôi tụ nhau lại học thi. Học chung như vậy có cái lợi là người nọ chỉ cho người kia nếu chưa thấu hiểu bài. Nhà Oanh ở ngay sát vách nhà S. Oanh chơi với cô em gái S. nên chạy qua chạy lại hoài. Ngày đó, Oanh xinh xắn, ríu rít như một con họa mi, thường rót nước, cắt trái cây cho chúng tôi giải lao. Khi Oanh thành Lệ Thu, hát ở vũ trường, S. tới nghe hoài, còn tôi hồi đó không có cái thú la cà những nơi đó. Lệ Thu có nhắn S. rủ tôi tới nhưng chẳng biết sao, tôi chẳng một lần thấy Lệ Thu trên bục trình diễn.

Năm 2004, tôi gặp lại Lệ Thu khi cô tới hát tại Toronto. Dĩ nhiên sau từng đó năm xa cách Lệ Thu không nhận ra tôi khi tôi hỏi : "Oanh khỏe không?". Thấy tôi hỏi bằng tên thật, cô nàng nhíu mắt, chồm tới hỏi gấp: "Anh là ai vậy?". Tôi ỡm ờ hỏi lại: "Oanh còn nhớ ngày ở Hòa Hưng không?". Lệ Thu cuống quýt cùng tôi nhắc về những ngày đó. Cô luôn

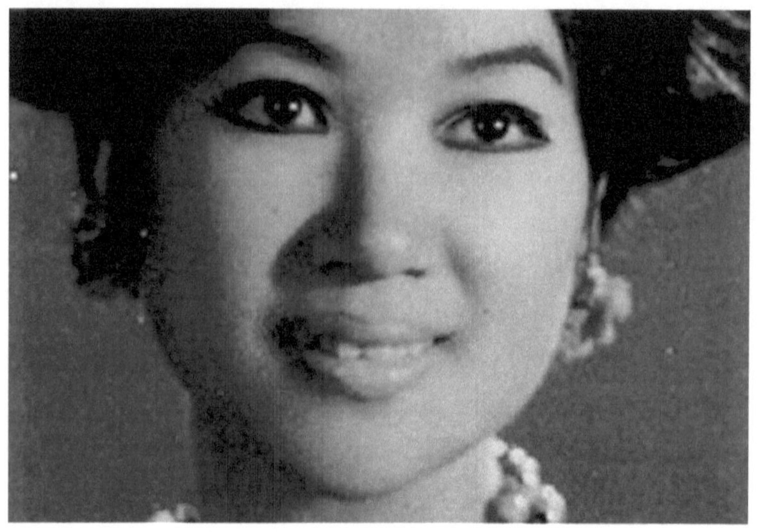

Lệ Thu

giục tôi: "Anh nói nữa đi!". Hình như gặp lại cố nhân của những ngày hoa mộng đó làm cô nhỏ Oanh sống trở lại thời kỳ chanh cốm của mình. Chúng tôi nhắc nhau ôn lại những kỷ niệm của thời xa xưa đó. Chính Lệ Thu cho tôi biết anh bạn tôi, anh Trần Cao S. đã mất. Từ ngày đó tới nay, tôi không có dịp gặp lại Lệ Thu nữa.

Giao tình của tôi với Quỳnh Giao lại là một chuyện khác. Quỳnh Giao kết duyên với anh bạn tôi, anh DNH, bạn học tại Chu văn An và Đại học Văn Khoa Sài Gòn. Thời gian ở Sài Gòn sau khi rời Văn Khoa, tôi chỉ thỉnh thoảng gặp H., chưa bao giờ gặp Quỳnh Giao. Những ngày chộn rộn đó, đã hết thời kỳ sinh viên bên nhau, mỗi người chúng tôi đều có công việc riêng nên chúng tôi hầu như mất liên lạc với nhau. Phần lớn đã nhập ngũ. H. cũng nhập ngũ nhưng làm ngay tại Đài Phát Thanh Quân Đội nằm trên đường Nguyễn Bỉnh

Gặp Quỳnh Giao tại Cali.

Khiêm, gần cầu Thị Nghè. Nhà tôi ở Thị Nghè, ngày ngày đi làm phải ngang qua đài, vậy mà chẳng bao giờ gặp nhau. Kể cũng lạ. Nhưng sau 1975 lại khác. Tôi gặp lại nhiều bạn bè cũ trong các trại được gọi là "học tập cải tạo". H. nhanh chân chuồn đi được ngay năm 1975 nên tôi không gặp lại vợ chồng anh. Qua Mỹ, H. may mắn vào làm biên tập viên của đài VOA. Chục năm sau, tôi mới được bảo lãnh qua Mon-treal. Không biết sao anh biết tin để liên lạc lại ngay với tôi. Một năm sau, năm 1986, khi đài VOA tuyển người, anh bạn gửi đơn qua cho tôi và hối thúc tôi thi "để tụi mình lại ngày ngày gặp nhau như ở Văn Khoa ngày cũ". Tôi điền đơn dự thi và được sắp xếp tới thi tại tòa Lãnh Sự Mỹ nằm trong cao ốc Complexe Desjardin ở *downtown* Montreal. Ngày thi, leo lên xe buýt, tay cắp mấy cuốn tự điển, lên đường, lòng riêng chán ngán. Nể bạn, muốn thử thời vận chứ chẳng hy vọng chi khi biết có tới 160 người thi trên khắp thế giới, chỉ chọn có ba người. Chữ nghĩa sau chục năm bỏ xó đã gỉ sét, hy vọng chi. Mỗi người thi riêng rẽ tại các tòa Đại Sứ và Lãnh Sự nơi cư ngụ. Bài thi và băng thu giọng đọc được gửi về đài tại Hoa Thịnh Đốn chấm chung. Vậy mà tên tôi có trong số ba người trúng tuyển. H. rất mừng trước viễn ảnh chúng tôi lại gặp nhau hàng ngày. Nhưng số tôi vất vả, đài bị cắt giờ phát thanh, tôi phải chờ khi có chỗ trống mới có thể qua làm việc. Ba năm sau, không được kêu, họ bắt thi lại, tôi bỏ cuộc. Vậy là lỡ dịp qua làm hàng xóm với vợ chồng Quỳnh Giao. Trong thời gian ở thủ đô nước Mỹ, Quỳnh Giao không có cơ hội thi thố tài năng. Chỉ ra được ba cuốn băng "Hát Cho Kỷ Niệm". Mỗi lần có băng, hai vợ chồng đều gửi qua cho tôi. Tới nay tôi còn giữ được những...kỷ niệm này. Rồi Quỳnh Giao bỏ đi Cali, ra được một số CD có giá trị, tôi cũng còn giữ được tất cả. Trong một lần qua Cali, tôi gặp lại Quỳnh Giao tại nhà của anh chị Nguyễn Mộng Giác. Quỳnh Giao kéo tôi ra nói chuyện riêng. Nàng tâm sự rất nhiều, nhất là lý do nàng bỏ về Cali.

Trong truyện ngắn "Lẽ Ra", viết vào năm 2003, tôi mượn hình ảnh của Lệ Thu và Quỳnh Giao, hư cấu trong nhân vật Mai. Đây có lẽ là nhân vật tôi đắc ý nhất trong các truyện ngắn của tôi.

Nay, cả hai đã người trước kẻ sau bước qua thế giới khác, họ bỏ lại trần gian những huy hoàng của cuộc đời nghệ sĩ mà hầu như mọi người chúng ta, cả trong lẫn ngoài nước, đều ngưỡng mộ. Hai cuộc xí xóa khá vội vã đã khiến tôi ngơ ngẩn. Chỉ còn lại chút an ủi. Tôi đã kịp giữ họ lại trong Mai.

Mai sẽ chẳng bao giờ bỏ đi! Mời các bạn gặp lại Mai trong truyện ngắn "Lẽ Ra" dưới đây .

LẼ RA

" Lẽ ra em không nên lấy Đắc."

Tôi ngước nhìn Mai, vẫn cặp mắt mọng nước mỗi lần có chuyện buồn. Ngày xưa tôi đã tốn biết bao nhiêu ô mai mơ vì những giọt nước mắt ẩn giấu này. Chuyện trường, chuyện ngoài đường, chuyện bạn bè, biết bao nhiêu chuyện đã làm buồn cô bé lúc nào cũng như một cơn mưa thu này. Có lẽ, ngày đó, chỉ có tôi chịu hiểu và chịu chiều Mai. Soạn thì như một lò lửa, người lúc nào cũng bắng hắng những lo toan, giờ đâu mà nghe cô em gái nhỏ nhít nói những chuyện anh cho là vớ vẩn. Tại mày khó chịu quá chứ sao! Đó là một lời nhận xét và cũng là câu chấm hết cho những chuyện mà anh cho là đầu cua tai nheo của cô em gái. Bước chân vùng vằng cùng khuôn mặt tiu nghỉu của Mai thì có nặng thêm được kí nào trước đôi mắt của Soạn đâu. Mẹ Mai thì chôn mình trong những bận bịu của một bà mẹ chưa già, lại vẫn cứ tưởng là vẫn còn rất trẻ, tâm trí nằm nơi những hột xoàn, những quân bài, những kiểu cọ áo quần. Mai chưa nói hết chuyện thì đã bị mẹ gạt đi như phủi những hạt bụi dính trên chiếc áo mới rất ưng ý. Chuyện con nít vớ vẩn mà cũng làm mất thời giờ của người ta!

Tôi dịu giọng thương cảm.

" Thôi, chuyện qua rồi, em chẳng nên giữ mãi trong lòng làm chi nữa."

Mắt Mai đờ đẫn.

" Nhưng em sợ Đắc không hiểu cho em. Dù sao, em cũng đã chủ động trong chuyện này."

Tôi thực sự không muốn dây dưa mãi với nỗi phiền muộn này.

" Anh tin nó sẽ phải hiểu. Chuyện quá khứ chắc nó đã đào mộ vùi lấp đi rồi."

" Em nghĩ rằng Đắc sẽ chẳng bao giờ chôn vùi được chuyện này đâu. Em biết Đắc mà! Dù sao chúng em cũng đã có hơn hai chục năm chồng vợ. Vả lại, em sợ anh."

Tôi thực sự không muốn khuấy động nỗi buồn của Mai nhưng thấy cần phải phá vỡ đi cái bóng u ẩn đang nặng nề trên cuộc gặp gỡ lại của tôi và cô em hàng xóm đã nhiều năm xa cách.

" Trông anh dữ lắm sao?"

Mai cúi mặt.

" Anh không dữ. Nhưng vì anh không một lời trách cứ em nên em sợ."

Tôi châm chọc Mai cho nhẹ bớt nét muộn sầu trên khuôn mặt tôi vẫn thương.

" Vậy thì bây giờ anh trách cho em hết sợ nghe."

Mai cố nhếch miệng.

" Anh trách bây giờ thì em cũng chẳng hết sợ."

" Sao vậy? Anh không trách em sợ, anh trách em cũng chẳng hết sợ."

" Tại vì, tự trong lòng anh, anh không trách em."

Thật ra, khi nghe tin Mai đành đoạn bỏ Đắc ra đi, tôi ngơ ngẩn như người bị ma ám. Tôi thương cho cả hai người. Lúc đó, tôi còn ở Việt Nam, cuộc sống ngắc ngoải trong cơm áo, nghe được tin như vậy, tôi cũng chỉ biết buồn. Cuộc tình không do tôi vun xới nhưng tôi như có trách nhiệm. Chính tôi đã dẫn Đắc đến nhà Mai. Hồi đó chúng tôi đang học thi Tú Tài Bán Phần, một cuộc thi khá cam go mà mười người thi may ra được một hai người có tên trên bảng kết quả. Ông anh tôi trước đó đã hốc hác học đêm học ngày mà tới ngày nghe đọc kết quả cũng không dám đi nghe, phải nhờ tôi đi nghe giùm. Tôi chưa thi nhưng nghe những con số báo danh nhẩy cách từng quãng dài, tim cũng hốt hoảng nhẩy trong lồng ngực. Chung quanh tôi, những khuôn mặt xám ngoét hoảng loạn không còn hồn phách treo tim theo những vần tên hụt hẫng phát ra từ chiếc máy phóng thanh rè rè đầy quyền thế. Cái trò đau tim đó, cộng thêm với sự thúc hối của cửa quân trường rộng mở nếu hụt tên trên bảng vàng, làm chúng tôi vật vờ trên đường đi tìm tương lai. Chúng tôi co lại học thi chung với nhau cho vơi nỗi sợ. Nhà Soạn tương đối rộng rãi, có phòng riêng, nên ngày đêm tôi và Đắc tới dùi mài kinh sử. Nhà tôi ở trong đường hẻm sát ngay căn nhà ngoài mặt đường của gia đình Soạn, nên tôi và Soạn thân nhau. Cả gia đình Soạn coi tôi như người trong nhà. Chỉ có Đắc ở xa tới nên được làm khách. Mai đang học Đệ Ngũ, tươi như một cành lan trong sương sớm, là đầu sai của các ông anh. Thực ra, trong thời gian ngậm ngải tìm trầm, chúng tôi chẳng có nhiều nhu cầu. Bụng dạ nào mà ăn ăn uống uống. Nhưng Mai lại cứ ngoan ngoãn lúc thì đĩa cam, lúc thì bình nước, lúc thì chén chè, lúc thì miếng ổi miếng cóc mang vào cho các ông Tú chờ. Mai lúc nào cũng tươi tắn chăm lo cho chúng tôi.

" Mời mấy anh dùng, sau này có làm ông lớn thì đừng có quên Mai."

Tôi giỡn lại với Mai.

" Em trông hình hài các anh thì biết, anh nào anh nấy như ve sầu mùa đông thế này, biết bao giờ lớn được!"

Mai cười theo.

" Ve sầu mùa đông thì rồi đời rồi, còn đâu mà xác xơ. Anh phải nói là ve sầu ham hố, muốn bán thịt mình để mua tấm bằng. Mai thấy các anh học mà muốn bỏ học. Mai ấy à? Đậu hay rớt, kệ! Chứ không có cái kiểu học tàn phai nhan sắc như các anh đâu!"

Mai bưng miệng. Những ngón tay thon nhỏ, trắng ngần, e ấp dưới mái tóc dài bóng mượt đổ xuống. Mai có những ngón tay tài hoa, những ngón tay có lần tôi buột miệng xưng tụng là những ngón tay bắt được của trời làm Mai mắc cỡ.

" Dễ sợ! Trời to cao như thế thì tay phải là tay hộ pháp. Có bắt được thì Mai cũng phải mang trả lại cho trời. Xấu xí chết đi ấy!"

Tôi biết Mai châm chọc tôi, nhưng thấy cái vẻ dễ thương của Mai, tôi cố níu chiếc lưỡi thích cãi cọ của mình.

" Ừ, tay trời làm sao sánh được với tay Mai. Trông thấy tay Mai là anh muốn vẽ."

Mai vốn biết tài vẽ của tôi, chắp hai tay trước ngực van vỉ.

" Thôi, cho Mai xin đi anh. Anh mà vẽ thì tay Mai lại thành tay trời mất. Tội Mai một chút cho Mai chóng lớn!"

Mai hồi đó đang thành người lớn. Mắt đã liếc gương, miệng đã tươi tắn, ngực đã chanh cốm, cử chỉ đã điệu đàng, nụ cười đã e dè giữ ý. Nhưng lớn trước tuổi là đôi bàn tay Mai. Những ngón tay Mai vờn trên phím dương cầm như những bước chân chim nhởn nhơ nhẩy nhót. Chúng tôi đã say mê mỗi khi Mai đàn cho nghe khi nghỉ xả hơi. Mai búng ra những âm thanh rộn rã, thanh thoát và tươi mát. Tươi mát như Mai trước phím đàn. Mai đàn như chơi đùa. Tiếng đàn của Mai nhí nhảnh, nghịch ngợm. Như chính Mai mười lăm. Tôi mê tiếng đàn của Mai. Đắc còn mê hơn nữa. Mỗi lần nghe Mai đàn, đôi mắt Đắc ngây dại dưới tròng mắt kính cận khá dầy.

Nhà hàng mờ mờ tối với những ngọn đèn vàng vọt yếu đuối tỏa một thứ ánh sáng khiêm nhượng từ trên trần sẩm một mầu ảm đạm. Trông mập mờ giống một phòng trà ở Saigon thời trước hơn là một nhà hàng ăn. Ngọn nến leo lét giữa bàn chập chờn trên khuôn mặt Mai lúc sáng lúc tối. Mai có đẫy đà hơn xưa, khuôn mặt đậm nét phấn son cũng tròn trịa hơn.

"Em tới ăn ở đây thường không?"

"Thỉnh thoảng. Anh thấy sao?"

Tôi quay người nhìn quanh.

"Khéo lắm! Họ biết dùng bóng tối để cho thực khách trong mỗi bàn có cảm tưởng gần gũi nhau hơn. Ngọn nến giữa bàn như chút ánh sáng thân mật vun vòng người quanh bàn vào với nhau."

Mai cầm tay tôi nói nhỏ.

"Anh vẫn nghệ sĩ như xưa."

Tôi xoay bàn tay lại nắm những ngón tay của Mai.

"Đâu có nghệ sĩ bằng những ngón tay này. Anh có đọc

báo. Họ vẫn nhắc tới em.”

Mai để yên tay trong tay tôi.

“ Đó là lẽ sống của em bây giờ. Vì nó mà đời em khổ. Nhưng em chấp nhận bởi vì chính em muốn như vậy.”

Mắt tôi không chớp trước mặt Mai. Mai nhìn lại, bướng bỉnh.

“ Em lớn lên nhiều!”

Mai cười.

“ Chắc anh tránh không muốn nói em già!”

“ Không, anh không muốn nói tới cái lớn sinh học. Mỗi năm mỗi thêm tuổi, chẳng ai trốn tránh được chuyện đó. Anh muốn nói tới tinh thần. Sau bao nhiêu năm mới gặp lại em, anh không ngờ em lại già dặn đến như vậy. Trong đầu anh, trong từng ấy năm xa cách, hình ảnh em trong anh vẫn luôn luôn là hình ảnh cô bé Mai của anh những ngày tháng cũ.”

Mai vân vê chiếc khăn ăn đỏ sậm.

“ Thôi anh, anh đừng làm em khóc.”

Tôi cầm dao cầm nĩa lật úp con cá đang ăn dở trên chiếc đĩa hình bầu dục giữa bàn.

“ Cho anh xin lỗi. Đưa cho anh chiếc chén của em. Hai anh em mình phải xử cho xong chú cá thơm phức này. Ngày xưa em thích ăn cá lắm mà!”

Mai đưa chiếc chén mỏng tanh cho tôi.

“ Anh cho em xin. Anh nhớ dai nhỉ? Anh Đắc cũng thích ăn cá lắm.”

“ Thế à? Nó thích thật hay nó muốn chiều em vậy?”

“ Chắc anh ấy thích thật. Anh ấy gặm tới tận xương.”

Tôi bật cười.

" Anh nói có sai đâu. Nó chiều em nên gặm xương để dành cho em phần thịt. Cái thằng lù đù như nó lấy được em thì chiều chuộng vợ phải biết!"

" Bộ anh thì hơn gì? Em nghe đồn là anh cũng biết điều với chị lắm, phải không?"

" Em đừng nghe lời đồn của thiên hạ. Nhưng thằng Đắc, anh biết nó quá mà! Có nhắm mắt anh cũng biết nó...phụng dưỡng em như thế nào!"

Mai nhai xong miếng cá, hớp một chút vang trắng, nghiêng đầu ngó vào mặt tôi.

"Anh thiệt!"

Đám cưới của Mai với Đắc, tôi không về tham dự được. Lúc đó tôi đang lặn lội trong rừng sâu, làm tiền quân cho một chiến dịch lớn. Guồng máy đang quay nhanh một cách ác liệt, con chốt là tôi tài cán gì để có thể rút chân rút cẳng ra khơi khơi về Saigon ăn cưới. Buổi tối, mắc chiếc võng dưới tàng cây, *poncho* úp kín người, tôi nằm trằn trọc nhớ về Saigon. Saigon có Mai, có Đắc đang lao xao bước vào vòng vợ chồng. Đã lâu tôi không gặp cả Đắc lẫn Mai nên không biết chuyện tình của hai người ra sao. Thiệp cưới đến với tôi khá bất ngờ. Tôi thẫn thờ chẳng buồn ăn trưa hôm đó. Mấy tên sĩ quan bạn cùng mâm tưởng tôi thất tình. Thực ra, tôi quá thắc mắc về cuộc hôn phối này. Đắc lúc nào cũng cẩn tắc, kỹ càng, tính trước cả cây số trước khi làm một chuyện gì, dù lớn hay nhỏ. Mai thì phóng khoáng, văn nghệ, đam mê, chuyện gì cũng làm xong rồi mà vẫn chưa tính. Vậy mà hai đứa lại ráp vào nhau. Bây giờ lại còn buộc chặt vào nhau nữa. Tôi mải băn khoăn về cái thiệp cưới không chờ đợi này đến lúng túng trong công việc. Hoàn khá tinh ý. Hắn bắn liền. *Thất tình hay sao vậy, cha nội?/ Cỡ tao mà thất tình à?/ Cỡ nào mà chẳng thất tình được. Thuyền lớn thì có sóng lớn, cha nội ơi. Mà thiệp cưới của ai vậy?/ Của em thằng bạn cũ./ Cha nói cô dâu hay chú rể vậy?/ Cô dâu!/ Vậy thì đúng boong rồi, chối gì nữa cha. Cái thứ đó là đau nhức hết biết!/ Nhức cái mẹ gì. Chú rể là thằng bạn thân của tao. Cả hai đứa tao coi như người nhà./ Nhà cửa gì, cha nội! Cái mửng đó lại còn nhức bạo hơn nữa!/ Mày biết cái đếch gì! Chỉ nói tầm bậy!/ Tầm bậy mà vậy vậy đúng boong. Này cha nội, chuyện đã dĩ lỡ rồi thì tha cho chúng nó. Còn cha nội, quẳng gánh buồn đi mà... hành quân! Láng cháng buồn với sầu, ngơ ngác giữa trận tiền, dễ ăn đạn lắm đấy. Có thân thì lo. Dục cha nó mấy cái vụ hậu phương đó đi!* Nhớ lại chuyện cũ của tên quan ba bạn, bộ binh mà mồm miệng như pháo binh, tôi cười vu vơ. Mai nhìn dò hỏi.

" Anh cười gì vậy?"

" Nhớ lại câu nói của tên bạn lính cũ khi anh nhận được thiệp cưới của em."

" Anh ấy nói sao?"

Tôi cố gạt đi.

" Nó nói tầm xàm ấy mà. Nó tưởng anh thất tình. Hồi đó tên nào nhận được thiệp cưới cũng được phong làm anh hùng thất tình. Đời lính, nay đây mai đó, sống nay chết mai, mấy ai dám đèo bòng. Các em gái hậu phương rủ nhau sang ngang hết. Thiệp cưới như một bức thư từ giã. Một lời từ giã hồng!"

" Anh buồn lắm hay sao mà anh ấy biết?"

" Buồn chi! Em vui mà sao anh buồn được?"

Mai thở dài. Nàng đưa tay ngoắc anh hầu bàn. Hai ngón tay trỏ chụm lại vẽ ra một tờ giấy tưởng tượng.

"Để anh trả cho."

" Em mời anh mà. Anh chê em không có tiền sao?"

" Ai dám chê! Em đang gõ ra tiền mà."

" Anh thiệt! Không sợ em giận à? Em đàn vì nghệ thuật, vì đam mê. Tiền chỉ là chuyện phụ."

" Cho anh xin lỗi!"

Mai lườm tôi.

" Lại còn bầy đặt xin lỗi!"

Chớm thu, những tàng cây trong công viên đang trở vàng. Lác đác trên những thảm cỏ bên đường, những cánh lá nằm như những con bướm vàng phơi mình ngủ yên. Mai khẽ hát một khúc nhạc thu, tay nhịp nhịp trên vòng lái. Tôi thả đầu óc ngơi nghỉ. Như đã đến bến bờ.

" Anh còn nhớ những cánh lá me vàng đuổi nhau trên đường Nguyễn Du không?"

" Sao mà quên được!"

" Anh nhớ bữa anh chở em tới trường Quốc Gia Âm Nhạc không?"

" Em bắt anh chở em đi học nhạc hoài, có nhớ bữa nào vào bữa nào đâu."

Mai liếc sang phía tôi, lắc đầu.

" Chán anh quá! Cái bữa gió đuổi lá me chạy lao xao trên đường một mầu vàng rực đó."

Tôi nhỏm người, hứng thú.

" Bữa anh bắt em đi bộ ấy hả?"

" Ai mà bắt được em! Bữa đó em cũng thích đi bộ đấy chứ!"

" Nhưng mà anh nghĩ ra chuyện xuống xe dắt bộ đạp lá me mà đi."

Mai vênh mặt.

" Tại vì anh lái xe thì anh nghĩ ra trước chứ em ngồi sau, hai chân cũng đã muốn đạp lá vàng lắm rồi!"

" Đẹp thiệt!"

Mai mơ màng.

" Lúc đó đi bên anh, em thấy anh lãng mạn quá!"

" Anh thấy em cũng vậy!"

Mai thở dài.

" Lúc đó em ước mong là đường cứ dài ra mãi chẳng bao giờ hết!"

Mũi xe vòng gắt sang phía trái. Mai uốn người theo. Tôi giữ chặt chiếc tay cầm trước mặt. Bánh xe thắng gấp trước khung cửa nhà để xe.

" Tới nhà rồi. Chút xíu nữa thì mải nói chuyện đi quá."

Tôi nhìn Mai gật gù đầu.

" Ngoài tài đàn, nay anh lại biết thêm em có tài dừng xe khẩn cấp. Lần sau cẩn thận nghe cô bé!"

" Anh cứ mắng em đi. Để em cứ ngỡ là mình vẫn còn nhỏ."

Phòng khách nhà Mai lãng đãng những mầu vàng và xanh dịu mắt. Chiếc đàn dương cầm đen bề thế chiếm hẳn một góc phòng sừng sững thu hút đôi mắt tôi vừa bước vào phòng. Bên góc đối diện, tủ rượu chen lấn những chai nhiều hình dáng và mầu sắc. Mai đứng giữa phòng, tay chỉ vào cây đàn và tủ rượu.

“ Đời em đấy. Đàn và rượu.”

Tôi ngồi xuống chiếc nệm ghế xanh.

“ Đàn thì anh biết. Rượu thì anh hơi ngạc nhiên.”

Trên chiếc nệm ghế vàng, Mai cười.

“ Chắc anh tưởng em là bợm nhậu?”

“ Gần như vậy!”

“ Rõ ghét cái anh này! Em đâu có hư như vậy. Em thích ngắm rượu hơn uống.”

“ Mà uống cũng thích gần như ngắm!”

“ Đâu có! Cũng uống nhưng uống sơ sơ. Uống như một cách chọc quê sữa!”

Mai vụt đứng dậy, chạy ra nhấc cổ một chai, móc hai chiếc ly bằng những kẽ tay trái, đặt xuống bàn trước mặt tôi. Nhìn bộ mặt ngơ ngác của tôi, Mai cười.

“ Anh làm gì mà trông như đang sống ở trên rừng vậy? Em giỡn đấy! Nhưng cũng thực đấy! Mấy chục năm sống với Đắc, ngày nào anh ấy cũng bắt em uống sữa. Uống đến phát ngán, phát điên lên. Vậy mà em vẫn cố chịu đựng. Lúc đó, trong thâm tâm, em nghĩ là uống rượu chắc thích lắm. Mà thích thật anh ạ, thỉnh thoảng, đi ăn tiệc, ăn cưới, em nhấp ké với Đắc mà thấy lợm mùi sữa. Em biết Đắc thương em. Dưới mắt Đắc, em lúc nào cũng là cô bé Mai ngày xưa. Anh ấy không cho em lớn. Em chịu đựng được là vì em thật tình thương Đắc.”

Hai chiếc ly lăn tăn sủi bọt khi Mai nghiêng chai đổ rượu.

“ Mừng cho cuộc gặp gỡ lại của anh em mình!”

Hai thành ly cụng nhau. Rượu tê đầu lưỡi. Vẫn Mai cảm động.

" Mừng anh vẫn như xưa!"

Tôi lặng đi.

" Mừng em cũng vẫn như xưa!"

Mai đặt ly xuống bàn, buồn bã.

" Không còn như xưa đâu, anh ạ. Khi bỏ Đắc ra đi, em đã bỏ lại sau lưng chiếc lồng kính đã ấp ủ em. Ấm cúng nhưng chật chội quá!"

" Lúc đó em không còn thương Đắc nữa à?"

Mai lắc đầu.

" Vẫn còn chứ anh. Em thương Đắc nhưng tội cho anh ấy nhiều hơn. Đắc tưởng em như một con búp bê, yên ổn nép trong tình yêu của anh ấy. Nhưng em có cái đam mê riêng của em, em thèm sống lại với đám đông, thèm tiếng vỗ tay tán thưởng, thèm những ngưỡng mộ trong dáng đứng đồng loạt của khán giả khi em dứt tiếng đàn. Nỗi đam mê lớn dần lên, tuổi đời cũng cao dần lên, rồi tới lúc em hốt hoảng thấy như đã quá trễ tràng để trở lại với sân khấu. Em bay ra khỏi lồng mà lòng còn để lại những vương vấn. Cho tới bây giờ em vẫn thương Đắc, vẫn tội nghiệp anh ấy, vẫn tiếc là anh ấy không hiểu em, không hiểu được tâm hồn em."

Mai bưng ly rượu tới chiếc đàn, ngồi xuống chiếc ghế đen bóng. Cánh áo trắng thon thả bờ lưng. Ly rượu đứng trên thành đàn. Bông hồng vàng lẻ loi trong chiếc bình mầu xanh vươn lên như cổ thiên nga. Những nốt nhạc dập dìu vang lên.

" Em đàn cho anh."

Âm thanh của bản *Fur Élise* lả tả rơi. Ngày xưa, mỗi lần nghe Mai đàn, tôi chỉ thích bài này. Tôi vốn có đôi tai điếc với nhạc cổ điển của Mai. Mai đã đi xa biết bao nhiêu đoạn đường với những năm tháng miệt mài trên phím đàn, tôi vẫn cứ kéo Mai về với nét nhạc đơn sơ, dễ dãi nhưng rộn ràng nhịp tim tôi. Bao nhiêu năm tìm về, Mai không hỏi tôi mà tay đã nhấn những nốt nhạc xưa. Nhạc bảng lảng trong tôi. Một thời sinh viên. Một thời lính tráng. Một thời tù ngục. Một thời vượt sóng. Một thời tị nạn. Nhưng trùm lấp trong tôi vẫn là một thời ngọc ngà có Mai lí lắc, có tôi lạng chạng, có Soạn rối rắm, có Đắc mông muội. Hai bàn tay Mai vươn ra đập rộn ràng những nốt nhạc cuối. Nhạc vần vũ trong tôi, mềm tim, lắng hồn.

Mai quay lại.

" Anh thấy sao? Tiếng đàn của em."

" Chững chạc hơn, điêu luyện hơn, dĩ nhiên. Em làm anh chết trong nhạc nhưng vẫn ấm ức như thiếu một chút gì."

" Em hiểu anh!"

Mai đứng dậy, khỏa lấp.

" Mình uống thêm ly nữa nghe anh! Chưa bao giờ em thấy vui như hôm nay!"

1/2003

HÀ TÚC ĐẠO, NGƯỜI CỦA SỐ MẠNG

Tôi không nghĩ là tôi phải viết bài này sớm thế. Hôm nay là ngày thứ tư 25/11/2020. Thứ bảy 21/11, Hoàng Ngọc Phan, tên thật của Hà Túc Đạo, gửi *message*: *"Có vẻ tôi sắp dính covid rồi. Ho và sổ mũi mấy ngày nay. Lát nữa sẽ đi xét nghiệm. Hy vọng bị cảm lạnh thường thôi thì tốt quá"*. Bữa sau, Chủ Nhật 22/11, gửi *message* tiếp: *"Đang chờ xét nghiệm hôm thứ hai. Vẫn còn ho và nóng lạnh. Hôm nay nhiệt kế có lúc lên tới 103. Bác sĩ gia đình trấn an nếu chưa có ói mửa và tiêu chảy thì vẫn hy vọng chưa dính Covid. Đành phó mặc ông trời vậy"*. Ông trời đã quay mặt đi!

Nhóm Thời Nay cũ chúng tôi còn bốn tên vẫn liên lạc với nhau. Mỗi tên ở một nơi. Đoàn Vinh ở Nam Cali, Nguyễn Hoàng Quân ở bên Anh, tôi ở Montreal bên Canada và Phan ở San Jose, Bắc Cali. Một tên khác lưu lạc tận bên Úc là Hoàng Hà, tên thật Hoàng Bính Tý, chàng bác sĩ thích cầm viết hơn cầm ống chích. Không biết do sự tình cờ nào mà chỉ vài ngày trước đây, Hoàng Hà cho biết là Hà Túc Đạo bỗng liên lạc với anh sau mấy chục năm bặt tin. Vậy là nhóm Thời Nay xưa còn năm tên còn qua lại với nhau. Nay, hụt thêm một tên.

Tờ bán nguyệt san được giới trẻ yêu thích ngày đó hình như chỉ gồm toàn những tên viết báo bằng tay trái. Ngoài Giám Đốc Nguyễn văn Thái và Thư Ký Tòa Soạn Khánh Giang, chỉ có Hà Túc Đạo viết báo bằng tay phải. Anh sống bằng nghề báo nhưng với các báo hàng ngày khác, với Thời Nay anh cũng vẫn chỉ dùng tay trái. Thời Nay chỉ là tờ báo

Họp Mặt Thời Nay.
Từ trái sang phải: Song Thao, Nguyễn Văn Thái (đã mất vào tháng 9/2017), Khánh Giang (đã mất vào tháng 2/2003), Nguyễn Hoàng Quân, Hà Túc Đạo (đã mất ngày 23/11/2020), Thiên Ân - (Saigon, 2/2003)

phụ trong nghề báo của Hà Túc Đạo nhưng hình như lại là nơi anh lai vãng nhiều nhất. Không biết vì anh đã làm luận án ra trường Chính Trị Kinh Doanh, Ban Báo Chí, Đại Học Đà Lạt, dưới sự bảo trợ của ông Nguyễn văn Thái hay vì cái không khí trẻ trung của các cây viết còn rất trẻ hồi đó. Chính tại Thời Nay tôi biết và thân Phan.

Khi đó Phan và tôi đều còn độc thân vui tính, ăn nhậu mút chỉ. Phan tuổi trẻ tài cao, lập gia đình trước tôi một năm với một cô sinh viên Đại học Đà Lạt. Tôi lề mề hơn, khi cũng lập gia đình với một cô sinh viên Đại học Đà Lạt quen trong một chuyến lên Đà Lạt chơi với Phan, thì vợ Phan đã mang bụng bầu tới dự đám cưới tôi. Phan vốn nhanh nhẹn, chuyện chi cũng nhanh! Con trai đầu của Phan là Hoàng Lê Trang Cung, sau này là võ sĩ nổi tiếng Cung Lê, là con đỡ đầu của tôi.

Làm báo chẳng bao giờ rủng rỉnh tiền bạc, trừ các ông chủ báo. Trong một lần nhẵn túi, Phan chỉ còn 20 đồng, một người bán số tới mời mua, anh dốc hết ra mua. Con số định mệnh anh bám víu vào trong niềm tuyệt vọng đã bung nở. Anh trúng độc đắc! Tôi không nhớ số tiền trúng là bao nhiêu triệu nhưng khi anh xuất hiện ở nhà tôi sau khi lãnh tiền con người anh đổi khác. Vẫn giọng nói lửng lơ chậm rãi, anh loan báo *breaking news*. Tôi không tin. Cả đời tôi chưa bao giờ thấy một triệu phú "kiến thiết quốc gia" lẽ nào bây giờ lại hiển hiện trước mắt. Anh vội rút cuốn chi phiếu từ trong túi ra hoa hoa trước mặt tôi. Chuyện khó tin nhưng có thật! Tôi ngẩn người ngắm anh từ đầu tới chân và chỉ hoàn hồn khi anh rủ đi ăn khao. Bữa ăn khao gồm toàn những tên viết Thời Nay là một cuộc vui chúng tôi chưa bao giờ được hưởng. Sau đó anh mua chiếc xe Citroen hai ngựa rất lễ phép. Mỗi khi ngừng lại đầu xe gật gật một thôi một đỗi.

Tiền vào tay anh dễ thì ra cũng dễ. Anh sống rất đam mê. Chuyện chi cũng vậy. Nhất là chuyện cờ bịch. Thập bát ban võ nghệ, anh dính hết. Bẵng đi một thời gian, không biết tiền bỏ anh ra đi bằng cách nào mà anh lại rách. Nhưng lúc này, tên tuổi anh đã đóng đinh trên các mặt báo hàng ngày. Tờ anh cộng tác chính thức là tờ Đại Dân Tộc, một tờ được coi như đối lập với chính quyền mạnh mẽ nhất. Anh chuyên viết về kinh tế và được các báo trọng dụng. Cuộc sống của anh lại huy hoàng. Phan là một người quảng giao. Bạn bè anh tứ phía. Từ những ông bự trong chính quyền hồi đó tới những tên ký giả rách nát. Nơi nào anh cũng la cà được, chỗ nào anh cũng nhấc bàn tọa ngồi vào tất. Phan động đậy lung tung như vậy nên tôi không biết hết được cuộc sống muôn mặt của anh. Ngày đó tôi cũng bận nhiều công việc riêng nên không biết chi tới những sinh hoạt khác của Phan mà chỉ biết anh ở Thời Nay. Không biết duyên cớ làm sao mà Phan hợp với tôi. Tới khi hai đứa đều lập gia đình thì tình thân thêm gắn bó. Vậy nên tôi chỉ kể ra đây chuyện riêng của chúng tôi, một lần rồi thôi. Mà cũng làm chi có lần khác!

Những ngày tháng 4 đau buồn của đất nước, vợ con anh đã di tản trước, anh ở lại để, theo anh nói, chứng kiến và tường trình những ngày tháng chộn rộn này, sau đó sẽ đi vào giờ chót. Tờ số anh chọn kỳ này hỏng bét. Anh kẹt lại. Như mọi người, anh trơ thân cụ chịu đựng những ngày thiếu thốn dưới chế độ mới. Rồi cũng như mọi người, anh tìm đường vượt biên. Cuộc ra đi có tổ chức đàng hoàng tại Vũng Tàu bị vỡ trận. Anh chạy bạt mạng tháo thân. Về lại Sài Gòn, anh vô nhà tôi, những vết cắt trên người còn rỉ máu. Anh xuống tận cùng của sự thất vọng. Cuộc đời anh như những đường biểu diễn *parobol* nối tiếp nhau. Xuống tới đáy lại ngoi lên lại. Gia đình anh từ bên Pháp tiếp tế cho anh. Cuộc sống đỡ vất vả. Cho tới khi anh được gia đình bảo lãnh qua Pháp.

Trước ngày đi, anh tới nhà tôi, ngắm khắp căn nhà trống vắng đồ đạc. Xe cộ, bàn ghế đã theo nhau đi. Nhìn thấy chiếc máy may còn lại, anh bảo tôi bán đi, đưa tiền cho anh qua

Pháp gửi thuốc tây về. Một vốn bốn lời. Rồi chính anh đưa người tới rinh máy may đi. Ít gói thuốc tây nặng mỗi gói một ký, đúng theo quy định của nhà cầm quyền, được anh gửi về. Tôi được một số tiền kha khá đủ để cầm cự ít tháng. Gửi thư qua cám ơn bạn, tôi được anh cho biết sẽ tiếp tục gửi thuốc tây về cho tôi bằng tiền của anh. Trích ra một số để sống, còn lại giữ cho anh. Khi đó, việc gửi tiền về Việt Nam chưa được chính thức chấp nhận. Người ở ngoại quốc muốn chi viện cho thân nhân còn kẹt lại ở Việt Nam chỉ còn cách gửi chui. Anh liên lạc với những người bên Pháp cần gửi tiền về Việt Nam cho thân nhân và nhờ tôi mang tiền tới nhà cho họ. Công việc trơn tru, anh tiến thêm một bước, gửi liên tiếp thuốc tây về cho tôi, biến thành một dịch vụ thường xuyên cả hai cùng có lợi. Dân Chính Trị Kinh Doanh có khác! Tôi trở thành một tên đầu nậu thuốc tây bất đắc dĩ. Từ một tên khờ khạo trong việc kiếm tiền, tôi khôn lanh ra nhiều. Ngày đó, chưa có *internet*, chuyện thông tin về cho tôi chỉ bằng điện tín. Điện tín qua lại, nhân viên Bưu Điện ngửi thấy công chuyện làm ăn của chúng tôi. Họ gửi những điện tín giả cho tôi tới giao tiền cho những địa chỉ quen biết của họ. Nhưng tuy khờ khạo trong chuyện làm ăn, tôi cũng đã dự đoán chuyện này trước. Tôi gửi thư cho anh lập ra những tín hiệu chỉ có anh và tôi biết trong các điện tín. Mỗi điện tín, tôi có tới năm điểm để nhận biết là giả hay thiệt.

Chuyện buôn bán chui chấm dứt khi anh qua ở bên Mỹ. Tôi mù tịt những chuyện anh làm bên Mỹ vào thời kỳ này. Chỉ thỉnh thoảng nhận được một thùng quà anh gửi về cho các cháu mà nhân số đã lên tới bốn. Có lẽ vì những chiếc thùng thơm phức mùi Mỹ này mà các cháu đều biết "chú Phan". Năm năm sau ngày Phan ra đi, gia đình tôi cũng qua Canada. Vừa được tin, anh gửi cho tôi một số tiền đặt cọc cho những bài viết của tôi về Sài Gòn, nơi tôi vừa rời xa. Lúc đó anh đang làm tờ Dân Tộc bên San Jose. Chỉ một thời gian, tờ Dân Tộc gặp khó khăn. Anh cố vớt vát cho tờ báo sống. Anh hỏi tôi có thể gửi cho anh một số tiền để tờ báo tiếp tục không. Tôi vét hết tiền gửi qua cho anh. Số tiền nhỏ bé của tôi chắc thuộc loại vô duyên nên tờ báo vẫn không chịu nổi. Anh hết cửa làm báo bên Mỹ nên kiếm cách quay về Việt Nam làm ăn. Đúng lúc đó, vận đỏ lại tới với anh. Anh trúng số! Khoảng vài chục ngàn đô chi đó. Mang số tiền ít ỏi về, anh gây dựng bằng cách mở trường dậy Anh văn và vi tính. Hai thứ này lúc đó đang được mùa. Anh phất lên. Từ một trường ở Sài Gòn, anh mở rộng tới khoảng 30 trường trên toàn quốc, từ Hà Nội tới Cần Thơ. Khi tôi về Việt Nam vì việc gia đình vào đầu năm 2001, anh đã thành đại gia. Chuyện đầu tiên anh làm là mời tôi tới văn phòng của anh, mở két sắt rút ra một cọc tiền Việt Nam, trả lại tôi số tiền tôi gửi cho anh trước đây. Xe hơi nhà lầu mấy cái, anh đại gia mang cái bụng bự đưa tôi đi khắp chốn xa hoa của thành phố Sài Gòn. Mừng cho anh nhưng tôi thương cho cuộc sống của anh, rất thoải mái tiền bạc nhưng cũng nặng nề cuộc sống. Anh đã ba lần lập gia đình. Anh cười cho biết số anh như vậy dù muốn hay không. Anh rất tin tử vi tướng số. Hồi học ở Đà Lạt, *frère* Kế, một người của nhà Chúa nhưng cũng là một nhà tử vi tướng số nói đâu trúng đó, đã phán đời anh phải ba lần qua đò. Số chi mà…cực. Quả là cực thiệt, khi nhắm mắt

Lần cuối gặp Hà Túc Đạo. Từ trái: Đoàn Vinh, Song Thao, Hà Túc Đạo (Santa Ana 02/2019)

từ giã cõi đời, anh lại cu ky một mình nơi căn phòng thuê.

Chuyện đang là đại gia nhà cửa xênh xang mà kết thúc cuộc sống trong căn phòng thuê là chuyện lên voi xuống chó thường tình của Phan. Đời anh cứ lềnh bềnh như vậy. Lên cao cho cố rồi xuống tới mạt hạng! Số anh như vậy. Chuyện ngã ngựa của anh xảy ra một cách bất ngờ. Anh không kịp trở tay, phải bỏ của chạy lấy người. Chỉ xách được chiếc cặp Samsonite đựng *passport* và giấy tờ cần thiết, anh trốn qua biên giới, vào Kampuchia và lấy máy bay trở về Mỹ với hai bàn tay trắng. Nói "trắng tay" không phải là một cách nói mà trắng thực sự. Anh không còn chi. Không nhà cửa, không tiền bạc. Anh ghi tên học lại đại học ở tuổi gần thất tuần. Thỉnh thoảng anh than van học với lũ sinh viên tuổi con tuổi cháu nản quá. Trí óc cùn đi, học trước quên sau, thiệt cực. Tôi bảo nghỉ quách cho rồi, già còn học làm chi. Anh thú thật, đi học mới được thêm vài trăm tiền học bổng mỗi tháng. Anh cần số tiền bèo bọt đó!

Trong tình cảnh co kéo như vậy, anh bảo tôi để cho anh hai cuốn Phiếm 25 tôi vừa in xong. Biết tôi hiểu tình trạng rách nát của anh, anh rào trước: "Ông không nên ngạc nhiên, tôi vừa trúng số 50 đô!". Tôi cho biết sẽ gửi sách nhưng tiền thì ông nên giữ chơi số tiếp, đang hên không nên dứt. Phan mừng rỡ. Chi chứ chuyện đỏ đen là chàng không bao giờ hết hứng thú. Khoảng hơn chục năm trước, anh qua Mon-treal chơi với tôi. Địa chỉ anh muốn tôi đưa đến đầu tiên là *casino*. Anh ngồi vào bàn bạc với cung cách tự tin của một người đông địa. Anh đưa tôi một số *jeton* bảo muốn chơi chi thì chơi. Tôi không lấy. Tôi vốn không hứng thú chuyện tiền qua tiền lại giữa những khuôn mặt căng thẳng như muốn nuốt chửng nhau. Tôi đứng coi anh đánh. Chồng *jeton* của anh lúc đầy lúc vơi trước bộ mặt ngời lên vẻ thỏa mãn. Khi ra về, anh thắng vài trăm đô. Anh ba hoa: "Moa đánh là thắng!".

Lần này chỉ năm chục bạc đu với đỏ đen cũng đã làm anh sung sướng. Anh bảo để moa chơi, thắng chia đôi. Tôi giỡn là chỉ nhận tiền chia nếu trúng bạc triệu, dưới bạc triệu không thèm tính! Anh cần mẫn mua vé dè dặt, mỗi ngày một hai vé. Trúng được vài đồng anh mừng húm. Tôi cổ võ anh chơi tiếp. Anh *scan* vé gửi cho tôi mỗi ngày. Tôi đâu có ghé mắt tới làm chi. Bạn vui là được. Chưa bao giờ thấy anh hứng thú với số tiền nhỏ nhoi như vậy. Ngày 23/10: *"Đợt nhất out rồi. Chờ tối nay sang đợt hai. Vẫn còn "hy vọng đã vươn lên".*

Tối 23/10: "*Ngày mai xổ hai vé này*". Ngày 28/10: "*Cả hai đợt vừa rồi trúng được có 4$. Lỗ to. Tôi đổi kế hoạch mua vé theo ngày sinh của tôi và các con. Vậy ông vui lòng cho tôi biết ngày sanh của vợ chồng ông và các cháu. Tôi sẽ mua hai vé 2$ cho mỗi kỳ xổ, như vậy mình sẽ còn 6 kỳ xổ nữa. Hy vọng lần thay đổi này phe ta sẽ...trúng mánh to nhé*". Cũng ngày 28/10: "*Kỳ này cả Power và Mega đều trúng hơn 100 triệu cho lô độc đắc. Chia đôi số này chắc là vui lắm!*". Ngày 30/10: "*Lần này mua mỗi loại một vé 2$ thôi nhưng bao 5 kỳ xổ liên tiếp. Tổng cộng 25$*". Đọc những cái *mail* dồn dập như niềm vui đang dâng trào của Phan, tôi muốn rớt nước mắt. Bàn tay đã nắm bạc triệu nay vui với bạc đồng!

Chỉ vài ngày sau, anh gửi cho tôi mấy cái *message* về bệnh. Rồi lặng thinh. Mãi mãi. Trúng hay không trúng, tôi ngẩn ngơ không hiểu. Chỉ biết là anh máu mê tới giây phút chót, giây phút bất thần mà tôi nghĩ anh không bao giờ ngờ tới.

Trong cuộc điện thoại với anh Nguyễn Xuân Phác, người bạn chí cốt với anh từ bao nhiêu năm qua, để hỏi về những gì xảy ra cho Phan vào giờ phút cuối. Sau khi cho tôi biết những giờ phút cuối cô đơn của người mà nhà báo Hoàng Hà của Thời Nay ngày cũ gọi là "một đời ngang dọc", anh Phác than là tình hình *Covid* của quận Santa Clara, nơi cư ngụ của anh và Phan, rất nặng. Anh nói với tôi con số hàng ngàn. Tôi không nhớ chính xác. Ngừng một lúc, anh buông thõng: "Không biết trong con số này có ông bạn của chúng ta không!".

Rút cục, mỗi người chúng ta chỉ là một con số. Rất nhỏ!

11/2020

PHẠM XUÂN ĐÀI VÀ "ĐI, ĐỌC VÀ VIẾT"

Tôi vẫn thường gọi anh là Phạm Phú Minh nhưng tên tác giả trên sách là Phạm Xuân Đài. Thì cũng chàng chứ ai. Tên đầu là tên thiệt cha sinh mẹ đẻ, tên sau là tên con gái dùng làm bút hiệu. Cuốn sách đầu tiên của Phạm Xuân Đài là cuốn "Hà Nội Trong Mắt Tôi" được xuất bản từ năm 1994, tới nay, 26 năm sau, mới có cuốn thứ hai "Đi, Đọc và Viết". Điều này chứng tỏ ông bạn đồng tuế với tôi không thuộc loại con đàn cháu đống như tôi. Chuyện cũng đúng thôi. Phạm Phú Minh, hậu duệ của cụ Phạm Phú Thứ, tuy cùng tuổi với tôi nhưng khác tôi. Tôi chỉ làm những chuyện lặt vặt nhằm "mua vui cũng được một vài trống canh" trong khi ông bạn cao ráo, luôn nở nụ cười tươi như hoa, lại là người làm những chuyện để đời. Bạn tôi làm nhiều lắm, tôi chỉ nhớ tới hai sự kiện quan trọng: tổ chức cuộc hội thảo về Tự Lực Văn Đoàn và số hóa bộ tạp chí Bách Khoa. Buổi hội thảo về Tự Lực Văn Đoàn quy tụ nhiều nhà nghiên cứu nổi danh trong cộng đồng người Việt tại hải ngoại, là một đánh giá đầy đủ và thận trọng nhất về một giai đoạn khai phá thú vị nhất trong nền văn học của đất nước chúng ta. Bộ số hóa tạp chí Bách Khoa là một công trình dài hơi và tốn kém. Dù anh được nhiều bè bạn chung tay nhưng gánh nặng vẫn đè lên vai anh, cả tinh thần lẫn vật chất. Công trình làm ngạc nhiên ngay cả người khai sanh ra Bách Khoa, ông Huỳnh văn Lang, là sự hy sinh tận cùng của Phạm Phú Minh. Anh đã bán non bảo hiểm nhân thọ để có đủ chi phí trang trải.

Hai mươi sáu năm là khoảng cách của hai cuốn sách

khiến tôi thấy tiếc. Anh Minh không phải là nhà văn như anh "tự thú" nhưng anh là một nhà báo có tài và có tâm. Nếu anh phóng bút nhiều hơn một chút thì chắc khoảng cách dài trên đã được thu ngắn lại nhiều. Nhưng chẳng thể đòi hỏi quá nhiều nơi một người, dù đó là người rất năng nổ. Anh Minh quen biết và được cảm tình của rất nhiều người trong văn giới và báo giới. Trước đây, khi anh điều khiển tờ "Thế Kỷ 21", đã nhận được sự cộng tác của rất nhiều khuôn mặt nổi tiếng trên mọi lãnh vực: văn học, chính trị, kinh tế, biên khảo. Nay với trang mạng "Diễn Đàn Thế Kỷ", số bài viết giá trị của nhiều tác giả quen biết được *post* lên mỗi ngày. Anh là cái đầu tầu trong vai trò quy tụ, dẫn dắt hơn là một toa tầu trong một đoàn tầu. Anh Minh là người luôn sẵn sàng cống hiến cho cộng đồng.

Cuốn "Đi, Đọc và Viết" có nội dung rất gọn gàng: đi, đọc và viết! Anh là người thích đi, điều này tôi giống anh. Những người tuổi con cọp hình như không muốn quanh quẩn trong chiếc lồng chật hẹp. Điều này Thế Lữ đã nói rồi. Sau 13 năm giam mình trong cái gọi là "học tập cải tạo", khi được bung ra, qua Mỹ vào năm 1992, anh hối hả cất bước. *"Đến lúc định cư tại Mỹ từ cuối năm 1992, khi cuộc sống đã tạm ổn định , tôi lại cảm thấy tiếng gọi thầm kín của bốn phương bắt đầu thúc giục trong lòng, và chuyến đi đầu tiên của tôi ra khỏi nước Mỹ là đi Pháp và nhân đó thăm Bỉ, Đức, Hòa Lan, vào năm 1997. Rồi đến chuyến đi Nga năm 2000, và đi Tàu những năm 2004 và 2006. Đó là những chuyến đi tôi có ghi lại trong những du ký mà số trang chiếm khoảng nửa cuốn sách này. Các chuyến về sau, cho tới thời gian gần đây, như đi Nhật Bản, Hàn Quốc, Đài Loan, Thái Lan, Singapore, Mã Lai, Ý, Hy Lạp, Tây Ban Nha, Thổ Nhĩ Kỳ, Úc, Tân Tây Lan, Panama, Argentine, Chile…có thể vì đã quá quen với cảnh lạ đường xa, sau mỗi chuyến đi tôi không còn hứng thú viết du ký nữa"*.

Thiệt uổng! Nếu anh Minh còn hứng thú thì chúng ta đã được theo chân anh đi tới biết bao chân trời góc biển nữa. Nhưng theo chân anh bạn hiền hậu này đi du lịch thì chán chết. Anh là một du khách…giả! Đi du lịch là phải trầm trồ thưởng thức những khung cảnh khác lạ với nơi chúng ta sống. Du khách thường trải lòng ra, anh Minh lại cuộn lòng vô. Anh không du lịch với con mắt mà với trái tim. Trái tim anh lại…già, chỉ chứa giữ những chuyện ngày xửa ngày xưa. Tới Paris, nơi mà người Việt nào cũng một lần ao ước được tới coi kinh thành ánh sáng xem nó chói chang ra sao thì anh lại nhớ về Sài Gòn. *"Buổi chiều mưa đó ở Paris, tôi che dù đi hơi lầm lũi thì thoáng thấy bên kia đường một cửa kính lớn trên có dòng chữ: Aux Ciseaux d'Art, cái này tôi đã thấy nhiều lần vào những năm xưa chỗ gần Tòa Đô Chính Sài Gòn đi về phía đường Tự Do, tôi tiếp tục đi mấy bước nữa thì quả nhiên gặp ngã tư, và tôi hoàn toàn có cảm giác đang đứng tại phố cũ hè xưa Lê Thánh Tôn với Tự Do, tôi sắp bước vào quán La Pagode để uống cà phê trong một buổi chiều mưa. Ảo ảnh, ảo giác hiện lên như trong một giấc chiêm bao"*. Vừa đi tới, vừa thụt lui, ông du khách này vác theo cả một ba lô nặng trĩu những thứ mà một du khách bình thường không đeo theo.

Tại công trường Saint-Germain-des-Prés ở Paris có quán cà phê nổi tiếng *Les Deux Magots*. Đây là nơi lui tới của những khuôn mặt lớn trong văn giới như Verlaine, Rimbaud, Mallarmé, và thế hệ sau gồm: André Gide, Picasso, Jacques Prévert, Ernest Hemingway, Jean Paul Sartre, Simone de Beauvoir. Ai tới Paris cũng đặt bàn tọa vào nơi chốn ngời ngời không khí văn học này. Anh Minh không là ngoại lệ. *"Ngồi trong quán đó tôi bất giác có một cử chỉ y hệt như khi vào quán chả cá Lã Vọng ở Hà Nội năm nào, là đưa mắt nhìn quanh. Tại quán Lã Vọng tôi nhìn và tự hỏi Thạch Lam và các bạn văn của thời ông đã từng ngồi ở chỗ nào...Tại đây, Les Deux Magots, phản ứng tự nhiên của tôi là cũng hình dung xem Sartre, Hemingway...đã ngồi chỗ nào, nhưng đồng thời tôi cũng ý thức rất rõ rằng tuy họ đã tới và đã ra đi vĩnh viễn nhưng hình bóng các vị vẫn sinh động nơi đây, vì cái tinh thần tự do của các vị vẫn được thừa kế, phát triển từng giây phút bởi các lớp người đến sau".* Tôi ngóng trông tác giả tả cái quán cà phê huyền thoại này ra sao nhưng anh đã dứt ngang và bàn tới mấy trang về các quán cà phê tại… Sài Gòn từ thời tây thuộc địa tới ngày nay!

Tôi đã viết ở trên, du khách Phạm Phú Minh không phải là một du khách nhiệt tình với cảnh quan xứ lạ mà anh chỉ mượn những nơi anh tới để cho anh tỏ bầy nỗi lòng với quê hương. Không biết các cụ xưa nói: *tức cảnh sinh tình,* có đúng với trường hợp này không. Tôi bỗng nhớ tới bài đọc trong sách Quốc Văn Giáo Khoa Thư không biết lớp nào, Sơ Đẳng, Đồng Ấu hay Dự Bị: *"Một người đi du lịch đã nhiều nơi. Hôm về nhà, kẻ quen người thuộc, làng xóm, láng giềng đến chơi đông lắm. Một người bạn hỏi: Ông đi du sơn du thủy, thế tất đã trông thấy nhiều cảnh đẹp. Vậy ông cho ở đâu là thú hơn cả?». Người du lịch đáp lại rằng: «Cảnh đẹp mắt tôi trông thấy đã nhiều, nhưng không đâu làm cho tôi cảm động, vui thú bằng lúc trở lại chốn quê hương, trông thấy cái hàng rào, cái tường đất cũ kỹ của nhà cha mẹ tôi. Từ cái bụi tre ở xó vườn, cho đến con đường khúc khuỷu trong làng, cái gì cũng gợi ra cho tôi những mối cảm tình chứa chan, kể không sao xiết được.».* Tôi ngờ rằng ông bạn tôi cũng còn nhớ bài đọc này.

Tôi có thể kể ra thêm, khi tới thủ đô Nga Mạc Tư Khoa, ăn món xà-lách Nga, anh bèn nhớ tới lần ăn món này ở tiệm Chez Albert trên đường Đinh Tiên Hoàng từ thập niên 1960 lận! Vậy là đang từ Nga, anh lạc về Sài Gòn với các nhà hàng Thanh Bạch, Chí Tài. Đứng dưới mái hiên một tiệm đổi tiền trong một ngày mưa anh gợi nhớ tới một ngày mưa dầm ở Huế, mưa rào rạt ở Cần Thơ hay Châu Đốc và mưa trước cửa tiệm cà phê Tùng trên Đà Lạt.

Từ trái: Thành Tôn, Phạm Phú minh, Song Thao, Nguyễn Mạnh Trinh (Cà phê Factory, 2018)

Tôi chưa từng đi du lịch với anh bạn Phạm Phú Minh nhưng trộm nghĩ đi với anh chắc mệt lắm. Đang háo hức với cảnh lạ đường xa lại bị anh kéo áo lôi về chốn cũ. Thiệt nhọc nhằn! Nhưng như văn hào Tiên Điền đã viết: *người buồn cảnh có vui đâu bao giờ*, tôi nghĩ tới tấm lòng đau đáu với quê hương của anh bạn tôi. Đó là một tấm lòng đáng trân trọng. Có mấy người còn giữ được tình quê hương thiết tha đến như vậy. Chộn rộn với cái mới, con người ít khi muốn quay lại sau lưng, nhất là cái sau lưng nay toàn những thứ bất ưng.

Cái tâm với những giá trị của đất nước đã khiến anh tận tình với văn học Việt Nam tại hải ngoại. Tôi đã bắt gặp nhiều cuốn sách mở ra với bài tựa của Phạm Xuân Đài. Anh không nhận mình là một nhà văn nhưng anh trân trọng hết mực với những con chữ của các tác giả hải ngoại. Số bài tựa anh viết chắc khá nhiều nên anh không thể in hết trong cuốn sách này. Trong phần "Đọc" được anh ghi là "Giới Thiệu Tác phẩm – Tác Giả", anh đã viết về những tác phẩm của Bùi Diễm, Trần Mộng Tú, Nguyễn văn Thực, Trần Doãn Nho, Vũ Quốc Thúc, Trịnh Công Sơn và Song Thao. Anh đã đọc kỹ, lọc lựa được những điểm chính của mỗi tác phẩm và trình bày dưới nhãn quan của một người am hiểu tác phẩm và tác giả đó. Dù tác phẩm anh giới thiệu là một truyện dài, truyện dịch, thơ văn, nhạc hay là một biên khảo về chính trị, văn hóa hoặc là một hồi ký, anh cũng đã đọc rất kỹ và nắm bắt được cái hồn của mỗi tác phẩm.

Phần chót, Tạp Bút, là nơi anh thổ lộ tâm tình với bè bạn. Những Đỗ Ngọc Yến, Lê Đình Điểu, những tâm giao của anh từ thuở nhỏ tới thời thanh niên và nhất là thời kỳ cùng chung làm báo tại hải ngoại. Cả hai đều đã vĩnh viễn ra đi.

Đỗ Ngọc Yến là một người năng nổ, thích bày trò và là bạn học lớp Đệ Tam C, trường Trương Vĩnh Ký với tác giả. Tôi chỉ quen Yến sau này nên không biết Yến thời học sinh ra sao. Phạm Phú minh khai ra tất cả. Yến không phải là một học sinh ngoan ngoãn, chăm chỉ. Nhiều sáng kiến, nhiều tài năng, biết cách tổ chức và rủ rê người khác tham gia, Yến ưa cựa quậy. Anh đã tổ chức cuộc biểu tình đòi bỏ kỳ thi vào lớp

Từ trái: Song Thao, chị Nguyễn Mộng Giác, Phạm Phú Minh trước bàn thờ Nguyễn Mộng Giác (2018)

Đệ Tam trường công, bị đưa ra tòa nhưng tòa bị áp lực của công luận không dám xử. Không xử được trước tòa, người ta đã chơi lén Yến bằng cách đuổi học vào năm anh đang học lớp Đệ Nhị. Yến là người sanh ra để làm những việc người khác không dám hoặc không thể làm. Một trong những việc đó còn dây dưa tới bây giờ là thành lập tờ báo Người Việt, tờ báo hàng ngày đầu tiên của người Việt tại Quận Cam.

Viết về Lê Đình Điểu là một bài viết theo chân bạn của tác giả. Điểu là bạn hoạt động thời thanh niên của anh Minh và cũng là bạn học ở Đại Học Văn Khoa Sài Gòn của tôi. Anh mất sớm ở tuổi 60, tròn một hoa giáp. Điểu là một người, khác với Đỗ Ngọc Yến, rất mẫu mực trong cuộc sống. Anh ăn uống kiêng khem cẩn thận, tập thể dục đều đặn, vậy mà dính ung thư. Bất mãn vì cái oái oăm của cuộc sống, bà cụ thân sinh của Điểu đã bảo lũ bạn của anh đại khái là cứ mặc sức ăn uống hút sách cho sướng, chẳng cần kiêng khem chi, Điểu mà ung thư thì ai cũng có thể dính. Trước khi lìa đời, Điểu có ước muốn được mang nắm tro tàn về năm nơi quê nhà ở làng Thanh Lãm, tỉnh Hà Đông. Bài viết "Tiễn Bạn Về Quê" của Phạm Xuân Đài viết vào ngày gia đình và bạn bè tiễn bình tro cốt của Điểu về quê, một năm sau ngày anh mất tại Cali. *"Khi tôi đang viết những dòng này thì Điểu (đúng hơn, năm tro của thân xác Điểu) đang trên đường về quê. Đang bay đâu đó trong bầu khí quyển của quả đất này để thực hiện một chuyến đi ngược lại với hành trình của đời Điểu trước đây. Chuyến đi được trù liệu từ hơn một năm trước, ngay từ khi Điểu còn sống. Chắc bạn tôi cũng đang háo hức mong gặp lại quê hương. Đầu tiên là Sài Gòn, nơi có biết bao kỷ niệm từ thời những năm đầu trung học lúc mới di cư từ ngoài Bắc vào, rồi lớn lên, vào Đại học, hoạt động sôi nổi trong môi trường sinh viên và văn nghệ, rồi ra trường làm thầy giáo, lập gia đình, rồi báo chí, dân vận, đi tù, cho đến ngày lên đường ra nước ngoài năm 1983...Suýt soát ba mươi năm. Tuy không phải là nơi quê cha đất tổ, Sài Gòn đã làm nên phần đời quan trọng nhất của Điểu. Xa Sài Gòn cũng đã mười bảy năm rồi, dừng lại thăm thú nơi này nơi kia trong mấy ngày cho thỏa lòng mong nhớ. Rồi lại lên đường ra đất Bắc, ngược lại con đường đã đi năm 1954. Về Hà Nội, về Hà Đông, và chặng chót là làng Thanh Lãm, nơi cội nguồn, nơi sẽ ở lại vĩnh viễn không cần phải đi đâu nữa. Hãy yên nghỉ. Năm tro của thân xác đã nhập vào mảnh đất quê. Đó là thể phách. Còn phần tinh anh? Cũng nhập vào với khí thiêng sông núi, nơi quần tụ bao nhiêu tinh anh khác của tổ tiên".*

Đầu thập niên 1960, khi tôi đang dạy học tại trường Thiếu Sinh Quân Vũng Tàu, Điểu có xuống chơi với tôi ít ngày. Buổi tối, chúng tôi, những tên Bắc kỳ di cư, ra bãi biển chơi. Điểu ôm đàn hát toàn những bản nhạc nhớ về miền Bắc. Với chuyến trở về, dù hình hài thu hẹp trong chiếc hũ sành, hy vọng Điểu đã thỏa nỗi lòng với nơi chôn nhau cắt rốn.

Phạm Phú Minh tiễn bạn về Bắc nhưng anh không ở Bắc. Anh là con dân đất Quảng. Tân khổ của anh trong những ngày đất nước loạn ly cũng khá bộn. Coi bộ vất vả hơn Điểu và tôi. Anh đã tản cư mất ba năm, khi về phải khai rút hai tuổi để có thể theo học. Đang là con cọp, anh biến thành con rồng. Đội lốt rồng nên anh cũng bay cao. Trong khó khăn vất vả, anh cũng đã tốt nghiệp Triết và Sư Phạm tại Đại Học Đà Lạt.

Là con dân đất Quảng, anh quyến luyến với món đặc biệt Quảng. Trong bài "Mì Quảng", anh cho biết đây là một món ăn quê mùa. Mì Quảng không làm bằng bột mì như món mì của người Hoa mà làm bằng bột gạo. Vậy mì của quê hương anh không họ hàng chi với mì của người Hoa. Miền Trung có nhiều tỉnh bắt dầu bằng chữ "Quảng" nhưng nói tới mì Quảng thì không ai có thể gán cho một tỉnh "Quảng" nào khác ngoài Quảng Nam. Món dân dã nhưng rất truyền thống này là niềm tự hào của người dân Quảng Nam. Chẳng biết do cơ duyên nào mà tôi lại có nhiều bạn văn xứ Quảng: Luân Hoán, Lưu Nguyễn, Thành Tôn, Phạm Phú Minh, Trần Yên

Vợ chồng Song Thao trấn hai đầu hình, anh chị Phạm Phú Minh, anh chị Thành Tôn, anh chị Cung Tích Biền (Xuân 2019)

Hòa. Mà đã là dân Quảng Nam thì hình như ai cũng biết nấu mì Quảng. *"Dù chính nó có gốc gác rất dân dã, mì Quảng đã được nhiều gia đình làm rất ngon, mì ngon chính là mì gia đình chứ không phải bán ở quán. Dĩ nhiên đây là những gia đình khá giả, sành ăn và có truyền thống nấu nướng, chính tại những nơi này mì Quảng đã được nâng cao về phẩm chất để có thể so sánh với bất cứ món gì cùng loại với nó tại các miền khác trong nước".*

Mỗi lần qua Cali, tôi vẫn được thưởng thức tô mì Quảng nơi nhà anh Thành Tôn. Chị Thành Tôn là tay nấu mì Quảng thuộc hạng thượng thừa. Dịp tết năm 2019, cũng không ngoại lệ, con dân xứ Quảng đã tụ tập tại nhà anh Thành Tôn với món mì Quảng. Khi ra về, buổi trưa nắng chang chang, nóng như thiêu như đốt, tôi đi nhờ xe anh Minh. Tới nơi mới tá hỏa khi thấy một chiếc bánh xe xẹp lép. Thành Tôn, Trần Yên Hòa và tôi muốn thay bánh xe, hỏi chủ nhân chiếc xe coi bánh sơ-cua để ở chỗ nào, anh Minh ngây người không biết.

Phạm Phú Minh là người rất hồn nhiên trong cuộc sống. Thấy anh đi đông đi tây vậy, tưởng anh là tay sành sỏi, nhưng thật ra việc tìm tua du lịch, mua vé và sắp đặt các chuyến đi đều do một tay chị Minh cả. Anh chỉ việc xách va li ra đi. Tôi không nghĩ là trong va li của anh không thiếu cái này cái nọ. Anh Minh là như vậy. Anh coi nhẹ cuộc sống nhưng rất nặng tình với bạn, trân trọng với vốn quý của đất nước. Chuyện này thì anh không lơ là, trái lại hết mực ân cần, không màng tới công sức, không một tính toán riêng tư.

"Đi, Đọc và Viết" là tấm lòng của anh, tấm lòng luôn có đó nhưng giờ anh mới thổ lộ. Tôi trân trọng tấm lòng đó.

11/2020

NHỚ THẨM DƯƠNG

Trong đời làm báo tài tử của tôi có lẽ thời gian viết cho Thời Nay là vui nhất. Vui vì tờ báo ngày đó được coi như một tờ báo trẻ trung, mới lạ ở Sài Gòn. Nhưng vui nhiều hơn là cái không khí do những người viết chúng tôi tạo ra. Chúng tôi ngày đó là những thanh niên tuổi đời chưa bao nhiêu nhưng coi thời gian như một cuộc chơi, cuộc chơi hình như chẳng bao giờ chấm dứt.

Tòa soạn Thời Nay là một căn phố nhỏ trên đường Phạm Ngũ Lão, con phố được mệnh danh là "phố báo chí". Nhà đã nhỏ, lại phải dành hơn phân nửa cho nhà in nên không gian của tòa soạn teo tắt lại còn chút xíu. Phía dưới là ban trị sự gồm bàn làm việc của bà Nguyễn văn Thái và một cô thư ký. Cô thư ký phải do bà tuyển chọn theo tiêu chuẩn của bà nên thường chúng tôi chẳng la cà nơi này trừ khi lãnh nhuận bút và nhận thư của độc giả thăm hỏi. Cô thư ký làm việc lâu nhất là cô Ca mà chúng tôi thường gọi là "Cocacola". Chúng tôi rất quý cô vì cô lúc nào cũng tươi cười, chẳng "la" bao giờ. Quý hơn nữa là cô có một tờ bìa cứng ghi tên bài và tác giả để trả nhuận bút. Trả nhuận bút cho những bài đã đăng báo chẳng nói làm chi nhưng trả nhuận bút cho những bài chưa thấy đâu mới là chuyện chúng tôi quý cô Ca.

Bên cạnh tòa soạn là một quán bia lạnh. Bia lạnh là bia để vào tủ đá cho đông cứng, khi uống phải moi ra như ăn đá nhận. Tôi không thích thứ bia hồi đó rất thịnh hành tại Sài Gòn này. Bia thì thêm vị đắng ngắt, cách uống thì chẳng anh hùng hào kiệt chút nào. Nhưng quán nhậu bình dân này có nhiều món mồi rất bắt rượu. Chiều chiều bàn nhậu được gầy cuộc. Rượu vào tiền ra. Tiền ra nhưng túi rỗng. Chỉ có cô Ca cứu bồ được. Hỏi cô tấm bìa, ghi đại một cái tên bài là cô Ca mắt nhắm mắt mở chi tiền nhuận bút liền. Hình như tên tuổi của chúng tôi chẳng có ai không dính vào chuyện nợ nần này. Muốn trả nợ thì cong bàn tọa lên viết.

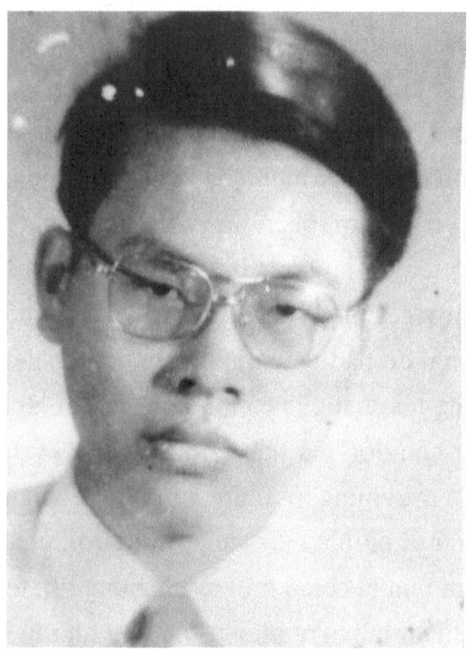

Tòa soạn nằm trên căn gác lửng, vừa nhỏ vừa thấp. Nhỏ mà phải chia đôi, phía trong là phòng của ông Giám Đốc, phía ngoài kê vài cái bàn, vài kệ sách là nơi làm việc của Thư ký Tòa soạn Khánh Giang. Các cộng tác viên hầu như không ngồi viết ở đây. Họ thường viết ở nhà và tới đưa bài. Chỉ khi vào giờ chót trước khi báo lên khuôn mà thiếu những chuyện cười chêm vào chỗ trống, hoặc bài dư ra một hai dòng khi *layout* chúng tôi mới ngồi sửa tại chỗ cho vừa trang báo. Viết dược vài hàng, anh Ba Dân, xếp thợ sắp chữ, giật vội mang xuống nhà chữ cho thợ. "Viết sĩ" phải lấy tờ giấy khác viết tiếp. Ngoài chuyện khẩn cấp, tòa soạn chỉ là nơi ngồi đấu láo. Vậy nên truyện dài "Nhạc Loạn" của Khánh Giang cứ thậm thụt kỳ có kỳ không. Khi báo sắp ra, Khánh Giang yêu cầu anh em dành sự yên lặng cho hắn ngồi viết truyện. Nhưng im lặng chi nổi. Chiếc cầu thang gỗ mỏng manh cứ rung lên từng chập. Người lên người xuống toàn những thứ trời ơi nên tên bợm nhậu chưa viết xong truyện đành tung hê tất cả, viết vài câu cáo lỗi lên báo là xong. Gầy bàn nhậu cho đời thong dong.

Thẩm Dương ít khi tới nhưng khi tới cũng ít khi bỏ qua bàn nhậu. Trong bài viết "Những Khuôn Mặt Thời Nay" đăng trong số kỷ niệm Thời Nay 15 tuổi, xuất bản vào tháng 9 năm 1974, số kỷ niệm cuối cùng của tờ báo, tôi đã điểm danh Thẩm Dương như sau: *"Thẩm Dương thì rượu uống không thua ai. Con người mập mạp trông rất dễ tính nhưng mặt lại luôn luôn nhăn nhó. Ít có lúc thấy Thẩm Dương sảng khoái thiệt tình. Vậy mà phiếm luận lại tếu chẳng thua ai. Trông điệu bộ hiền hậu, thế nào cũng được, xong thì thôi, không oai một tí nào cả. Vậy mà lại là sĩ quan cấp lớn".*

Thẩm Dương chẳng bao giờ mặc quân phục tới tòa soạn. Anh ăn mặc rất lè phè. Hình như hồi đó anh đóng lon Đại Úy. Đại Úy thì lớn chi nhưng tôi cứ viết thế cho oai. Cấp lớn thực sự trong tòa soạn là Giáo sư Zeta của mục "Ai Về Ta Hỏi Đôi Lời". Đó là Đại Tá Không Quân Toàn Phong Nguyễn Xuân

Vinh, Tư Lệnh Không Quân, sau du học Mỹ trở thành nhà khoa học nổi tiếng của trung tâm NASA.

Thẩm Dương ở ngoài Nha Trang, rất ít khi tới tòa soạn. Nhưng luôn tham dự bàn nhậu một cách sôi nổi mỗi khi có dịp. Nhưng anh là người luôn bỏ cuộc. Bàn nhậu trước tòa soạn chỉ là…khai vị. Thường thì sau đó chúng tôi lê la trên nhiều nơi chốn khác cho tới giờ giới nghiêm. Chưa giới nghiêm chưa về. Tới giới nghiêm, tôi không nhớ có còi hụ không, chúng tôi mới nhấc bàn tọa, tên nào tên nấy phóng xe như bay. Rượu vào, chạy xe cứ như đang trên vòng đua. Vậy nên Khánh Giang mới có cú té xe để đời. Gẫy tay, sứt hai chiếc răng cửa, chiếc xe *vespa* nhăn nhúm đầy thương tích. Nhưng thường thì chúng tôi như những hiệp sĩ đi hành hiệp, mở tay ga hết cỡ. Nhiều khi mấy anh bạn dân cũng túc còi chặn lại vì đi trong giờ giới nghiêm nhưng chiếc thẻ báo chí đã cứu nguy tức khắc. Thẩm Dương không bao giờ gặp cảnh này vì chỉ xong chầu rượu trước tòa soạn là "moa phải về"!

Đã có lúc chúng tôi thảo luận về sự dè dặt của Thẩm Dương. Thực ra chúng tôi chẳng biết gia cảnh chàng ra sao. Chuyện cá nhân, không lý tới. Cứ tạm kết luận là anh chàng này là dân tỉnh lẻ nên trốn chạy như vậy. Cái tình của Thẩm Dương với Thời Nay khác với anh em chúng tôi ở ngay tòa soạn. Trong bài "Về Với Thời Nay" trên số Xuân Kỷ Dậu 1969, anh bày tỏ: *"Trong một vài chuyến công tác về Sài Gòn, về với Thời Nay, gặp họ trong tòa soạn hay bất ngờ trong một buổi nhậu lai rai, tự nhiên mình có cảm tình ngay với họ, để rồi dần dà sau đó thành bạn thực thụ Thời Nay. Có đôi khi hàng tháng trời không về thành phố, không đọc báo, nhất là tờ báo quen thuộc của mình, vâng, "của mình" cũng được chứ sao, mình cảm thấy một nỗi nhớ nhung kỳ lạ. Sau những lần xa đằng đẵng, hôm tái ngộ bất chợt một dáng dấp rực rỡ, cái bìa trình bày tân kỳ sáng sủa hơn, bài vở có nhiều mục lạ: hấp dẫn hơn, tự nhiên mình thấy thích thú. Rồi nhìn quanh những người bên sạp báo, mình thấy hãnh diện trong sự đồng ý với họ về tờ báo, rồi một sự náo nức chợt đến. Lại muốn trở về với Thời Nay, về ngay tức khắc".*

Thẩm Dương ít làm thơ nhưng anh cũng đã làm bài "Tuổi Hai Mươi" vào năm 1960, để "nhớ lại lần uống rượu với Hoài Thương, Hữu Phương và Song Thao":

Tôi vẫn cười dù chiều nay vắng bạn
Nhìn phố phường tôi thấy cảnh vinh hoa.
Bạn bè đông trong tình nghĩa chan hòa
Đời vẫn đẹp, vẫn huy hoàng sáng lạn

Hữu Phương là bút hiệu của Phó Đề Đốc Hải Quân Nguyễn Hữu Chí. Ngày còn cộng tác với Thời Nay, anh chưa lên tướng nên còn lân la rượu chè với anh em. Thẩm Dương không thường xuyên nhậu với anh em nhưng cũng đã có lần nâng ly với Hữu Phương. Chuyện này tôi hoàn toàn không nhớ cho tới khi được đọc lại bài thơ này.

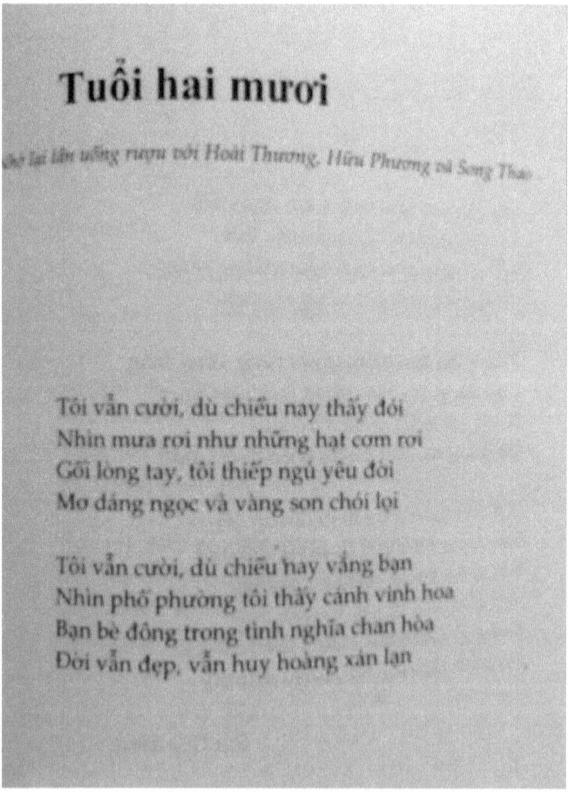

Tuổi hai mươi

chợt lại lần uống rượu với Hoài Thương, Hữu Phương và Song Thao

Tôi vẫn cười, dù chiều nay thấy đói
Nhìn mưa rơi như những hạt cơm rơi
Gối lòng tay, tôi thiếp ngủ yêu đời
Mơ dáng ngọc và vàng son chói lợi

Tôi vẫn cười, dù chiều nay vắng bạn
Nhìn phố phường tôi thấy cảnh vinh hoa
Bạn bè đông trong tình nghĩa chan hòa
Đời vẫn đẹp, vẫn huy hoàng xán lạn

Chuyện nhậu nhẹt của anh em Thời Nay vui như vậy nhưng có những người không bao giờ kéo ghế. Như Nguyễn Trọng Khanh và Xuân Tước, hai nhà giáo chuyên nghiệp nên ngại lê la ngoài vỉa hè. Nhà giáo Vương Hồng Sển chỉ cho người mang bài tới chứ không bao giờ tới tòa soạn. Có lẽ ông ngại gặp "ông" học trò là tôi! Làm nghề gõ đầu người khác quả là phiền toái. Làm nghề tu bíp coi bộ thong dong hơn. Tòa soạn có hai anh tu bíp lo về y học. Anh Minh Trí người khắc khổ, quắt queo, mỗi khi tới đưa bài chỉ dăm điều ba chuyện là chuồn. Trái lại, chàng Hoàng Hà, bút danh của Bác sĩ Hoàng Bính Tý, dép lê, áo quần xuềnh xoàng, tóc ngắn hai phân như lính mới tò te, tác phong lè phè, ai chơi tới đâu tui tới đó. Minh Đức Hoài Trinh cũng chịu chơi mỗi khi có mặt tại Việt Nam. Không giống Minh Đức, bà thầy ẩn danh dưới bút hiệu Thầy Cung Thầy Kiện, luật sư Tăng Thị Thành Trai, phu nhân của Viện Trưởng Đại Học Huế Lê Thanh Minh Châu, nhìn không giống như dân báo bổ. Tiếp những cây bút "danh giá" này có ông Nguyễn văn Thái. Thường thi ăn uống tại tư gia ông Giám Đốc. Chúng tôi cũng được ăn ké. Ăn xong, khách về thì chúng tôi mở bài ra xì phé với nhau.

Thẩm Dương còn dùng các bút hiệu khác là Thẩm Diên An và Minh Nguyệt, chuyên viết phiếm. Phiếm của anh nhẹ nhàng và đề cập tới những chuyện hàng ngày trong gia đình chòm xóm. Thời Nay như nỗi ám ảnh không rời của Thẩm Dương. Trong một bài phiếm, giả danh bà mẹ trong gia đình, anh viết: *"Cô giáo phê về Đạt: "Học được nhưng hay lơ đễnh. Thường chúi đầu vào gầm bàn". Tôi hỏi: "Con chúi đầu vào gầm bàn để làm gì?". "À, con đọc cọp báo Thời Nay của ba!". Thu vốn khá về Việt văn. Nhưng lúc sau này cô giáo thường phê trên các bài luận: 'Nhiều ý lạ nhưng văn viết hơi lừng khừng'. Tôi la lên: "Trời ơi! Con đừng bắt chước văn của mấy thằng cha Thời Nay. Hỏng mất". Thế là hỏng. Lũ con tôi vì đọc báo mà hỏng. Nhà tôi không nói gì. Nhưng chàng cũng bị nhiều vố rất đau. Một hôm Dũng xỉ vào mặt ba nó hỏi: "Trong Thời Nay có mấy ông họ Thẩm, trùng họ với ba. Thẩm Dương với "Cái cười vòng quanh thế giới". Cười gì mà nhạt thếch. Còn Thẩm Diên An viết mấy bài phiếm luận lẩm cẩm thật là lẩm cẩm. Thiên Ân viết đúng mốt hơn. Thấy ba có viết lách gì đó, phải là ba không? Nếu là ba thì nên dẹp quách". Nhà tôi ậm ừ không nói gì rồi bỏ lên gác tuốt. Lũ con tôi có nhiều triển vọng trở thành phê bình gia sau này".*

Từ ngày nước mất nhà tan, tôi không được tin tức chi về Thẩm Dương, anh bạn cùng nghề viết phiếm dễ mến. Vài lần về Việt Nam vì chuyện gia đình, tôi chỉ gặp ông bà Nguyễn văn Thái, Khánh Giang, Hà Túc Đạo, Nguyễn Hoàng Quân và Thiên Ân. Thiên Ân cũng chuyên viết phiếm. Lối viết của anh chì chiết, mạnh bạo hơn phiếm của Thẩm Dương. Nhưng với mục "Những Điều Trông Thấy", tôi mới là người khổ vì phiếm. Những đoạn viết đụng chạm tới thời cuộc, ông lớn ông bé, làm cho bài phiếm của tôi bị phòng "phối hợp nghệ thuật" của bộ Thông Tin đục loang lổ như lông chó đốm. Được cái an ủi là ông thợ đục đã có lần nhắn với anh tùy phái muốn gặp tôi vì mến mộ. Tôi lúc đó cũng công chức nên ngu chi mà lậy ông tôi ở bụi này!

Thẩm Dương vẫn mất tăm mất tích. Chẳng ai biết tin tức chi về anh. Ở bên này tôi vẫn nghĩ là Thẩm Dương còn ở đâu đó, nhất định sẽ có ngày tái ngộ. Cho tới những ngày tận cùng của năm 2020 này, con gái của Thẩm Dương, cháu Thẩm Nguyệt, đọc được bài tôi viết về Thời Nay trên Face-book mới liên lạc. Tôi lặng người trước dòng chữ gửi vào *status* của tôi: *"Chú Song Thao ơi, cháu là con gái của ông Thẩm Dương đây. Nếu ba cháu còn sống, đọc được bài này chắc ông vui lắm. Đã có một thời gian ba cháu vào Sài Gòn tìm bác Thái và chú Khánh Giang nhưng không gặp. Thời thế thay đổi nhiều quá!"*.

Thời thế mịt mù làm chúng tôi lạc nhau. Làm sao Thẩm Dương có thể gặp được hai người này. Khánh Giang không còn ở căn nhà cũ trên đường Khổng Tử, Chợ Lớn. Hắn lây lất thuê một căn nhà nhỏ bên Phú Nhuận. Căn bệnh tiểu đường tới hồi phung phá cướp đi cả hai chân của Khánh Giang. Ngồi trên chiếc xe lăn, Khánh Giang chỉ quanh quẩn trong nhà, gặp được bạn cũ Thời Nay tới thăm mừng như bắt được của. Hoặc nếu Thẩm Dương quen nếp xưa, tìm Khánh Giang trên bàn nhậu thì còn khuya mới thấy. Ông Nguyễn văn Thái vượt biên ngay từ năm đầu đổi đời. Cuộc ra đi của cả gia đình bất thành. Nhà bị tịch thu làm trụ sở của công an phường, sức mấy Thẩm Dương dám vào hỏi người xưa nay nơi nao. Lạc nhau là phải.

Cháu Thẩm Nguyệt kể lại khi Thẩm Dương đi tù cải tạo, gia đình quá sợ mang sách báo của anh bán ve chai hết. *"Năm 1975, cháu đang học lớp 7. Đi học về thấy mất hết sách, cháu buồn lắm. Sau này ba cháu có dịch một số truyện,* in được vài tập thơ và vẽ tranh cho vui. Cháu đang ở Diên Khánh, quê nội, gần nhà từ đường với má cháu. Khi ba cháu còn sống, hình như ông cũng mất liên lạc với bạn bè trong tòa soạn".

Tôi Về   TĐA

> Để tưởng nhớ Tô Chung Yên
> và xin gửi đến những bạn đồng cảnh

Tôi về trong nắng mai nhuốm tơ
Núi rừng xưa anh mắt muốn làm ngơ
Anh tài xế dừng xe, buông tiếng thở
Không nhận tiền xe, mắt thẫn thờ

Tôi về giữa phố phường cũ mặt
Không nhìn tôi, không nhận một lời chào
Tôi sái hồ, rất biết mình có lỗi
Không dám xin, không dám thốt câu nào

Tôi về, mẹ chờ bên cửa ngõ
Miệng méo cười không dấu lệ hoen mi
Mẹ nào... bóng con sao chẳng nỡ
Thì quên đi, nhắc nói để làm gì

Vợ bồng con nhìn chồng cười hả hê
Đón chồng về, cúi mặt, những sao đa
Dắt con khóc tưởng nhìn ông bộ tộ
Người tân binh tang cũ mặt nùng cha

Chiều tôi về, chồng chưa công phu muộn
Thấy ở mình, vẽ vời đọc kinh chiều
Trên bệ cao, Phật từ bi nhắm mắt
Cõi ta bờ muôn thuở vẫn cô liêu

Một khi tay đã dính mực, khó lòng không để mực lại dính tay. Anh bạn Thời Nay xưa cũng chưa hết nợ chữ nghĩa. Khi đi tù về anh cũng cảm khái với Tô Thùy Yên, cũng về.

Tôi về có lúc như cơn mộng
Ngày cũ tìm đâu lại chính mình
Tôi về có lúc như cơn sốt
Nhặt nhạnh vu vơ những bóng hình

Tôi về bóng câu qua cửa sổ
Ngồi đếm từng song lại từng song
Cuộc chơi sẽ có hồi kết thúc
Được, thua, người có biết cùng không

Bản chép tay của bài thơ có ghi 1980 – 2010 bên dưới. Tôi đồ chừng anh làm trong trại tù và chép lại khi về nhà. Cũng may là Thẩm Dương có được thú vui chữ nghĩa. Anh làm thơ và dịch sách. Anh xuất bản được ba cuốn sách dịch và một tập thơ.

Tập thơ mang tên "Những Gì Còn Lại". Bìa sau có một bài thơ ngắn về…những gì còn lại.

nỗi buồn
người ngấm sang ta
nỗi đau âm ỉ
trong ta sang người
trăm năm. thử hỏi:
còn chi?
biết rằng thế cục
nay suy mai trồi
thanh xuân một thuở thiếu thời

tuổi già ập đến
bùi ngùi hưng vong
trong mơ chấp chới tang bồng
ngày tàn ác quỷ
ruộng đồng lên xanh.

Bài thơ được viết vào ngày 7/4/2010. Ba năm sau anh từ giã cõi đời ở tuổi 78.

12/2020

NHỚ VỀ ẤU THƠ VỚI "NHÁNH TÌNH THỜI CHƯA MÊ GÁI" CỦA LUÂN HOÁN

Để mừng thọ 80 tuổi, nhà thơ Luân Hoán đã cho ra mắt tập thơ "Nhánh Tình Thời Chưa Mê Gái". Dòng đề tặng tôi, anh ghi: "Bản tặng anh chị Song Thao, một ngày trước khi tôi lên 80 tuổi". Tôi nghĩ ông bạn già tính ăn gian, mừng 80 tuổi bằng tập thơ viết về thời…8 tuổi. Nói vậy tôi không có ý cho là ông bắt đầu mê gái từ năm 8 tuổi. Oan cho ông. Tới 10 tuổi ông mới mê gái. Gái chỉ 8 tuổi.

khi gặp nhau em độ chừng lên 8
tôi chớm 10 rất đỗi ngô nghê
em quá đẹp bởi vì em lai Pháp
tôi từ rừng về làm cậu nhà quê

Cô bé này tên Đỏ là học trò trong lớp học do cha tác giả mở tại nhà. Một bữa trời mưa, cô bé không về nhà được, phải ngủ lại. Cậu bé 10 tuổi ngủ cùng cô bé 8 tuổi.

chẳng nhớ nửa khuya hay mấy giờ đâu biết
tôi giật mình thức giấc, nặng bên hông
em thoải mái gác chân trên đầu gối
hương chi thơm theo hơi thở bềnh bồng

tôi mỏi đớ, nắm chân em lưỡng lự
tay vụng về tinh nghịch úp lung tung
em ú ớ nói gì như đang mớ
tôi khi không nghe nhịp máu lạ lùng

từ phút đó nằm thức hoài đến sáng

tưởng tượng ra nhiều chuyện chẳng đầu đuôi
da em ấm tôi hít hà ngộp thở
nghe nhiều nơi rất khác lạ trên người

Nhận được tập thơ viết về thời chưa mê gái, tôi có phần hững hờ. Ông bạn nòi tình, thơ thẩn chỉ mặn mà chuyện gái trai, vậy thì thơ thời chưa biết mê gái chắc chẳng có chi hay ho. Thường đọc thơ tình được bỏ rất nhiều chất mặn của ông Luân Hoán, tôi nghĩ thơ của ông thần này mà không có tí tình đọc chắc oải lắm. Nhưng tôi bé cái lầm. Khiếu thưởng thức thơ Luân Hoán bấy lâu nay của tôi bị hư theo những vần thơ ma mị nên tưởng như vậy. Thơ viết về thời ngu ngơ của ông Luân Hoán cũng hấp dẫn không kém. Có lẽ vì tôi tìm được tuổi thơ của tôi qua tuổi thơ của ông.

ấu thơ tôi rất bình thường
chẳng chi khác lạ bạn đường cùng đi
giữa thời bom đạn loạn ly
quê nhà mấy cõi sớm đi phiêu bồng

Tuổi ấu thơ như có chung một tâm tình. Tôi nhớ lại những trò chơi tuổi nhỏ. Nhớ trước nhất là những buổi tắm mưa, tắm sông. Trai gái ngây ngô như nhau. Chỉ biết giỡn vui với nước. Nước từ trên trời đổ xuống cũng vui như nước lừng lững trôi trên dòng nước hẹp. Phải công nhận tắm mưa thời nhỏ rất đã. Mải mê chẳng thèm nghe tiếng gọi vào nhà của người lớn khiến ăn đòn thường xuyên. Ông Luân Hoán cái chi cũng hơn tôi. Tôi chỉ biết tắm mưa, ông tắm lung tung. Tắm mưa rừng, tắm nước chứa trong lu, tắm giếng, tắm sông.

tôi hình như ít chơi hoang

chỉ hơi hơi nghịch ngang hàng quỷ ma

mỗi lần tắm sông Tứ Hòa

bao nhiêu đá nước vỡ òa theo tôi.

Tuổi thơ không chỉ biết chơi đùa mà còn có những kỷ niệm thiếu êm ái, đó là những trận đòn. Không ít thì nhiều, thế nào cũng có lúc phải nằm sấp, ngốn những vệt roi lằn mông. Roi của anh chị lớn, của thầy giáo, của cha và nhất là của mẹ. Lằn roi của mẹ là những lằn roi nhớ đời. Có khi mẹ vừa đánh vừa kể tội, có khi mẹ vừa đánh vừa khóc. Con dại cái mang.

mỗi khi bị mẹ đánh đòn

tôi bụm miệng khóc bên hòn đá cao

cụng đầu vào đá nghẹn ngào

chợt như nghe được lời chào hỏi thăm

Nhiều khi không phải con dại mà lằn roi của mẹ là sự ấm ức bị dằn nén đổ trên mình con. Những bà mẹ ngày xưa, phận làm dâu, mang nhiều ẩn ức khi phải sống với đại gia đình chồng, đánh con có khi chỉ là cho hả sự tức tối trong cuộc sống chung đụng mang nhiều uất ức thiệt thòi. Đứa con bị đòn oan cũng uất ức. Lẩy là một thứ vũ khí tội nghiệp của kẻ yếu thế. Cả mẹ cả con đều xót xa.

mỗi khi lẩy không ăn cơm

mẹ dành một chén và đơm thật đầy

trứng vịt luộc, cải-tàu-bay

được úp dưới cái rổ dày nan tre

Ngày nay nghĩ lại thấy thương mẹ. Khổ đau ngày đó chia đều cho hai mẹ con. Ngày nay có muốn chia cũng chẳng còn mẹ để chia.

bây giờ có lẩy có hờn
cũng không còn được bữa ngon ngày nào
nhiều đêm nằm nhớ nao nao
dậy đứng lặng trước bàn thờ hồi lâu

Ông Luân Hoán nì thật ác. Ông làm tôi khóc khi đọc thơ nhớ tới tuổi thơ của ông. Chừ già có hột mới thấy cái tuổi nhỏ nhóc đó là thần tiên. Tôi có chung với ông cái thú đi bắt ve sầu. Chỉ khác chút đỉnh. Tôi bắt ve trên đường phố Hà Nội nên "văn minh" hơn. Buổi trưa mùa hè nắng chang chang, chúng tôi vác những cây sào dài phía trên có dính nhựa. Nhựa là những đế dép cũ bằng kếp ngâm xăng cho chảy ra. Chúng tôi kiếm những con phố có hàng cây cao ngất rậm rạp, nghe tiếng ve râm ran, ngẩng đầu tới sái cổ tìm ve đậu trên cành. Thấy mục tiêu, chúng tôi ì ạch giơ những cây sào dài lên, nhắm lưng ve dính vào. Trăm lần như một, chú ve nạn nhân hết đường trốn tránh. Nhốt ve vào chiếc túi vải, mang về cột sợi chỉ cho ve đậu trên đám cây cảnh cho ve kêu râm rang thưởng thức một mình.

Ông Luân Hoán dân quê nên đâu có thứ keo làm bằng kếp và xăng. Ông dùng mủ mít. Dính không thua chi thứ keo Hà Nội của chúng tôi. Có phần hơn nữa. Vì mủ mít thơm chứ không nồng như thứ keo tỉnh thành. Trò chơi bắt ve sầu của ông thập phần thú vị hơn của tôi. Vì ông bỏ công ra nhiều hơn. Tự túc tự cường có cái thú riêng.

xách rựa chặt nhánh tre non
về trảy hết mắt làm con sào dài
phơi trên dàn mướp hẳn hoi
màu xanh bắt nắng vừa phai dần dần

mít chín cây ở cuối sân
mùi thơm phưng phức hương nồng mái hiên
chờ mẹ về hái ăn liền
xong quấn cục mủ năm riêng đầu sào

nửa buổi, trưa, gió lao xao
râm ran tiếng hát ve gào khắp nơi
vói sào, nhón gót...được rồi
cánh ve dính mủ bắt chơi dễ dàng.

Những thân cây vạm vỡ chẳng chỉ có ve mà còn là chỗ chim nghỉ bay đứng hót líu lo. Ông Luân Hoán lúc đó chưa làm thi sĩ nên kể chi tới tiếng chim hót. Ông bắn ná. Bắn ná là trò chơi ác ôn đầy máu me. Vậy mà tuổi thơ của bất cứ thằng con trai nào cũng có chiếc ná bên người. Chiếc ná tuổi thơ có lẽ là thứ gây nỗi nhớ chì chiết nhất. Đầu năm ngoái, 2020, lúc con vi khuẩn *Covid* ác ôn chưa níu bước kẻ lữ hành, tôi qua Hawaii, vào một cửa hàng tạp hóa , thấy họ bán những chiếc ná. Tôi bâng khuâng đứng nhìn. Cả tuổi thơ ập về. Ná của họ "văn minh" hơn vì được đúc bằng nhựa cứng. Những chiếc ná của tuổi thơ tôi được làm bằng chạc ba của nhánh ổi. Nhất định phải là gỗ ổi vì chúng dẻo dai hơn gỗ các thứ cây khác. Những ngày thơ dại đó, tôi hay cùng chúng bạn ra bãi cát sông Hồng chơi đủ trò. Chỗ chúng tôi hay lai vãng là vườn ổi hồi đó được gọi là "rặng ổi". Vườn có chủ nên mỗi khi xâm nhập gia cư bất hợp pháp, đứa nào đứa nấy mắt la mày lét, sẵn sàng chẩu khi nhà vườn xuất hiện. Đứa đứng dưới phải canh chừng cho đứa trèo cao. Nhưng cũng có khi bị nạn. Chủ vườn xuất hiện ngoài tầm nhìn. Đứa dưới đất chạy trốn. Đứa trên cây cuống cuồng. Nhà vườn sợ có tai nạn nên, thay vì la hét, ôn tồn trấn an cho đứa nhỏ leo xuống. Xuống tới gốc là dở bài khóc. Chủ vườn cảnh cáo qua loa rồi nhỏ nhẹ khuyên về nhà đừng leo trèo nguy hiểm nữa. Nhưng nước mắt của lũ chúng tôi là nước mắt giả, chữ thời đại ngày nay là *fake tear*. Làm sao mà không leo trèo được. Ngoài những trái ổi có khi xanh lè, cắn tới gẫy răng, thứ mà chúng tôi săn lùng là những chạc ba đẹp. Đẹp có nghĩa là cân cái, vừa đúng khổ để làm ná bắn chim. Chạc ná bắn chim có hình chữ Y, hai đầu trên được cột hai sợi cao su cắt từ săm xe đạp phế thải xin được nơi các tiệm sửa xe. Hai đầu kia của hai sợi cao su được cột vào một miếng da cũ, thường là từ những chiếc cặp đi học, để làm chỗ để đạn. Đạn là những viên sỏi tròn nho nhỏ. Khi bắn, một tay giữ cọc ná, một tay nắm miếng da có đạn, căng sợi cao su, nhắm đích là những chú chim ngơ ngáo trên cây hoặc trên dây điện, buông đạn cho bay vèo đi.

Tuy Hội An và Hà Nội xa nhau vời vợi, nhưng tuổi thơ nơi nào cũng như nhau. "Kỹ nghệ" làm ná của ông Luân Hoán cũng y chang như của tôi. Có điều ông có hai chọn lựa: hoặc ná bằng gỗ ổi hoặc ná bằng gỗ găng.

> *tôi lục soát đã vài mươi cây ổi*
> *da bị gai găng trầy sướt tứ tung*
> *đã chọn lắm nhánh ba thật vừa ý*
> *lén uốn thầm che, đợi, chặt về dùng*
>
> *đôi dây ná vốn từ săm xe đạp*
> *đỏ hoặc đen khi chúng đã hồi hưu*

cắt thật đều lớn hơn sợi mì Quảng
dài ngắn tùy nghi tầm tay mỗi người

một miếng da để bọc đưa viên sỏi
có hình ô-van bào mỏng mặt trong
chừa đuôi buộc dây bền hơn đục lỗ
dùng dây thun ráp nối lại là xong

Có một thú chơi văn hóa hơn tôi không ngờ ông Luân Hoán cũng chơi. Đó là sưu tập những tờ *programme* nơi các rạp xi-nê. Hồi đó, mỗi phim được chiếu, khán giả khi mua vé sẽ được trao cho một tờ *programme*. Ngoài phần quảng cáo các phim sắp chiếu, nội dung chính của tờ chương trình này là kể chuyện phim sắp được coi. Thường họ kể suôi rót nhưng khúc cuối được giữ bí mật để "coi xong sẽ rõ". Tờ chương trình này thường được in trên giấy màu, cái xanh cái đỏ. Thời đó, chúng tôi có cái thú sưu tập những tờ xanh đỏ này. Tiền đâu mà vào rạp để có tờ *programme* một cách bảnh chọe đàng hoàng, chúng tôi lang thang khắp các rạp gần nhà hay gần trường, vào quầy vé xin. Bị xin nhiều lần quá, họ không cho. Vậy là đón khi tan xuất chiếu, xin các khán giả ra về. Thường họ cho. Về nhà, sắp xếp từng hồ sơ, cất kỹ. Mang khoe nhau những tờ đứa này có, đứa kia không có, ăn thua nhau từng chút. Rồi thi nhau học thuộc lòng, đọc vanh vách từ đầu tới cuối truyện phim. Bài học ở trường có khi không thuộc nhưng "bài" của tờ *programme* thì không bao giờ quên. Tôi có tên bạn, đầu to hơn bình thường, bị chúng tôi chọc là "quái thai", nhưng thuộc *programme* vào loại siêu. Nói tên phim là hắn mở máy đọc từ đầu tới cuối, không vấp váp chỗ nào. Tận trong miền Trung, ông Luân Hoán cũng có trò chơi đầy "văn hóa" này. Nghĩ cũng ngộ, con nít đúng là…đại đồng.

> *thả chân cửa rạp chiếu phim*
>
> *tìm tờ quảng cáo chương trình cất chơi*
>
> *mấy tờ programme tuyệt vời*
>
> *có cảnh có vật có người mới tinh*

Ai cũng có tuổi thơ nhưng ít ai nhớ được tuổi thơ một cách phong phú như ông Luân Hoán. Cuốn "Nhánh Tình Thời Chưa Mê Gái" được ông phân chia trước sau đàng hoàng phân minh. Có tất cả 5 phần của từng địa danh theo thứ tự thời gian sinh sống của tác giả. Ngoài phần mở đầu nói chung chung, thời gian và không gian diễn ra tuổi thơ của ông chia ra những thời kỳ sau: đầu đời ở Hội An Quảng Nam, những năm sống cùng Tân Phước, nơi Liêm Lạc Hòa

Đa Quảng Nam, tháng ngày trên đất Tourane sông Hàn. Vậy là ông long đong từ nhỏ nhưng nhờ đó, tuổi thơ của ông phong phú và đa dạng.

Bài thứ 100, bài thơ cuối sách là bài "Dậy Thì".

chỉ một thoáng mình nghiêng em gởi lại
môi kẹo đường tôi nhiễm nỗi bâng khuâng
mắt chớp vội lòng ngăn không còn kịp
ngỡ ngàng cưu mang dấu ấn nợ nần

cảm xúc lạ xóa tan dần run sợ
từ mắt em từ xinh xắn núm cau
tôi thuần phục hơn là chống đỡ
chấp nhận mình mất chi đó không hay

Gấp cuốn "Nhánh Tình Thời Chưa Mê Gái" lại, tôi thầm trách ông. Ông dối tôi. Ông mê gái rõ rành rành từ thời "rất đỗi ngô nghê" mà nói "chưa mê". Có điều trái trứng chưa kịp chín thôi!

02/2021

LAI RAI VỚI NHÀ VĂN SONG THAO NHƠN DỊP PHIẾM 25 VỪA MỚI PHÁT HÀNH

Lương Thư Trung

Lời giới thiệu

Thưa bạn,

Với cái tựa "LAI RAI VỚI NHÀ VĂN SONG THAO NHƠN DỊP PHIẾM 25 MỚI PHÁT HÀNH", trước nhứt xin bày tỏ cùng bạn ở đây không phải là một cuộc phỏng vấn trong giới văn chương chuyên nghiệp ưa dùng mà bạn có lần đã bắt gặp chỗ này chỗ kia trên báo chí, hoặc trên các diễn đàn; mà ở đây với tính cách rất quê mùa, rất riêng biệt của tôi là thích tâm tình, thích cà kê dê ngỗng nhằm mục đích là để vừa gợi nhớ về một thời của tác giả mà có lúc người đọc sách cũng có biết, có tham dự cùng tác giả về đời sống đó qua những kỷ niệm tưởng chừng không ăn nhập gì với nhau nhưng thực sự nó bổ túc cho nhau trong câu chuyện đang nói về công trình biên soạn vô cùng đa dạng và phong phú của tác giả Song Thao!

Xin trân trọng kính mời bạn nhín chút thời giờ lướt qua chơi với cuộc tâm tình này giữa một người đọc nhà quê già và nhà văn Song Thao, một tác giả quá già giặn kinh nghiệm đời, kinh nghiệm trong sáng tác với một kiến thức uyên bác nhưng ông rất mực bình dân, luôn gần gũi và ân cần lắng nghe những ý kiến, những suy tư, những trăn trở của người đọc cho dù người đọc thuộc giới trí thức, bác học hay người nhà quê quê mùa mộc mạc như tôi cũng đều được ông luôn chiếu cố và ân cần đón nhận!

Trân trọng,

Hai Trầu

Houston, ngày 25 tháng 10 năm 2020.

SONG THAO (ST):

Xin vui mừng báo tin cùng Quý Vị: cuốn Phiếm 25 vừa được nhà xuất bản phát hành.

Con số 25 không phải là số chẵn nhưng là số tròn. Khi xưa ta bé, chơi trò trốn tìm, nhắm mắt đếm: năm, mười, mười lăm, hai mươi, hai lăm. Vậy 25 là một con số như mọi con số khác hay là một cái mốc, tùy.

Với mọi người chúng ta, con số chẵn 2020 là một con số định mệnh. Từ đầu năm, chúng ta đã phải sống một đời sống khác, không giống như những năm trước. Khẩu trang kín mặt, rửa tay, xa cách nhau 2 thước, và một tâm trạng đầy ắp lo âu. Chúng ta tránh xa nhau. Chúng ta chen chúc nhau trong một địa ngục. Địa ngục có thật với con số nạn nhân, số tử vong lầm lũi đi lên mỗi ngày . Không phải thứ địa ngục của Sartre. Cuộc sống bất ổn, cả tinh thần lẫn thực tế làm chúng ta nghẹt thở. Cái nghẹt thở đã bóp chết tình cảm và lối sống thường nhật của chúng ta. Nhiều người trong chúng ta đã đầu hàng, nhiều mối thâm tình đã tan vỡ, nhiều lương duyên đã lỏng nút ràng buộc.

Với tôi là một cái mốc, vì 2020, năm cuốn Phiếm 25 này chào đời, là một năm không còn giống những năm trước. Nếu phiếm là một phương cách làm dịu được những hoảng hốt, lo âu trong mỗi người thì trong cuốn Phiếm 25 này, phiếm vẫn còn với hy vọng làm một ánh lửa nhỏ nhoi hâm nóng cuộc sống của mỗi chúng ta. Nhưng phiếm cũng phản ảnh cuộc sống nên chúng ta sẽ gặp trong cuốn phiếm này một mục không có trong 24 cuốn phiếm trước. Mục: VIẾT TRONG ĐẠI DỊCH.

Chúng ta cùng cầu mong bình an cho nhau, cho những người bên ta, cho những người xa ta và cho tất cả mọi sinh linh trong thế giới bất an này.

Đa tạ.

Song Thao

HAI TRẦU (HT): Chúc mừng anh Song Thao mới ra cuốn Phiếm 25. Mau quá, mới có 16 năm mà anh có 25 cuốn Phiếm rồi, (Phiếm 1 tháng 6/2004 - Phiếm 25 tháng 10/2020) chưa kể các các tác phẩm truyện ngắn nữa.

Xin chúc mừng anh và kính chúc anh chị luôn mạnh khỏe, bình an và vạn phước nhe!

Hồi đó nghe anh kể anh ở trong Hội đồng kiểm duyệt phim (trong bài *"Nóng"*, Phiếm 25) vậy hồi đó Hội đồng này thuộc Bộ Thông tin hay Bộ giáo dục; và anh đậu cử nhân Văn Khoa năm nào anh Song Thao?

ST: *Anh chị khỏe không? Bây giờ gặp nhau coi bộ khó quá. Chúng tôi vẫn nhớ tới anh chị nhiều. Mong sẽ có ngày sáng sủa hơn để vợ chồng tôi lại có thể qua gặp anh chị.*

Tôi đậu Cử Nhân Văn Khoa năm 1964. Cũng 56 năm rồi. Thấy thời gian kinh khủng quá!

Hồi đó Hội Đồng Kiểm Duyệt Phim do đại diện bộ

Thông Tin làm chủ tịch. Hội viên là các đại diện bộ Nội Vụ, Giáo Dục, Quốc Phòng, Xã Hội. Đại diện các bộ tùy theo chức năng của bộ mình mà xem xét và kiểm duyệt . Bộ Quốc Phòng về an ninh quốc phòng, bộ Nội Vụ về an ninh dân sự, bộ Giáo Dục về giáo dục và bộ Xã Hội về thuần phong mỹ tục.

HT: Anh Song Thao thân mến,

Tui thấy Phiếm 20 của anh xuất bản năm 2017; còn Phiếm 21, 22, 23, 24 ra đời năm nào anh Song Thao?

Đọc lại Phiếm anh vui quá, dù rất lâu mà vẫn chưa nguội; chẳng hạn như *"Truồng"* ở Phiếm 1 năm 2004. Tôi nhớ mài mại có một bài phiếm nào đó anh có nhắc một bà ở Chợ Mới (Long Xuyên) hay Núi Sập (Long Xuyên) gì đó, dường như bả sống lâu lắm! Hồi trước anh có lần nào đi ngang qua vùng Long Xuyên, Châu Đốc hông anh Song Thao? Nếu có, anh thấy ruộng lúa, vườn tược, dân cư ở các vùng đó thế nào?

ST: *Anh Trung mến, Cuốn Phiếm 21 xuất bản năm 2018, hai cuốn Phiếm 22 và Phiếm 23 năm 2019, hai cuốn Phiếm 24 và Phiếm 25 năm 2020.*

Miền Tây tôi chỉ tới Cần Thơ thôi.

Năm 1964, sau khi tốt nghiệp Đại học Văn Khoa, bộ Giáo Dục bổ tôi xuống dạy ở trường Thoại Ngọc Hầu, Long Xuyên.

Tôi đã nhận Sự Vụ Lệnh nhưng sau đó, ông Trần Quang T., khi đó là bộ Trưởng Bộ Xã Hội, dụ tôi ở lại Sài Gòn làm chuyên viên cho ông ấy. Tôi đã ở lại. Hai năm sau, Bộ Ngoại Giao gọi tôi qua làm Tham Vụ Ngoại Giao, ông T. lại dụ tôi ở lại bộ Xã Hội, tôi lại nghe theo ông ấy. Kể ra ngày đó tôi cũng dễ bị dụ.

Nếu ngày đó tôi xuống dạy ở Thoại Ngọc Hầu thì chắc nay đã có vợ người Long Xuyên rồi!

HT: Ồ, vui quá! Phải chi hồi đó anh xuống làm giáo sư dạy trường Trung học Thoại Ngọc Hầu thì tôi được học với anh rồi! Tiếc quá!

Lúc bấy giờ học trò tỉnh lứa tụi tôi còn lẹt đẹt luyện thi Tú Tài toàn phần, khổ gần chết! Rồi tới kỳ thi phải cơm gói mo cau đi xuống tuốt dưới Cần Thơ để dự thi; rồi còn cái nạn mình phải đậu giai đoạn đầu mới được hội đồng giám khảo chấm giai đoạn kế nữa; rồi lại rớt lên rớt xuống! Thiệt là nhớ lại ba cái vụ thi cử hồi đó dù cách nay dù năm sáu chục năm rồi, vậy mà cũng còn hoảng hồn, hoảng vía nhe anh Song Thao!

Hồi đó, anh thấy Cần Thơ ra sao? Về dân cư, về đời sống, về thị tứ, về chợ búa các thứ? Tôi có nhiều kỷ niệm ở Cần Thơ vì hồi đó đi thi Tú Tài I, rồi Tú Tài toàn phần cũng thi ở đó; rồi sau này có thời đi làm ở đó vài năm; rồi Tết Mậu Thân cũng ở đó, rồi đi tù cải tạo cũng bắt đầu ở chủng viện Cái Răng, khi được về cũng về ngang qua Cần Thơ nơi bến đò Ninh Kiều; ôi đủ thứ về Cần Thơ để hồi tưởng anh Song Thao!

Mà thiệt tình, trong bụng anh lúc bấy giờ nếu hổng có ông Trần Quang T. dụ, anh có muốn đi dạy học hông anh

Song Thao?

ST: *Sống đâu quen đó, anh Trung ơi. Lúc đó tôi còn đang làm báo ở Sài Gòn, gặp gỡ các bạn văn hàng ngày ở quán La Pagode, rời bỏ Sài Gòn là mất mát quá lớn với tôi. Vậy nên tôi quyết định ngay khi có cơ hội.*

Tôi chỉ đi công tác ở Cần Thơ 2 lần. Mỗi lần chỉ hai ngày, ban ngày họp, tối được mời đi ăn, chẳng biết chi nhiều.

Mấy lần về Việt Nam, định xuống chơi miền Tây nhưng không có duyên. Kể cũng là một thiếu sót.

Tôi đi dậy học hai lần. Lần đầu dậy ở trường Thiếu Sinh Quân Vũng Tàu từ 1961 tới 1964. Lần thứ hai tại trường Cấp 3 Thanh Đa, đâu cũng khoảng ba bốn năm, tôi không nhớ rõ. Lần đầu để kiếm tiền học Văn Khoa, lần thứ hai vì bị dí đi kinh tế mới sau khi đi "cải tạo" về nên đi dậy học cho yên tấm thân. Qua bên đây, tại thành phố Montreal nơi tôi ngụ cư có Hội Cựu Giáo Chức, tôi có tham gia nhưng vẫn thấy lấn cấn. Tôi đi dậy không phải vì yêu nghề chi mà vì hoàn cảnh bắt buộc nên chắc thuộc loại…giáo gian!

HT: Dà, tôi có lúc cũng ở Sài Gòn, nhứt là mấy tháng cuối cùng của Miền Nam, tháng 4-1975, nhà vợ tôi ở đường Nguyễn Cảnh Chân, Quận Nhì, nhưng dường như mình gốc dưới quê lên thủ đô, nên Sài Gòn thì hơi ồn ào quá, không hạp lắm! Hồi tôi ở Cần Thơ, lúc bấy giờ Viện Đại Học Cần Thơ mới có, nên tôi có ghi danh theo học ban Việt Hán phân khoa Văn Khoa với thầy Lưu Khôn dạy Hán Văn, thầy Nguyễn Văn Minh dạy về văn chương Việt Nam…, nhưng rồi học cũng chẳng đi tới đâu. Hồi đó có Tú Tài 2, và là sinh viên, là các trường tư thục như trường Tân Văn, trường Võ Văn, trường Bồ Đề, nếu mình thích đi dạy học, thì tới văn phòng nạp đơn xin dạy là họ cho mình dạy liền hà! Văn bằng Tú Tài hồi đó có giá lắm! Tôi cũng bạo gan nạp đơn xin dạy thử thì được nhận và dạy ở Bồ Đề, Tân Văn đâu được một niên khóa. Hồi tôi học Tú Tài thì học ban Toán; nhưng khi xin dạy giờ ở hai trường tư thục này tôi dạy môn Việt văn và Sử Địa. Nhớ vui lắm, tiền công dạy các lớp đệ Thất, đệ Lục, đệ Ngũ đâu khoảng 90-100 đồng/ một giờ; lên lớp đệ Tứ thì được 110 hoặc 120 đồng/ một giờ. Vui lắm!

Trong một thư hồi âm trong nhóm anh em khá thân cách đây mấy ngày, nhơn bàn qua bài thơ *"Tình tuyệt vọng"* *[Le Sonnet d'Arvers của Félix Arvers (1806-1850)]*, tôi có kể tình cảnh học hành của học trò làng tôi như sau:

"Làng Tân Bình thuộc Lấp Vò của tôi, theo sách Lịch Sử Khẩn Hoang Miền Nam của Sơn Nam, thì làng này được thành lập năm Minh Mạng thứ 17 nhưng mãi tới mấy năm cuối thập niên 1940 còn loạn lạc và nghèo; rồi bước qua đầu thập niên 1950 bà con trong làng vì phải chạy giặc tản cư khắp mọi nơi mới lục tục rủ nhau về lại làng cũ cất chòi che trại và khai mở lại đất đai hoang địa, gánh đất bồi bổ lại các miếng vườn hoang phế tiêu điều. Có lẽ do người lớn không được an cư nên sắp nhỏ thế hệ tụi tôi ít được học hành đàng hoàng; và từ đó tới khoảng năm 1959-1965, làng tôi đếm ra số học trò có bằng Tú Tài 1, Tú Tài 2 chưa đầy hai bàn tay; còn bằng cử nhân thì tôi biết chắc hổng có ai, chỉ có một người duy nhứt trong làng mà tôi nhớ là anh đậu được vài

ba chứng chỉ cử nhân của trường Đại Học Luật Khoa Sài Gòn sau khi anh ra đời đi làm việc và học hàm thụ. Lược kể tình hình học hành ở làng quê tôi như vậy để thấy rằng, học trò chúng tôi dưới này vì hoàn cảnh sống, vì gia đình làm ruộng, vì hoàn cảnh chiến tranh nên đa số chí thú lo học cho có cái bằng cấp để gia đình an tâm là dù có bị gọi nhập ngũ thì cũng đỡ đỡ hơn là mình hổng có cấp bằng gì lận lưng thì cực hơn nhiều! Thưa đó là các trang lứa tụi tôi dưới này ít ai dám yêu lung tung là vì vậy và có lẽ nhờ vậy mà dường như tôi ít nghe hoặc không nghe các bạn ấy nhắc lại là mình bị "thất tình" nên chắc cũng ít lâm cảnh "tình tuyệt vọng"!"

Thành ra, biết hồi đó anh là học sinh trường Trung học Chu Văn An, rồi đậu Cử nhân Đại Học Văn Khoa Sài Gòn năm 1964, là thấy mê rồi. Học trò tỉnh hổng bằng học trò Sài Gòn anh Song Thao ơi!

Giờ nhớ lại Phiếm, tôi hiện có Phiếm và Truyện của anh hơi bộn, nhưng phải nhận ra rằng Truyện và Phiếm của anh lâu lâu lật sách ra đọc lại lúc nào cũng mới, lạ và thích lắm! Tôi thấy, 25 cuốn Phiếm của anh, mỗi cuốn khoảng 40 đề tài, dày trung bình từ bốn trăm trang tới bốn trăm hai chục trang; vị chi 25 cuốn Phiếm vừa rồi của anh, anh đã viết được khoảng 10.500 trang tới 11.000 trang với chừng 1.000 đề tài tất cả; vậy anh lấy hứng từ đâu mà viết nhiều quá mạng vậy anh Song Thao?

ST: *Thoạt đầu khi khởi sự viết phiếm, tôi coi như một cách để sửa soạn về hưu có chuyện làm, khỏi phải à ơi với thời gian nhàn rỗi. Tôi viết phiếm khoảng một năm trước khi*

Vài bìa sách của nhà văn Song Thao mà tôi có.

Vài bia các tập truyện của nhà văn Song Thao mà tôi hiện có.

về hưu. Tôi gửi cho một tờ tuần báo ở Canada mà tôi vẫn thường cộng tác viết truyện ngắn. Không ngờ độc giả thích, họ yêu cầu tôi viết hàng tuần. Tôi nhận lời đại, nghĩ rằng chưa biết được bao nhiêu số sẽ bí đề tài. Vậy mà, nhờ trời, tôi chưa bị táo bón đề tài. Rồi báo bên Úc, bên Mỹ mời tôi cộng tác hàng tuần. Phiếm được phổ biến rộng rãi. Sau đó có thời gian Phiếm xuất hiện trên báo Người Việt bên Cali. Anh Nguyễn Đức Quang, khi đó đang làm tờ Phụ Nữ Diễn Đàn, gặp tôi ở Toronto, cũng mời tôi cộng tác. Anh Phạm Phú Minh lúc đó đang làm tờ Thế Kỷ 21 ở Cali, cũng hỏi *tôi cộng tác. Tôi nghĩ báo Thế Kỷ 21 là báo... nghiêm trang không tiện cho tôi giỡn hớt nên tỏ ý ngần ngại. Anh Minh nhất định muốn có tí vui vui trên báo. Báo Thế Kỷ 21 ra hàng tháng. Lúc đầu tôi chỉ gửi một bài mỗi kỳ, sau đó độc giả yêu cầu nên anh Minh cho đi tới 3 bài mỗi kỳ báo. Thiệt tình tôi cứ cắm cúi viết, chừ anh nhắc tôi mới giật mình thấy đã có tới cả ngàn đề tài Phiếm. Thú thực với anh, tôi cũng không hiểu tại sao tôi lại cù cưa được dai dẳng như vậy.*

HT: Có một một ưu điểm này nữa mà tôi cần phải nêu ra đây là trên các trang sách của anh, Truyện cũng như Phiếm, nhìn một cách tổng quát là dường như rất hiếm khi bắt gặp vài lỗi chánh tả. Anh có thể cho bạn đọc biết được bí quyết nào mà anh đã dùng để làm cho các trang sách của anh khá "sạch sẽ" như vậy, anh Song Thao?

ST: *Khi viết bài xong, trước khi đưa cho các báo, tôi đã sửa rất kỹ lỗi chính tả và lỗi đánh máy. Tôi là người Bắc, nhà tôi là người Huế, vậy là lỗi chính tả của hai miền đã được... thủ tiêu. Muốn chắc ăn hơn, chỗ nào nghi nghi là tôi mở tự điển chính tả ra dò lại, không chỉ một quyển mà vài ba quyển. Chắc những ai từng làm "thầy cò" đều biết. Có nhiều lỗi rành rành mà mắt như bị che đi, không thấy. Vì vậy, khi layout để in thành sách, tôi còn đọc lại lần chót, lần này tôi zoom lên cỡ chữ thật lớn (khoảng từ 150% đến 200%) để cho chữ nó chọc vào mắt. Có lẽ vì như vậy mà sách tôi hầu như không có những hạt sạn.*

Từ trái: Hai Trầu, nhà thơ Tô Thẩm Huy & chị Dung, nhà thơ Phan Xuân Sinh, nhà văn Song Thao & chị Song Thao, chị Phan Xuân Sinh, anh chị nhà văn Nguyễn Đạt Thịnh (Houston, ngày 23 tháng 8 năm 2011)

HT: Dà, cảm ơn anh Song Thao. Tôi học ở anh về tính cẩn thận, chu đáo trong việc viết chánh tả này. Thỉnh thoảng tôi có ghi lai rai chơi về ba cái vụ mùa màng cây trái ở miền quê tôi, và vì là dân quê nên tôi rất dở và rất sợ chánh tả; nên lúc nào cũng chất đầy một đống tự điển, từ điển chỗ ngồi viết, chữ nào mình nghi nghi là mở tự điển ra coi lại liền hà; có khi phải mở ba bốn bộ tự điển cùng một lúc thì tôi mới dám viết xuống; vậy mà rồi có lúc cũng bị lỗi nhe anh Song Thao! Đặc biệt, chuyện tôi kể về việc làm ruộng thường là chuyện xa xưa lâu rồi, nên tôi ưa dùng các bộ tự điển xuất bản từ hồi rất xưa như bộ Đại Nam Quấc Âm Tự Vị của Huỳnh Tịnh Paulus Của (1895), bộ Việt Nam Tân Từ Điển của Thanh Nghị (nhà xuất bản Thời Thế, Sài Gòn, 1951), bộ Việt Nam Tự Điển của Lê Văn Đức & Lê Ngọc Trụ (nhà Khai Trí, Sài Gòn, 1970) và nhiều bộ tự điển khác có tới cả chục bộ. Tôi theo qui tắc tự đặt ra là: *"Cứ hai hoặc ba bộ tự điển của ba tác giả khác nhau giải nghĩa về một chữ mà cách viết chữ đó giống nhau là tôi tin chữ đó viết trúng vậy!"*

Anh Song Thao ơi,

Hỏi thăm qua về việc anh không xuống dạy học trường Thoại Ngọc Hầu (Long Xuyên), anh có cho biết: *"Lúc đó tôi còn đang làm báo ở Sài Gòn, gặp gỡ các bạn văn hàng ngày ở quán La Pagode, rời bỏ Sài Gòn là mất mát quá lớn với tôi. Vậy nên tôi quyết định ngay khi có cơ hội."*

Dà, hồi đó lúc khoảng năm 1964, tôi lên Sài Gòn đi học luyện thi Tú Tài toàn phần và học Pháp văn ở Trung Tâm Văn Hóa Pháp nằm trên đường Đồn Đất, và rồi sau này khi đi làm cu li ở Sài Gòn, tôi có biết Sài Gòn có ba nơi mà giới văn nghệ sĩ, báo chí ưa lui tới đó là La Pagode trên đường Tự Do, rồi Givral góc đường Tự Do-Lê Lợi; và nhà hàng Brodard nằm ở góc Tự Do – Nguyễn Thiệp, nhìn sang bên kia là vũ trường Tự Do. Ngoài ra còn có nhà hàng Thanh Thế, nhà hàng Thanh Bạch, và tiệm kem Pôle Nord trong thương xá Tax với quán Tre có món hột gà lộn 11 ngày, cũng nổi tiếng lắm anh Song Thao!

Vâng, lướt qua phần Mục Lục trong Phiếm 25 của anh mới phát hành, tôi thấy ngoài phần Phiếm, anh có thêm hai phần *"Viết Trong Mùa Đại Dịch"* và *"Ngoại Tập"*; như vậy, nếu tôi nghĩ hổng lầm là anh muốn *"về thu xếp lại"* những trang sách lai rai chỗ này chỗ kia chung về một mối phải hông anh Song Thao? Và rồi anh có ý định sẽ cho bạn đọc được đọc những trang hồi ký hấp dẫn của anh hông?

ST: *Mục "Viết Trong Đại Dịch" chỉ mới có trong cuốn Phiếm 25 vì dịch Covid làm thay đổi cuộc sống của chúng ta nên tôi có một số bài viết về chuyện... dịch vật này.*

Mục "Ngoại Tập" vẫn thường có trong mỗi cuốn Phiếm

sau này vì sau khi in bộ "Tuyển Tập Truyện Ngắn Song Thao" gồm 4 cuốn, tôi nghĩ sẽ không in thêm cuốn truyện ngắn nào nữa. Chỉ xuất bản Phiếm nên tôi in tất cả những bài phỏng vấn, đọc sách bạn, viết về bạn bè và viết cho bạn bè vào mục này. Để lưu giữ. Có nhiều độc giả yêu cầu tôi tập trung những bài viết này trong một cuốn riêng nhưng tôi chưa làm được nên in trước vào Phiếm cho chắc ăn. Không có chuyện "về thu xếp lại" đâu anh. Còn được thở thì cứ thở, hơi đâu thu xếp, biết chuyện "thu xếp" là chuyện phải tới nhưng... que sera sera anh ơi!

HT: Dà, vậy tụi tôi đang mong được đọc tập Hồi Ký của anh từ những ngày còn nhỏ ở Hà Nội, rồi di cư vào Nam, rồi học Trung học Chu Văn An, học Đại học Văn Khoa Sài Gòn, rồi làm công chức, rồi dạy học và viết văn làm báo ở Sài Gòn, ở Toronto và cho tới hôm nay... Những trang đời ở anh với biết bao chất liệu sống cùng biết bao kỷ niệm và kinh nghiệm với cái nhìn của một nhà báo, nhà văn già giặn, chắc là sẽ hấp dẫn lắm!

ST: *Phải nói ngay là tôi sẽ không viết hồi ký đâu anh. Chuyện đời tôi, tôi nghĩ chẳng có chi đáng ghi lại. Như một giọt nước tan trong biển cả. Vậy tin để anh đừng chờ đợi nhé.*

Thân chúc anh chị vui sống dù cuộc sống ngày nay đầy bất trắc. Cứ nghĩ mỗi giây phút chúng ta còn được thở là ân sủng của trời đất, đừng phí phạm.

Cám ơn anh đã giữ lại những tấm hình kỷ niệm những lần tôi tới Houston, nhất là lần thăm khu vườn của anh.

Thân chúc anh chị an lành.

HT: Cảm ơn anh Song Thao đã dành cho tôi và bạn đọc những lời tâm tình này. Vậy xin được hân hạnh mời anh lai rai và xin được nâng ly chúc mừng anh vừa có thêm đứa con tinh thần mới là PHIẾM 25 vừa mới phát hành và cầu chúc anh nhiều sức khỏe, bình an và may mắn để có thêm nhiều trang *"phiếm"* nữa nhe anh Song Thao!

Xin nâng ly chúc mừng anh Song Thao có PHIẾM 25 và hy vọng anh có thêm nhiều tác phẩm nữa!

Hai Trầu
Houston, ngày 25 tháng 10 năm 2020

SONG THAO TRÊN FACEBOOK
LUÂN HOÁN

Đọc và viết giới thiệu, kèm một số nhận xét ngắn gọn về một công trình có chữ viết, thường được gọi là điểm, ví như điểm sách. Ở đây không có tính cách này. Tôi không có trình độ và nhu cầu thực hiện như vậy, Tôi chỉ đơn sơ nói chơi chơi về Facebook. Nghĩa là nói về cái giỏ đựng tranh ảnh, chữ nghĩa của nhiều người trong từng góc riêng. Lạm bàn về văn thơ cũng có thể bất thần le lói một vài, nhưng tuyệt đối không là chủ đích của trò tôi đang chơi.

Tôi có quá nhiều giờ bỏ không, lại thích lang thang thăm nơi này, viếng nơi kia, không cần ai mời. Ít nhiều cũng học được đôi điều hữu ích. Gởi lại ít cái *"like"*, vài dòng *"comment"* hẳn chưa nói được sự thích thú cùng biết ơn của mình, nên tôi nảy sinh trò ba hoa một cách chân tình, thế thôi. Xin đừng nghi trong ba hoa không có tình thật.

Góc chủ trên Facebook lên số ngàn, đâu có khả năng vịn vào tất cả để tập viết văn. Và cũng không thể làm phiền những người không được quen biết, chính vì thế, tôi nhắm vào những người bạn dễ tính, cởi mở để quậy phá họ chút chút. Rủi có bị lãnh đòn cũng dễ cười trừ được.

* * *

Và hôm nay tôi ghé Facebook của nhà văn Song Thao.

Ông này có lý lịch văn học cụ thể:

Tên thật Tạ Trung Sơn, sinh ngày 01-8-1938 tại Hà Nội.

Học qua các trường Dũng Lạc (Hà Nội) Chu Văn An (Sài

Gòn), Đại học Văn Khoa (Sài Gòn); tốt nghiệp Cử nhân Văn khoa năm 1964. Từ 1959 đến 1975 cộng tác với nhiều nhật báo, tuần báo, bán nguyệt san, nguyệt san tại Sài Gòn. Định cư tại Montréal từ 1985. Khởi viết truyện ngắn năm 1991, có bài đăng trên các tạp chí văn học tại Hải ngoại. Đã có trên 30 đầu sách được xuất bản, bán chạy.

Tuy quen ông lâu năm, nhưng mỗi lần đọc tên thật của ông, tôi cũng cảm thấy nặng nặng cả trăm ký lô vui tính, lẫn sự nghiệp cầm bút bề thế không ngớt hấp dẫn mình.

Chúng tôi quen biết nhau tình cờ, đầy khép kín, có chút thủ thế, giữa những ngày cả hai cùng chờ đợi đi ra khỏi nước. Dù cùng đến một thành phố nhưng trên hai chuyến bay cách nhau non cả tháng. Điều này đã từng nói rõ hơn trong cuốn "hồi ký rời" thứ hai của tôi.

Bản tính đại khái của ông bạn quen muộn này: lành, điềm đạm, tháo vát, tận tâm, thành thật và chí tình cùng bạn bè. Niềm nở cởi mở cùng mọi người, hoạt bát linh động trước đám đông, tích cực trong mọi công việc... Toàn là tính tốt. Anh có đạo Công Giáo, có vợ người Huế, chị Lê Thị Diệu Hương, con gái thầy Lê Nguyên Diệm, người soạn nhiều sách giáo khoa toán cùng thầy Bùi Tấn, nổi tiếng một thời.

Song Thao là người có nhiều bạn chơi. Theo tôi biết, bạn anh có nhiều nhóm, tùy theo thú tiêu khiển: văn chương, thể thao, du lịch, thưởng ngoạn vẻ đẹp của những báu vật của đời thường. Tôi thường tháp tùng anh cùng vài bạn khác trong thú giải trí lịch lãm này.

Đặc biệt về du lịch, anh là người có nhiều điều kiện thuận tiện: sức khỏe, tài chánh, thảnh thơi. Người thỉnh thoảng đồng hành trong các chuyến ngao du xa với hai vợ chồng anh là nhà văn Võ Kỳ Điền. Còn tôi chỉ thoảng gặp anh vài lần ở các bãi tắm, công viên thuộc tỉnh nhà.

Trong những sinh hoạt văn học ở xa như ra mắt sách, nói chuyện tại Toronto, Boston... tôi đều đi ké xe anh. Khỏi cầm lái, không sợ xe mình hao tốn cây số, thậm chí đến cả tiền đổ xăng cũng không bận tâm. Nói tóm lại tôi là người từ nhỏ đến già có số, có lộc hưởng ké, ăn nhờ bè bạn. Thời thanh niên có những Hoàng Trọng Bân, Châu Văn Tùng... lo, bây chừ dồi dào hơn, nhiều bè bạn thương lo cho. Hụt một bước đi, té ra cũng có nhiều điểm lợi. Đa tạ tất cả các bạn tôi.

* * *

Với anh Song Thao, tôi xem anh là bạn thân, là người anh đáng in cậy. Tôi ít cô đơn trong mọi chuyện chơi của mình. Ví như khi lập nhà xuất bản Nhân Ảnh. Sau khi dùng tên xong, tôi *phone* hỏi ý kiến anh, xem tên dùng nghe có ổn không. Anh *OK*, cũng phảng phất mùi nhân sinh, gợi suy tưởng! Sau khi vẽ nhiều mẫu *logo*, gởi anh xem, góp ý để chọn. Được quá, cũng có dấu ấn quốc gia đàng hoàng! Mẫu tôi vẽ này được dùng trong nhiều năm cho khá nhiều sách xuất bản. Sau này em tôi, Lê Hân chăm sóc nhà xuất bản (cho đến hiện nay), nhờ họa sĩ Khánh Trường, bạn lâu nay của tôi, vẽ lại *logo* đẹp hơn như đang dùng.

(Cho thưa riêng tư, Lê Hân mềm mỏng, tháo vát, chân thật, tận tâm và rất mát tay trong việc trị sự, điều hành nhà xuất bản; từ tài tử đi dần đến chuyên nghiệp, một phần nhờ vào sự thương quí của một số bạn văn. Hân cũng đang giữ chân trị sự nhà xuất bản Mở Nguồn của Khánh Trường).

Qua những nét vội vã vừa vẽ trên, hy vọng một phần nào quí bạn đã nhìn thấy đại khái về một cây bút, bạn đã có đọc văn anh ấy trong phạm vi Facebook lâu nay.

* * *

Anh Song Thao đến với Facebook trước tôi, chính xác không rõ đã bao lâu. Với con số 1169 người đang theo dõi có thể lờ mờ thấy thời gian anh vui chơi với Facebook không ngắn. Khi tôi nghe lời nhạc sĩ Vĩnh Điện làm quen Facebook, lúc đó anh Song Thao, đang dùng tên Sơn Tạ. Một thời gian ngắn sau, anh mới dùng bút danh và giữ cho đến hiện nay.

Tôi đọc Facebook đầu tiên của anh qua tin nhắn này:

"Facebook của tôi vừa bị phá. Xin lỗi các bạn nếu có những bất tiện xảy ra. Nay tôi đã phục hồi lại..." đại khái như vậy trong ngày 10 tháng 10 năm 2014.

Tôi vẫn nghĩ Facebook là cõi vui vẻ, chung chạ đông vui bậc nhất trong các phương tiện giải trí bằng điện tử. Trước đây không ít người chê hỗn tạp, xô bồ, thượng vàng hạ cám, thậm chí có người không ngần ngại ví như một bãi rác. Ngày nay tôi gặp được thật nhiều tên tuổi hữu danh trên nhiều lãnh vực xuất hiện trên Facebook. (Tin vui riêng tôi, bà phó tiểu đội của tôi, trong dịp trốn Cô Vi, đã trở nên rất ghiền một số "diễn đàn" nhấn *"like"* tứ tán. Facebook Trần Châu Lý chính thức có chủ trực tiếp, nhận định độc lập, những cái *"like"* mang tên này không dính tôi trong đó, dù đồng tình hầu hết).

Ở Facebook, mọi người có thể gặp mọi thứ, biết nhiều

điều từ nhiều lãnh vực, nhiều thời điểm xảy ra mọi sự việc. Riêng chung linh hoạt, chồng chéo lồng vào nhau. Tùy theo sở thích, sáng kiến của mỗi người. Những khả năng, biệt tài riêng được tối đa phát triển. Tán dương lẫn nhau, chống đối văng tục "một cách có học" cũng không thiếu, nhất là giai đoạn gần đây, người người bảo vệ, phát huy tư duy chính trị, lựa chọn thần tượng (hoặc không hẳn như vậy). Nhưng hình như không ai ngại việc hao hụt những thân tình, vốn rất quí.

Nhìn chung ở Facebook, muốn vui có đủ thứ chuyện hài hước; muốn buồn không thiếu tin thương tâm. Chuyện lạ, chuyện không lạ đều đồng hành từng giờ. Sức sống luôn tiềm ẩn lồng lộng, tình cảm càng dồi dào níu kéo. Bao nhiêu người treo bảng nghỉ chơi rồi tức khắc quay lại, tỏ ra tích cực tha thiết hơn.

Đặc biệt nhất, Facebook trở thành một cõi thơ càng ngày càng mở rộng lãnh thổ, thần dân của thi-ca-facebook ngày một nhiều. Họ trưởng thành nhanh chóng, tài hoa có thật, những người phủ nhận điều này chẳng qua do mặc cảm lẫn ác cảm..

Việc nương nhờ Facebook để chơi của tôi và anh Song Thao có hai điểm khác nhau, thấy rất rõ.

- Với tôi, thiếu tinh thần tập thể, lỏng lẻo giao tiếp cùng đám đông. Tôi chuyên về việc đánh bóng mình và gia đình, họa hoằn a dua theo một nhúm người được may mắn quen biết ngoài đời. Nếu phải bất ngờ dính tới hơi hám văn học nghệ thuật, phải có chút chút bóng dáng tôi trong đó. Tôi thực hiện được nhiều điều cho cá nhân mình.

- Trái lại, anh Song Thao thường hội nhập cùng cộng đồng một cách ấm áp hơn. Những điều anh thông tin rất ít có cái tôi của anh. Rất ít không có nghĩa là không có, bởi nếu không có, thì mọi chuyện sẽ thiếu hẳn hồn vía, tôi tin chắc như vậy.

Đến với Facebook Song Thao bạn đọc sẽ gặp:

- Một số sinh hoạt báo chí của Việt Nam Cộng Hòa, qua những loại văn hóa được in ấn, cụ thể như tờ Thời Nay, nơi Song Thao viết bài, chọn bài một thời.

- Tìm thấy lại những thú tiêu khiển thanh nhã của một số dân chúng miền Nam tự do qua việc sưu tập tem, sưu tập tiền cũ vv...

- Biết hoặc biết thêm một số nhân vật sinh hoạt Văn Học Nghệ Thuật khắp nơi. Nhiều khuôn mặt cũ được anh giới thiệu cặn kẽ, giúp nhiều người có cái nhìn tổng quát hơn về một người nào đó của đám đông.

Hai điểm tôi tâm đắc nhất với Facebook Song Thao là du lịch, và sinh hoạt văn nghệ của anh cùng bạn bè hiện thời.

- Với du lịch, đã nói sơ ở phần trên, xin bổ túc: anh Song Thao đi nhiều, vừa đi vừa nắm bắt thiên nhiên, tìm hiểu con người khắp nơi để làm vốn riêng. Điều quí nhất là anh rất rộng lòng, hoan hỷ chia sẻ cùng tất cả bạn đọc. "Đi một ngày đàng học một sàng khôn" Song Thao thực hành nghiêm chỉnh. Cá nhân tôi được hưởng nhiều trong mọi thu hoạch đây đó của anh.

- Về sinh hoạt văn nghệ hiện thời, chúng tôi gồm những Lê Hân, Hồ Đình Nghiêm, Nguyễn Vy Khanh, Song Thao, Luân Hoán, trực tiếp thực hiện tạp chí Ngôn Ngữ. Nên nói lại lần nữa, tạp chí này ra mắt bạn đọc sau khi bạn tôi, họa sĩ Khánh Trường, muốn giữ sức để viết thêm những tác phẩm anh chưa hoàn tất, anh giao lại cái thuận đà, háo hức làm việc của tôi. Cảm ơn Khánh Trường đã gần như tạo cho tôi niềm vui.

Phần Song Thao với tạp chí Ngôn Ngữ, nhờ anh, chúng tôi có thêm sự cộng tác của các tay viết nữ, trẻ, đẹp và giàu nội lực như Minh Ngọc, Hoàng Quân, Nguyễn Dạ Quỳnh... Không rõ anh Song Thao có giỏi tỉ tê, dịu dàng như cố thi sĩ Du Tử Lê hay không, nhưng các người đẹp rất tích cực viết chùa cho chúng tôi. Cảm ơn anh lắm lắm. Xin thòng thêm, thành công sơ khởi này còn nhờ công sức của các bạn Trần Thị Nguyệt Mai, Uyên Nguyên Trần Triết, Nguyễn Thành. Đa tạ quí bạn.

* * *

Qua Facebook Song Thao, chúng ta còn được thưởng lãm một số bài Phiếm tuyệt vời của anh. Phiếm trước đây hình như ít được o bế trong tổng thể sáng tác của văn giới, dù có những tay viết lỗi lạc, thu đẹp tiền thiên hạ như văn tài Trà Lũ. Có Song Thao tham dự vào, thể loại này rõ ràng giàu thêm sinh khí. Đã có quá nhiều cây bút hỗ trợ con đường anh Song Thao chọn, tôi muốn trích dẫn nhiều người, mỗi người ít dòng nhưng không thể, chỉ xin nhắc lại tên những cây bút tích cực tán dương Phiếm Song Thao, (Xin phép vô lễ, thiếu tế nhị, nhưng hình như tôi là người mở đầu):

Luân Hoán, Nguyễn Mộng Giác, Nguyễn Xuân Hoàng, Võ Phiến, Trần Huy Bích, Hà Thúc Sinh, Hoàng Ngọc Hiến,

Nguyễn Đình Toàn, Hồ Đình Nghiêm, Phạm Phú Minh, Lưu Nguyễn, Du Tử Lê, Hoàng Xuân Sơn, Trà Lũ, Phạm Xuân Đài, Lương Thư Trung, Bắc Phong, Nguyễn Vy Khanh, Lê Hân, Đinh Cường, Đặng Thơ Thơ, Phan Ni Tấn, Minh Ngọc.. và chắc còn tiếp. nếu bạn thiếu tin tưởng thông tin của tôi, các bạn có thể kiểm chứng tại:

www.songthao.com

Gõ đến đây, tôi xin nhắc nhỏ anh (nhưng mọi người có quyền cùng nghe): Sao chưa chịu tập họp những nhận định này in thành sách, trong thể loại Tác Giả Tác Phẩm, đừng quên cá nhân tôi sắp có cuốn thứ 4, sắp in.

* * *

Song Thao cho hiện diện trên Facebook anh gần như đầy đủ các truyện ngắn anh viết, những truyện này có đến 7 tên gọi riêng: Bỏ Chốn Mù Sương, Đong Đưa Cuộc Tình, Còn Đó Bóng Hình, Chân Mang Giầy Số 6, Cuối Ngày, Một Lần Ngồi Lại, Bên Lưng Những Con Chữ, Chốn Cũ.. Số lượng truyện ngắn so với Phiếm của anh, không thấm vào đâu. Số sách Phiếm đến năm 2020 này đã là 25 cuốn. Thế nhưng trên Facebook anh chưng ra thật khiêm nhường, và thường thu về những khen tặng xã giao hoặc trao đổi việc mua sách. Có lẽ do những sáng tác Phiếm của Song Thao được trả nhuận bút bởi những tuần báo anh cộng tác, việc phổ biến những nơi khác, như Facebook không thể cập nhật sớm. Một trở ngại khác, bài viết trên Facebook thường không nên quá dài. Đa số bạn đọc rất ngại đọc. Nhưng gần đây, tôi nhận thấy đã có ít nhiều cải tiến ở diện tích trang chữ, hy vọng bạn đọc tiếp tay ủng hộ.

* * *

Điểm Facebook kiểu tôi đang làm, thật có hại cho uy tín các trang chủ. Bởi lẽ, thiếu sót những nét đẹp, những tâm huyết của người chủ ký gởi ở đó, Dù sao tôi cũng gắng viết đôi bài cho trò chơi mình bày ra, chết yểu, nhưng không phải không có.

Cảm ơn anh Song Thao, và các bạn dễ tính

Luân Hoán
20h33 | 5-03-2020

Phiếm 10 (Nhân Ảnh, Toronto, Canada 2011)
    (In lần thứ hai - Nhân Ảnh, San Jose, 2016)
Phiếm 11 (Nhân Ảnh, Toronto, Canada 2012)
    (In lần thứ hai - Nhân Ảnh, San Jose, 2016)
Phiếm 12 (Nhân Ảnh, Toronto, Canada 2012)
    (In lần thứ hai - Nhân Ảnh, San Jose, 2016)
Tuyển Tập Truyện Ngắn Song Thao, Tập I
    (Nhân Ảnh, Toronto, Canada 2013)
    (In lần thứ hai - Nhân Ảnh, Toronto, 2015)
Phiếm 13 (Nhân Ảnh, Toronto, Canada 2013)
    (In lần thứ hai - Nhân Ảnh, San Jose, 2016)
Tuyển Tập Truyện Ngắn Song Thao, Tập II
    (Nhân Ảnh, Toronto, Canada 2013)
Phiếm 14 (Nhân Ảnh, Toronto, Canada 2014)
    (In lần thứ hai - Nhân Ảnh, San Jose, 2016)
Tuyển Tập Truyện Ngắn Song Thao, Tập III
    (Nhân Ảnh, Toronto, Canada 2014)
Tuyển Tập Truyện Ngắn Song Thao, Tập IV
    (Nhân Ảnh, Toronto, Canada 2014)
Phiếm 15 (Nhân Ảnh, Toronto, Canada 2014)
    (In lần thứ hai - Nhân Ảnh, San Jose, 2016)
Phiếm 16 (Nhân Ảnh, Toronto, Canada 2015)
Phiếm 17 (Nhân Ảnh, Toronto, Canada 2016)
Phiếm 18 (Nhân Ảnh, Toronto, Canada 2016)
Dấu Chân Lang Bạt (Nhân Ảnh, Toronto, Canada 2016)
Phiếm 19 (Nhân Ảnh, San José, Hoa Kỳ 2017)
Phiếm 20 (Nhân Ảnh, San José, Hoa Kỳ 2017)
Phiếm 21 (Nhân Ảnh, San José, Hoa Kỳ 2018)
Phiếm 22 (Nhân Ảnh, San José, Hoa Kỳ 2019)
Phiếm 23 (Nhân Ảnh, San José, Hoa Kỳ 2019)
Phiếm 24 (Nhân Ảnh, San José, Hoa Kỳ 2020)
Phiếm 25 (Nhân Ảnh, San José, Hoa Kỳ 2020)
Phiếm 26 (Nhân Ảnh, San José, Hoa Kỳ 2021)

Nhà xuất bản NHÂN ẢNH
375 Destino Circle
San Jose, CA 95133
U.S.A.
E-mail: han.le3359@gmail.com

Liên lạc với tác giả:
TẠ TRUNG SƠN
7805 Claire Fauteux, #1
Montréal, Qc., H1K 5B6 - Canada
Điện thoại: 514-354-5338
Cell: 514-916-5338
Email: tatrungson@hotmail.com